ഗ്രീൻ ബുക്സ്

മേഘയാത്രികൻ

സുധീർ പറൂര്

എഴുത്തുകാരൻ, നോവലിസ്റ്റ് 1971 ജനുവരിയിൽ
മലപ്പുറം ജില്ലയിലെ തിരൂർ ഏഴൂരിൽ ജനിച്ചു.
ഏഴൂർ എം.ഡി.പി.എസ്. യുപി സ്കൂൾ,
ഏഴൂർ ഗവൺമെന്റ് ഹൈസ്കൂൾ,
തിരൂർ കോ-ഓപ്പറേറ്റീവ് കോളേജ്,
മലപ്പുറം ഗവ. കോളേജ്
എന്നിവിടങ്ങളിൽ വിദ്യാഭ്യാസം.

നോവൽ

മേഘയാത്രികൻ

സുധീർ പറൂര്

ഗ്രീൻ ബുക്സ്

green books private limited
little road, ayyanthole, thrissur- 680 003
ph: 0487-2361038
website: www.greenbooksindia.com
e-mail: info@greenbooksindia.com

(malayalam)
meghayathrikan
by
sudheer parooru

first published november 2016

cover design : rajesh chalode
illustration : ullerikkaran

branches:
thrissur 0487-2422515
palakkad 0491-2546162
kannur 0497-2763038
thiruvananthapuram 9846670899

isbn : 978-93-86120-85-4

GBPL/855/2016

മുഖക്കുറി

ഉജ്ജയിനിയിലെ ആസ്ഥാനകവിപട്ടം നേടിയ
കാളിദാസൻ ഒരു ഗണികസ്ത്രീയെ പ്രണയിക്കുന്നു.
ഉജ്ജയിനിയിലെ മഹാരാജാവും അവളെ മോഹിക്കുന്നു.
ഈ സംഘർഷത്തിൽനിന്ന് ഉടലെടുത്ത
ഒരു മനോഹര നോവൽ. തന്റെ മോഹസാഫല്യത്തിനു
വേണ്ടി രാജാവ്, കാളിദാസനെ ഹിമാലയത്തിലേക്ക്
അയയ്ക്കുന്നതോടെ ഏകാന്തദുഃഖത്തിന്റെ
വിരഹവേദനയിൽ അസഹ്യഭാരവും പേറി 'മേഘദൂത്'
രചിക്കുന്ന കാളിദാസൻ. തന്റെ പ്രണയേശ്വരി
കാരാഗൃഹത്തിലെന്ന പോലെ ഉജ്ജയിനിയിൽ.
പ്രേമവിരഹത്തിന്റെ ഒരു ഉജ്ജ്വല കഥാവിഷ്കാരം.
മലയാളത്തിലെ ക്ലാസ്സിക് എന്ന്
വിശേഷിപ്പിക്കാവുന്ന അപൂർവ ചാരുതയുള്ള രചന.

കൃഷ്ണദാസ്
മാനേജിങ് എഡിറ്റർ

അവതാരിക

സുധീർ പറൂര് എന്ന സാഹിത്യകാരന്റെ എട്ടാമത്തെ സൃഷ്ടിയാണ് 'മേഘയാത്രികൻ' എന്ന ഈ നോവൽ. ജിത്തു, ശ്രീകാന്ത്, സുധർമ്മൻ എന്ന ജിജ്ഞാസുക്കളായ മൂന്ന് ചെറുപ്പക്കാർ (അവർ സുഹൃത്തുക്കളുമാണ്) ഹിമാലയ പര്യടനത്തിനിടയ്ക്ക് വഴിതെറ്റി പാതിരായ്ക്ക് ഒരു ഗുഹയിലെത്തുന്നു. അവിടെ ബാബജി എന്ന പ്രായം ചെന്ന ഒരു ജ്ഞാനവൃദ്ധനെ കാണുന്നു. അദ്ദേഹം സദയം നീട്ടിയ, വളരെ പഴക്കം ചെന്ന ഒരു താളിയോലക്കെട്ട് ശ്രീകാന്ത് പരിശോധിക്കുന്നു. ഈ ചെറുപ്പക്കാരുടെ അന്വേഷണം ഈ ഓലക്കെട്ട് പരിശോധനയിലൂടെ സാർത്ഥകമാവുന്നു. ഭോജരാജ സദസ്സിലെ വിദ്വാനായിരുന്ന ശങ്കരകവി രേഖപ്പെടുത്തിയ സത്യങ്ങളായിരുന്നു ഇതിൽ. അത് മഹാകവി കാളിദാസന്റെ ജീവിതവുമായി ഏറെ ബന്ധപ്പെട്ടതുമായിരുന്നു. ശങ്കരകവിയും കാളിദാസനും മാളവദേശത്തിൽനിന്ന് വന്നവരാണ്. അവർ പരസ്പരം അറിഞ്ഞ് സ്നേഹിതരുമായി.

സുഹൃത്തുക്കളായ മുവ്വരിൽ ശ്രീകാന്ത് ആണ് ഗ്രന്ഥം വായിക്കുന്നത്. ചരിത്രപ്രസിദ്ധമായ മഹാകാളക്ഷേത്രം ശ്രീകാന്ത് ഉള്ളിൽ കാണുന്നു. അവിടെ കരിങ്കൽ ഭിത്തിക്കപ്പുറത്ത് വെളുത്തുമെലിഞ്ഞ് തലയിൽ കുടുമവച്ച ഒരു ബ്രാഹ്മണയുവാവ് നിന്ന് ഭഗവാനെ വണങ്ങുന്നു. ശങ്കരകവി, ആ ചെറുപ്പക്കാരന്റെ കൈയിലുള്ള ഓലക്കെട്ട് കാണുന്നു. 'ഋതുസംഹാരം' എന്ന സുന്ദരകാവ്യം. ശങ്കരകവി ആ ചെറുപ്പകാരനെകൂട്ടി ഭോജരാജസദസ്സിലെത്തുന്നു. സദസ്സിലെ പണ്ഡിതന്മാരും മഹാരാജാവും ഒരുപോലെ ആ കൃതിയെ പ്രശംസിച്ചു. അതിന്റെ കർത്താവായ കാളിദാസൻ ഭോജരാജ സദസ്സിലെ ആസ്ഥാന വിദ്വാനായി, കവിയായി.

കാളിദാസൻ അവിടെ വന്നത് ആസ്ഥാനവിദ്വാനാവാനായിരുന്നില്ല. മുമ്പ് മഹാകാളക്ഷേത്രത്തിൽ കരിങ്കൽ ഭിത്തിക്കു സമീപംനിന്ന് ശിവസ്തുതി ചൊല്ലുമ്പോൾ ഒരു

പെൺകിടാവിനെ കണ്ടു. നിഷ്കളങ്കഭാവമുള്ള, ഓജസ്സുള്ള മുഖം. അവളോട് ഒന്നുരണ്ട് വാക്കുകളേ പറഞ്ഞിട്ടുള്ളൂ. പേരറിയില്ല മറ്റൊന്നും അറിയില്ല. എന്നാലും അവൾ മനസ്സിൽ നിന്ന് പോകാതെനിന്നു, അവിടെ ജീവിച്ച് വളർന്നു.

ഭോജരാജസദസ്സിലെ ആസ്ഥാനകവി കാളിദാസന് താമസിക്കുവാനൊരുക്കിയ മാളികയിൽനിന്ന് അദ്ദേഹം വെറുതെ പുറത്തേക്ക് നോക്കിയപ്പോൾ അദ്ദേഹം അവളെ കണ്ടു-കാണുവാനാഗ്രഹിച്ച ആ പെൺകുട്ടിയെ. ആ കാഴ്ച അദ്ദേഹത്തെ സന്തോഷിപ്പിച്ചു. അദ്ഭുതപ്പെടുത്തി. രോമാഞ്ചമുണ്ടാക്കി. ഇവൾ എനിക്കുള്ളവൾതന്നെ. അവൾക്കും അങ്ങനെത്തന്നെ തോന്നി. എന്നാൽ, ഭോജരാജാവ് നോക്കി വെച്ച പെണ്ണാണവൾ. മഹാകവി കാളിദാസനോട് ഉള്ള സ്നേഹാദരങ്ങൾ വർദ്ധിക്കുമ്പോൾത്തന്നെ കാളിദാസന്റെ ഈ പ്രേമം രാജാവിൽ നീരസമുണ്ടാക്കുന്നു. താൻ അനുഭവിക്കേണ്ട ആ സൗന്ദര്യം കാളിദാസൻ നഷ്ടപ്പെടുത്തുകയാണല്ലോ. രാജാവിന്റെ ആ നീരസം, മഹാകവി കാളിദാസനെ സൂത്രത്തിൽ കൊലയ്ക്കു കൊടുക്കാൻ കല്പിക്കുന്നതുവരെ എത്തി. പക്ഷേ, കാളിദാസ മഹാകവിയെ ആ ചതിയിൽനിന്ന് രക്ഷപ്പെടുത്തുവാൻ, തന്റെ പ്രേമഭാജനത്തിന്റെ അമ്മ ഒരുങ്ങി. അവർ. വളരെ സമർത്ഥമായി അത് ചെയ്തു. തന്റെ ഇഷ്ടസഖിയോടൊത്ത് മഹാകവി മറ്റൊരിടത്ത് വളരെ കാലം ജീവിച്ചു. രാജാവാകട്ടെ, മാളവികയെ കിട്ടാത്തതിനാലും അപരാധബോധത്താലും അർദ്ധപ്രാണനായി മാറി.

ഈ ഗ്രന്ഥത്തിൽ നമ്മളെ ആദ്യം ആകർഷിക്കുക ഇതിലെ ഭാഷയും പദപ്രയോഗസാമർത്ഥ്യവും ആണ്. പിന്നെ പാത്രസൃഷ്ടിയിലെ ഓചിത്യം. ആ പുരാതന ഭോജരാജസദസ്സിൽ നമ്മളെത്തുന്നു. മഹാകവി കാളിദാസനെ കാണുന്നു. ശങ്കരകവിയെ കാണുന്നു. മഹാവിദ്വാനായ ഭർത്തൃഹരി പ്രത്യക്ഷപ്പെട്ട് ഒന്ന് പ്രകാശം ചൊരിഞ്ഞ് അപ്രത്യക്ഷനാകുന്നതും അറിയുന്നു. - സത്യത്തിനോടും നീതിയോടുമുള്ള ആദരവാണ് അദ്ദേഹത്തിനെ അങ്ങനെ ചെയ്യിപ്പിച്ചത്. നൂറ്റാണ്ടുകൾക്ക് മുമ്പ് നടന്ന ആ മഹാസംഭവങ്ങൾ നമ്മുടെ മുമ്പിൽ അവതരിപ്പിച്ചതിലെ കൈമിടുക്ക് ഭംഗിയായിട്ടുണ്ട്.

ശ്രീമാൻ സുധീറിന് ഇനി വെറുതെ ഇരിക്കുവാനാവില്ല. സാഹിത്യസൃഷ്ടികളിൽ ഏർപ്പെട്ട് വിജയിക്കാതിരിക്കുവാനും ആവില്ലാ എന്ന് ഈ കൃതി ബോദ്ധ്യപ്പെടുത്തുന്നു. ഈശ്വരാനുഗ്രഹം എന്നും സുധീറിനോടൊപ്പം ഉണ്ടാവട്ടെ!

ഹൃദയപൂർവ്വം നന്മനേർന്നുകൊണ്ട്

കെ.ബി. ശ്രീദേവി

മേഘയാത്രികൻ

ഒന്ന്

യാത്രാവഴികളിലൂടെ

"നമ്മൾ എത്ര യാത്രകളിൽ പങ്കെടുത്തിട്ടുണ്ട്. എന്നാൽ ഈ യാത്ര തികച്ചും അപ്രതീക്ഷിതമായി. തീരെ പ്രതീക്ഷിക്കാത്തത്." ശ്രീകാന്ത് പറഞ്ഞുനിർത്തിയതും സുധർമ്മൻ ആരംഭിച്ചു.

"ഡൽഹിയിൽ നിന്ന് തിരിക്കുമ്പോൾ ഹരിദ്വാർ, ഋഷികേശ് എന്നിവ മാത്രമായിരുന്നല്ലോ ലക്ഷ്യം. ഒരുദിവസം ഹരിദ്വാറിൽ തങ്ങി ഗംഗാ ആരതിയിൽ പങ്കെടുത്ത് പിറ്റേദിവസം ഋഷികേശ്. പിന്നെ തിരിച്ച് ഡൽഹിയിലേക്ക് അതായിരുന്നല്ലോ ലക്ഷ്യം. സത്യത്തിൽ ഞാൻ നാല് ദിവസത്തെ ലീവേ എടുത്തിട്ടുള്ളൂ. അതൊന്നും പ്രശ്നമല്ല. നനഞ്ഞില്ലേ പിന്നെ കുളിച്ചുകേറാം. ഹരിദ്വാറും ഋഷികേശുമൊക്കെ എപ്പോൾ വിചാരിച്ചാലും നമുക്ക് എത്തിപ്പെടാവുന്നതാണ്. എന്നാൽ ചതുർധാമ യാത്ര കാലാവസ്ഥ കൂടി അനുവദിച്ചാലേ നടക്കൂ. നല്ല കാലാവസ്ഥ. എല്ലാം കൊണ്ടും നമ്മുടെ യാത്ര ധന്യം തന്നെ. ഗംഗോത്രി, യമുനോത്രി, കേദാർനാഥ് കഴിഞ്ഞ് ബദരിയിൽ യാത്ര അവസാനിപ്പിക്കാമായിരുന്നു. ഇപ്പോഴത്തെ ഈ വഴിമാറ്റമാണ് കൂടുതലായോ എന്ന് തോന്നിപ്പിക്കുന്നത്."

"ബദരിയിൽ വെച്ച് ആ മലയാളി സന്ന്യാസിസംഘത്തെ പരിചയപ്പെട്ടത് ഒരുതരത്തിൽ നന്നായി. അതുകൊണ്ടല്ലേ നമുക്കിപ്പോൾ രുദ്രനാഥിലേക്ക് പോകുവാൻ തോന്നിയത്. യഥാർത്ഥത്തിൽ നമ്മൾ ബദരിയിൽ യാത്ര അവസാനിപ്പിക്കുകയായിരുന്നുവെങ്കിൽ ഹിമാലയം വെറുതെ ഒന്നുകണ്ടു എന്നേ പറയുവാൻ കഴിയുമായിരുന്നുള്ളൂ. ഹിമാലയത്തിന്റെ പ്രകൃതി ഒരവിസ്മരണീയമായ അനുഭൂതിയായി നിറയുന്നത് പഞ്ചകേദാരയാത്രയിലാണ്. ഇന്നലെ രാത്രി നമ്മൾ താമസിച്ച ഗോപേശ്വരം സാമാന്യം വലിയ ഹിമാലയൻനഗരമാണ്. എങ്കിലും അവിടെ എത്തിയപ്പോഴും ഹിമാലയത്തിന്റെ ഒരു തണുത്ത സ്പർശം നമ്മളെ വീണ്ടും വീണ്ടും ഉയരങ്ങളിലേക്ക് കയറുവാൻ പ്രലോഭിപ്പിക്കുന്നില്ലേ..." ജിത്തു അപ്പോഴും സന്തോഷവാനായിരുന്നു. യാത്രാക്ഷീണം വളരെ ഉണ്ടെങ്കിലും അതിനേക്കാൾ അയാൾക്കുള്ളിൽ നിറഞ്ഞുനിന്നത് പുതിയ അനുഭവങ്ങളായിരുന്നു.

ഉഖീമഠിൽ നിന്ന് പുലർച്ചെ യാത്ര തിരിച്ചവരാണവർ. രുദ്രനാഥാണ് അവരുടെ അടുത്ത ലക്ഷ്യം.

അവർ മൂന്ന് പേർ ജിത്തു, ശ്രീകാന്ത്, സുധർമ്മൻ. ഡൽഹിയിൽ വർഷങ്ങളായി ജോലി ചെയ്യുന്ന മലയാളികളാണ്. യാത്ര അവർക്ക് എന്നും അടങ്ങാത്ത ആവേശമാണ്. അവസരം കിട്ടിയാൽ എങ്ങോട്ടെങ്കിലും ഒരു യാത്രപുറപ്പെടുക എന്നതാണ് പ്രധാനമായും അവരുടെ വിനോദം. ഒന്നോ രണ്ടോ ദിവസത്തെ അവധി കിട്ടിയാൽ അവർ യാത്രയ്ക്ക് തയ്യാറായി. യഥാർത്ഥത്തിൽ മൂന്നുപേർ ഒരു യാത്രയ്ക്ക് ശുഭകരമല്ല എന്നാണ് പറയാറുള്ളത്. എന്നാൽ ഇക്കാലമത്രയും അവർ മൂന്നുപേരാണ് ഒന്നിച്ച് യാത്ര ചെയ്തിട്ടുള്ളത്. അവർക്ക് അവരുടെ യാത്ര എപ്പോഴും ശുഭകരമായിരുന്നു. പരിഭവങ്ങളും പരാതികളുമില്ലാതെ എന്തും ഏറ്റെടുക്കാൻ ഒരുക്കമുള്ള സുഹൃത്തുക്കളാണെങ്കിൽ ഓരോ യാത്രയും പുതിയ പുതിയ അനുഭവങ്ങൾ തന്നെയായിരിക്കും.

പക്ഷേ, ഈ ത്രിമൂർത്തി സംഘത്തിന്റെ ഹിമാലയയാത്ര മാത്രം തികച്ചും അപ്രതീക്ഷിതമായി. ഹിമാലയം അവരെ ക്ഷണിച്ചുകൊണ്ടേയിരുന്നു; അവർ പോയിക്കൊണ്ടും...

അങ്ങനെ അവരിപ്പോൾ രുദ്രനാഥിലേക്കുള്ള വിജനമായ കാനനപാതയിലൂടെ സഞ്ചരിക്കുകയാണ്. പൊതുവെ തീർത്ഥാടകർ വളരെ കുറച്ച് മാത്രം കടന്നെത്താറുള്ള രുദ്രനാഥാണവരുടെ ലക്ഷ്യം. വഴിയിലെപ്പോഴെങ്കിലും വല്ല പഹാഡികളെയും കണ്ടാലായി. കുത്തനെയുള്ള കയറ്റവും ഇടയ്ക്ക് വരുന്ന നിരപ്പായ സ്ഥലങ്ങളും കടന്ന് ക്ഷീണമറിയാതെ അവർ നടക്കുകയാണ്. ആകാശത്തോളം ഉയർന്നു നിൽക്കുന്ന ചില ദേവദാരുമരങ്ങളും ഒറ്റപ്പെട്ട ചില രുദ്രാക്ഷമരങ്ങളും അവിടവിടെ കാണുന്ന ബദരിവൃക്ഷങ്ങളും പിന്നിട്ട് പേരറിയാത്ത കുറ്റിച്ചെടികളോടും നിറഞ്ഞു പൂത്തുനിൽക്കുന്ന കാട്ടുചെടികളോടും സല്ലപിച്ച് നടക്കുമ്പോൾ വഴിക്ഷീണം ആരാണെങ്കിലും മറന്നുപോകും. അന്തരീക്ഷത്തിൽ ഓക്സിജന്റെ അളവ് കുറവായതു കൊണ്ട് ചിലർക്ക് ശ്വാസതടസ്സവും മറ്റും അനുഭവപ്പെടാൻ സാധ്യതയുണ്ടെന്ന് ചിലർ പറഞ്ഞിരുന്നു. പക്ഷേ, അതൊന്നും അവർക്കൊരു പ്രശ്നമായി തോന്നിയതേയില്ല. ചിലപ്പോൾ ഹിമാലയം ആയിരം കൈ ഉയർത്തി നൃത്തം ചെയ്യുന്ന നടരാജനെപ്പോലെയാണ്. ചിലപ്പോൾ സമാധിസ്ഥനായ ശിവനെപ്പോലെയും. മൂന്നുപേരും സാമാന്യം നന്നായി വായിക്കുന്നവരായതുകൊണ്ട് രുദ്രനാഥിനെക്കുറിച്ചൊരു മുൻവിധി അവർക്കുണ്ട്. നടക്കാനുള്ള ദൂരത്തെക്കുറിച്ച് അവർക്ക് യാതൊരു ജിജ്ഞാസയുമില്ല. ഇനി രുദ്രനാഥനെ വണങ്ങിയിട്ടേ മറ്റെന്തുമുള്ളൂ എന്ന ഉറച്ച തീരുമാനത്തിലാണ്.

അന്ന് രാത്രി സാഗർ എന്ന സ്ഥലത്തെ പരിമിതിയിൽ തങ്ങാതെ യാതൊരു നിർവാഹവുമില്ല. ഇരുട്ടിൽ കാനനപാതയിലൂടെയുള്ള യാത്ര ദുർഗമമാണെന്ന് ആദ്യമേ ബോധ്യമുണ്ടെങ്കിലും സാഗറിൽ വച്ച്

കണ്ടവർ ഒന്നുകൂടി ഭയപ്പെടുത്തി. അതുകൊണ്ട് അങ്ങനെതന്നെ എന്നു കരുതി.

നേരം ശരിക്കു വെളുക്കുന്നതിനു മുമ്പുതന്നെ മൂന്നുപേരും യാത്രയ്ക്ക് തയ്യാറായി. കനത്ത മഞ്ഞ് പെയ്യുന്നുണ്ട്. നടവഴികൾ ചിലയിടങ്ങളിൽ മുറിഞ്ഞുപോകുന്നു. കുറെ ദൂരം പോന്നിരിക്കുന്നു. ദൂരെ രുദ്രനാഥന്റെ മല വ്യക്തമായി കാണുന്നതുകൊണ്ട് നടപ്പാത നോക്കി ധൈര്യപൂർവ്വം സഞ്ചരിക്കാം. കുറെ നടന്ന് ക്ഷീണിച്ചപ്പോൾ ഒരു മരത്തണലിൽ മൂന്നു പേരുമിരുന്നു. എത്രനേരം ഇരുന്നെന്ന് പറയാൻ വയ്യ. സമയം പോയത് അറിയാൻ കഴിയാത്തപോലെ. പഹാഡികളുടെ അഞ്ചാറുപേരുള്ള ഒരു കൂട്ടം അവരെ കടന്നുപോകുന്നതു കണ്ടു. അവർ പറഞ്ഞു "അസ്തമയ ത്തിന് മുമ്പ് രുദ്രനാഥിലെത്തിയില്ലെങ്കിൽ ബുദ്ധിമുട്ടാകും. രാത്രിയായാൽ നടവഴി വ്യക്തമാവില്ല."

സുധർമ്മൻ പറഞ്ഞു "ഓ കുഴപ്പമില്ല ഞങ്ങൾ വന്നോളാം" പക്ഷേ, മൂന്നുപേരും മയങ്ങിപ്പോയി എന്നത് ഒരർത്ഥത്തിൽ ആലോചിക്കുമ്പോൾ വിചിത്രമായി തോന്നുന്നു.

"അയ്യോ സമയം വല്ലാതെ വൈകിയല്ലോ. വേഗം എഴുന്നേല്ക്ക് ഇരുട്ട് വ്യാപിച്ചുതുടങ്ങിയിരിക്കുന്നു. ഇനിയും ഇരുന്നാൽ നമ്മൾ പെട്ടതുതന്നെ. വഴി ചോദിക്കുവാൻകൂടി ഒരു മനുഷ്യനെ കാണില്ല. ഇപ്പോഴാകട്ടെ എവിടെനോക്കിയാലും ഒരുപോലെ തന്നെ."

അവർ മൂന്നുപേരും എഴുന്നേറ്റു. വഴി അവ്യക്തമായി തുടങ്ങി യിരുന്നു. നടക്കുകയല്ല. ഒരുതരത്തിൽ ഓടുകയായിരുന്നു. കാലിൽ വള്ളി പ്പടർപ്പുകൾ കൂടുന്നു. സുധർമ്മൻ പറഞ്ഞു : "നോക്കു നമ്മൾ നടവഴി യിൽ നിന്ന് മാറിയാണ് നടക്കുന്നതെന്ന് തോന്നുന്നു. ആ ടോർച്ചെടുത്തൊ ന്നടിച്ചു നോക്ക്."

സുധർമ്മൻ അത് പറഞ്ഞപ്പോഴാണോർത്തത് തങ്ങളുടെ കൈയിൽ മൂന്ന് ടോർച്ചുണ്ടല്ലോ എന്ന്. ഉടൻ തന്നെ ശ്രീകാന്ത് തന്റെ ബാഗു തുറന്ന് തപ്പിപ്പിടിച്ച് ടോർച്ചെടുത്തു. ടോർച്ചടിച്ചുനോക്കിയതും അവരാകെ പരിഭ്രമിച്ചു. ആരെങ്കിലും വഴി നടന്ന ഒരു സൂചനപോലും മുമ്പിലില്ല. ഏതോ ദുർഭൂതങ്ങളെപ്പോലെ ഭയപ്പെടുത്തി നിൽക്കുന്ന ചില വൻമര ങ്ങൾ മാത്രം. "ഇനി ഏത് വഴിക്കാണ് പോകേണ്ടത്" ശ്രീകാന്ത് ചോദിച്ചു. അതിനു മറുപടിയായി ഒരു മറുചോദ്യമാണ് ജിത്തു ഉന്നയിച്ചത്. "നമ്മൾ ഏത് വഴിക്കാണ് വന്നത്?"

വന്നവഴിയെങ്കിലും തിരിച്ചറിഞ്ഞിരുന്നെങ്കിൽ കുറച്ചുദൂരം തിരിച്ചു നടന്നുനോക്കാമെന്നായിരുന്നു. ദൂരെ നിന്ന് ഏതോ ഒരു നദിയുടെ ഇരമ്പം കേൾക്കുന്നു. "ശ്രീകാന്ത്, രുദ്രനാഥിനടുത്ത് വൈതരണി നദിയുണ്ടെന്ന് വായിച്ചിട്ടില്ലേ. നോക്ക് നല്ലൊരു വെള്ളച്ചാട്ടത്തിന്റെ ശബ്ദമുണ്ട്. അത് വൈതരണി നദിയായിരിക്കുമോ?" ജിത്തുവിന്റെ സംശയത്തിന് ശ്രീകാന്തോ സുധർമ്മനോ മറുപടി ഒന്നും പറഞ്ഞില്ല. "ഏതായാലും

കുറച്ചുദൂരം കൂടി നമുക്ക് നടന്നുനോക്കാം. ഭഗവാൻ മഹാകാലൻ നമ്മെ കാത്ത് രക്ഷിക്കാതിരിക്കില്ല." ജിത്തു അതും പറഞ്ഞ് വള്ളിപ്പടർപ്പുകൾ കാൽകൊണ്ട് തട്ടിമാറ്റി മുന്നിലേക്കു തന്നെ നടക്കുവാൻ തുടങ്ങി. എന്ത് ചെയ്യണമെന്ന് യാതൊരു നിശ്ചയവുമില്ലാത്ത മറ്റു രണ്ടുപേർ ഒന്നും പറയാതെ മുന്നോട്ട് നടന്നു.

"ഹിമാലയൻ വനങ്ങളിൽ നിറയെ കരടികളുണ്ടെന്ന് ഞാനെവിടെയോ വായിച്ചിട്ടുണ്ട്" സുധർമ്മൻ പറഞ്ഞു. "ലക്ഷ്യം തെറ്റിയുള്ള യാത്ര ഏതായാലും പന്തിയല്ലെന്ന് തോന്നുന്നു. എങ്ങനെയെങ്കിലും നേരം വെളുത്തു കിട്ടിയാൽ മതിയായിരുന്നു".

"സുധർമ്മൻ ആവശ്യമില്ലാത്ത ഓരോന്ന് പറഞ്ഞ് മനസ്സിലുറങ്ങിക്കിടക്കുന്ന ഭയത്തെ തൊട്ടുണർത്തല്ലേ. നോക്ക് കുറച്ച് സുരക്ഷിതം എന്ന് തോന്നിയാൽ നമുക്കവിടെയിരുന്ന് നേരം വെളുപ്പിക്കാം. അതാണ് നല്ലത്" ശ്രീകാന്തിനും ഭയം വന്നുതുടങ്ങിയിരുന്നു. "ഈ കൊടുംകാട്ടിൽ സുരക്ഷിതമായ സ്ഥലം. നല്ല തമാശ!" സുധർമ്മൻ പറഞ്ഞുകൊണ്ടു ചിരിച്ചു. ആ ചിരിയിൽ ഭയത്തിന്റെ കിലുക്കമുണ്ടെന്ന് മറ്റു രണ്ടുപേർക്കും തോന്നി. ഇതൊക്കെ പറഞ്ഞുകൊണ്ടാണെങ്കിലും അവർ നടക്കുക തന്നെയായിരുന്നു.

മഞ്ഞ് പെയ്യുന്നത് കനത്തിരുന്നു. മൂന്നു പേരും ഒരുവിധം നന്നായി വിറയ്ക്കുന്നുണ്ടായിരുന്നു. പക്ഷേ, അപ്പോളവർ തണുപ്പോ ചൂടോ ഒന്നുമറിയുന്നുണ്ടായിരുന്നില്ല. ആ പഹാഡികൾ പറഞ്ഞപ്പോൾതന്നെ എണീറ്റുനടക്കുകയായിരുന്നുവെങ്കിൽ ഇത്തരം ഒരബദ്ധത്തിൽ ചാടില്ലായിരുന്നുവെന്ന് മൂന്നുപേരും ഒരേ നിമിഷം ആലോചിച്ചു.

"സമയം ഏകദേശം പന്ത്രണ്ടുമണി കഴിഞ്ഞിരിക്കുന്നു. ഒരു ആറ് മണിക്കൂറും കൂടി കഴിഞ്ഞാൽ വെളിച്ചമാവും. അതുവരെ നമുക്കെവിടെയെങ്കിലും ഇരിക്കാം" ജിത്തു പറഞ്ഞെങ്കിലും ആരും അത് മുഖവിലയ്ക്കെടുത്തില്ല. വെളിച്ചമായിട്ടെന്തു ചെയ്യാൻ? ഈ കാട്ടിനകത്ത് വഴി പറഞ്ഞുതരുവാൻ ആരു വരാനാണ്?

വളരെ ശക്തി കൂടിയ ടോർച്ചായിരുന്നു അവരുടെ കൈവശമുണ്ടായിരുന്നത്. ഏങ്കിലും മഞ്ഞിനെ തുളച്ച് മരങ്ങൾക്കിടയിലൂടെ കടന്നു പോകുവാൻ അതിന്റെ വെളിച്ചത്തിന് കഴിയുമായിരുന്നില്ല. എവിടെ നിന്നൊക്കെയോ പേരറിയാത്ത ചില ജീവികളുടെ ശബ്ദം. പകലായിരുന്നുവെങ്കിൽ അതൊക്കെ ഹൃദ്യവും ആസ്വാദ്യവുമായിരുന്നു. ഇപ്പോൾ അതൊക്കെ പല തരത്തിലുള്ള ഭയം മനസ്സിൽ നിറയ്ക്കുകയാണ്.

കാട് ഒരിക്കലും ശാന്തമാകുന്നില്ലെന്ന് ഇപ്പോഴാണവർക്ക് മനസ്സിലായത്. എന്തൊക്കെ തരത്തിലുള്ള ശബ്ദങ്ങളാണ്. ഓരോന്നും ഏതേത് ജീവിയുടെയാണെന്ന് തിരിച്ചറിയാൻ ഒരു മാർഗവുമില്ല. അത്തരം ഒരവസ്ഥയിൽ എത്തിപ്പെട്ടാൽ ആർക്കും അത് ശ്രദ്ധിക്കുവാൻ കഴിയില്ലല്ലോ.

‘‘ശ്രീകാന്ത്! മിണ്ടാതിരിക്കല്ലേ. എന്തെങ്കിലും പറയ്. ശബ്ദം കേൾക്കുമ്പോൾ.. നമ്മളൊക്കെ ഒപ്പമുണ്ടെന്ന് ഒരു ധൈര്യമുണ്ടാകും. മിണ്ടാതിരിക്കുമ്പോൾ ഓരോ ശബ്ദങ്ങൾ നമ്മുടെ ഉള്ള ധൈര്യവും ചോർത്തിക്കളയും” ജിത്തു പറഞ്ഞു.

“ഞാനെന്തു പറയാനാണ്. എന്തായാലും നമ്മളൊരപകടത്തിലാണ്. ഇതിൽനിന്ന് രക്ഷപ്പെടുവാൻ മനസ്സുരുകി ഈശ്വരനെ വിളിക്കുക. അതല്ലാതെ വേറെ എന്ത് ചെയ്യാനാണ്....”

‘‘ശ്രീകാന്ത്, ജിത്തു...’’ പെട്ടെന്ന് എന്തോ ഒരദ്ഭുതത്തോടെ സുധർമ്മൻ വിളിച്ചു. “എന്തുപറ്റി” ജിത്തുവിന്റെയും ശ്രീകാന്തിന്റെയും വാക്കുകളൊന്നിച്ചായിരുന്നു. സുധർമ്മൻ വല്ലാത്തൊരാഹ്ലാദത്തോടെ പറഞ്ഞു “കുറച്ച് ദൂരെ... അതാ ആ ഭാഗത്ത് തീ കത്തുന്നതു കണ്ടോ, അവിടെ മനുഷ്യരുണ്ടെന്ന് തോന്നുന്നു. സുധർമ്മൻ ചൂണ്ടിക്കാട്ടിയ ഭാഗത്തേക്ക് അവർ രണ്ടുപേരും നോക്കി. വല്ലാത്തൊരാഹ്ലാദം അവർക്ക് അനുഭവപ്പെട്ടു. കുറച്ചുദൂരെ ഇടതുഭാഗത്തായി ചെറിയ ഒരു തീക്കുണ്ഡം പോലെ. “നമുക്കങ്ങോട്ടുപോകാം” പറയുന്നതോടൊപ്പം തന്നെ സുധർമ്മൻ മുമ്പേ നടന്നുതുടങ്ങിയിരുന്നു. തികച്ചും വള്ളിപ്പടർപ്പുകൾക്കിടയിലൂടെ അവർ ഒരേഴെട്ട് മീറ്റർ സഞ്ചരിച്ചിട്ടുണ്ടാകും. പെട്ടന്നവരുടെ മുമ്പിൽ ഒരു നടപ്പാത കണ്ടു. ആ പാത കണ്ടതും ആ പാത വെളിച്ചം കണ്ട അതേ ഭാഗത്തേയ്ക്കുള്ളതാണെന്നവർക്ക് വ്യക്തമായി. ഒന്നോ രണ്ടോ പേർ സ്ഥിരമായി സഞ്ചരിക്കാറുള്ള ഒരു വഴിച്ചാലായിരുന്നു അത്. അതിലൂടെ അവർ അതുവരെയില്ലാത്ത ഒരു തിടുക്കത്തോടെ മുമ്പിൽ കണ്ട തീക്കുണ്ഡം ലക്ഷ്യമാക്കി നടന്നു.

വള്ളിപ്പടർപ്പുകളോ കുറ്റിച്ചെടികളോ ഇല്ലാത്ത ഒരു മലഞ്ചെരിവായിരുന്നു അത്. അതിനുമുമ്പിൽ ഒരു ഗുഹ. പുറത്ത് ആരേയും കാണുന്നില്ല ഗുഹയ്ക്കുള്ളിലും ഏതോ ചെറിയ വെളിച്ചമുള്ളതുപോലെ.

മൂന്നുപേരും മുഖത്തോടുമുഖം നോക്കി. ഏതെങ്കിലും ഒരു മനുഷ്യജീവിയെ അവിടെ കാണുമെന്ന് ഉറപ്പായിരുന്നു അവിടെ എത്തുന്നതുവരെ. എന്നാൽ ആരെയും കാണുന്നില്ലല്ലോ.... “ഒന്നു വിളിച്ചുനോക്കിയാലോ” സുധർമ്മൻ ചോദിച്ചു. ആരും മിണ്ടിയില്ല.

ശ്രീകാന്തിന്റെ മനസ്സിലൂടെ മറ്റുചില ചിന്തകളാണ് കടന്നുപോയത്. കേട്ടുകേൾവികളിലും കെട്ടുകഥകളിലും എന്നും നായകസ്ഥാനത്തുള്ള ഒരു പർവ്വതമാണ് ഹിമാലയം. ഹിമാലയത്തിലെ ചില അപരിഷ്കൃത സമൂഹങ്ങളെക്കുറിച്ച് കേട്ടത് പേടിയോടെ അയാളോർത്തു. അതോടൊപ്പം തന്നെ ദുർമാന്ത്രിക സിദ്ധികൾ നേടിയെടുക്കുന്നതിന് ഏകാന്തമായ ഗുഹാകവാടങ്ങളന്വേഷിക്കുന്ന ശാക്തേയരെക്കുറിച്ചും അയാളോർമ്മിച്ചു. അല്ല! ചിലപ്പോൾ കൊടുംതപസ്സുചെയ്യുന്ന ചില മഹാത്മാരായ സന്ന്യാസിവര്യൻമാരുമാകാമല്ലോ. ജിത്തുവിനാകട്ടെ വല്ലാത്തൊരു മരവിപ്പായിരുന്നു.

മിണ്ടാൻപോലും കഴിയാത്ത ഒരവസ്ഥ. അതെന്തുകൊണ്ടാണെന്ന് അയാൾക്കുപോലും വിവരിക്കുവാൻ കഴിയുമായിരുന്നില്ല.

ആരും ഒന്നും മിണ്ടാത്തത് കണ്ടപ്പോൾ സുധർമ്മൻ ഒന്നു ചുമച്ചു ശബ്ദമുണ്ടാക്കി. അകത്തുനിന്ന് യാതൊരു പ്രതികരണവും കാണാത്തത് കൊണ്ട് അയാൾ കുറച്ചുറക്കെ ഹിന്ദിയിൽ ചോദിച്ചു. "ഇവിടാരുമില്ലേ"... ഒരു മറുപടിയുമില്ല. ഒന്നുകൂടി ഉറക്കെ അതേ വാക്കുകൾ അയാൾ ആവർത്തിച്ചു.

അപ്പോൾ അയാളുടെ വാക്കുകൾ വീണ്ടും വീണ്ടും അവിടെ പ്രതി ധ്വനിക്കുന്നത് അവർ കേട്ടു. മറുപടി ഒന്നും കേൾക്കാതായപ്പോൾ അവർ വീണ്ടും പരസ്പരം നോക്കി. ആരും ഒന്നും മിണ്ടുന്നില്ലെന്ന് കണ്ടപ്പോൾ സുധർമ്മൻ സർവ ശക്തിയുമെടുത്ത് വീണ്ടും ഉറക്കെ ചോദിച്ചു. "ഇവിടാ രുമില്ലേ?"

ആ ശബ്ദത്തിന്റെ പ്രതിധ്വനികൾക്കിടയിൽകൂടി മറ്റൊരു ശബ്ദം അവർ കേട്ടു. ഹിന്ദിയിൽ തന്നെ "അകത്തേക്ക് വരാം."

വല്ലാത്തൊരു അദ്ഭുതലോകത്തിലെത്തപ്പെട്ട ഒരു അനുഭൂതിയാണ് അപ്പോൾ അവർക്ക് തോന്നിയത്. ഈ കൊടുംവനത്തിൽ എല്ലാ ആശയു മറ്റ സന്ദർഭത്തിൽ ഒരു മനുഷ്യശബ്ദം. അത് ഈശ്വരന്റെ ശബ്ദമാണെന്നു പോലും അവർക്കു തോന്നി. യാതൊരു ഭയവും കൂടാതെ, ഏതോ ഒരു മാന്ത്രിക ശക്തിയാലെന്നപോലെ അവർ ഗുഹയ്ക്കുള്ളിലേക്ക് നടന്നു.

രണ്ട്

യാത്രികനെത്തേടി

ഗുഹയുടെ അകത്ത് അപ്പോൾ ഒരു കൽവിളക്കിന്റെ വെളിച്ചം മാത്രമേ ഉണ്ടായിരുന്നുള്ളൂ. ആ കൽവിളക്കിനുമുമ്പിൽ ഒരു ചെറിയ മരത്തിന്റെ പലകയിൽ ബാബാജി ഇരിക്കുന്നു. ഇപ്പോൾ പട്ടാപ്പകലാണെങ്കിലും ഈ ഗുഹയിൽ സാമാന്യത്തിലധികം ഇരുട്ടേ അനുഭവപ്പെടൂ.

പ്രശാന്തഗംഭീരമായ ശബ്ദത്തിൽ ബാബാജി പറഞ്ഞു. കുട്ടികളെ നിങ്ങൾ തേടുന്നത് ഇവിടെയുണ്ടായിരിക്കാം. പല തലമുറയിൽപ്പെട്ട മഹാ സന്ന്യാസിമാർ ഈ ഗുഹയിൽ താമസിച്ചിട്ടുണ്ട്. ശിഷ്യപരമ്പരകൾ കൈമാറി കാത്തുസൂക്ഷിച്ചു പല കാലഘട്ടങ്ങളിലെ താളിയോലകൾ, മാന്ത്രിക ഗ്രന്ഥങ്ങൾ അങ്ങനെ പലതും ഇവിടെ കണ്ടേക്കാം. അദ്ഭുത സിദ്ധികൾ നേടണമെന്നാഗ്രഹിക്കുന്നവരാണ് ഈവക ഗ്രന്ഥങ്ങളൊക്കെ ചികഞ്ഞുനോക്കിയെടുക്കാറുള്ളത്. എനിക്കാകട്ടെ അതിനോടൊന്നും ഒരു താത്പര്യവുമില്ല. ഈശ്വരൻ ഈ പ്രപഞ്ചത്തിൽ ലയിച്ചിരിക്കുന്ന മഹാ ശക്തിയാണ്. പഞ്ചേന്ദ്രിയങ്ങളിലൂടെ അനുഭവിക്കുവാൻ കഴിയുന്ന അതി ഗഹനമായ ശാന്തത. അതെന്താണെന്ന് അറിയുക. അറിഞ്ഞറിഞ്ഞ് അനുഭവിക്കുക. അതിന്റെ പരമനിർവൃതി അനുഭവിച്ചവർക്ക് മറ്റൊന്നും മഹത്തരമല്ല. ഗ്രന്ഥപരിജ്ഞാനം എനിക്ക് വളരെ കുറവാണ്. ഇവിടെയുള്ള പുഴകളും പാറക്കെട്ടുകളും എന്തിന് പെയ്തുതീരാത്ത ഈ മഞ്ഞും... ഇതൊക്കെയാണ് എന്റെ പാഠപുസ്തകങ്ങൾ.

എന്തായാലും നിങ്ങൾ വന്നതല്ലേ. അന്വേഷണമാണല്ലോ ലക്ഷ്യം. നചികേതസിനോട് യമൻ പറഞ്ഞു "നിന്നെപ്പോലെ ജിജ്ഞാസുക്കളെയാണ് എന്നും ആവശ്യം" അന്വേഷിക്കൂ. ഇതിനകത്തുള്ള എല്ലാ ഗ്രന്ഥങ്ങളും നിങ്ങൾക്ക് സമയം പോലെ പരിശോധിക്കാം. താമസിക്കുവാൻ ഇവിടെ അടുത്ത് സൗകര്യമില്ല. വേണമെങ്കിൽ അന്വേഷണം തീരുന്നതുവരെ ഇവിടെ കഴിയാം. പക്ഷേ, ഒന്നുണ്ട് ഇതിൽ ഒരു ഗ്രന്ഥം പോലും കൊണ്ടുപോകുവാൻ നിങ്ങൾക്ക് കഴിയില്ല. ഇനി നൂറ്റാണ്ടുകൾക്കു ശേഷം ആരെങ്കിലും നിങ്ങളെപ്പോലെ അവിചാരിതമായി കടന്നുവന്നാൽ അവർക്കും വായിക്കുവാൻ, പഠിക്കുവാൻ എന്റെ വരുംതലമുറകൾക്കും

ഇതു സൂക്ഷിക്കുവാനുള്ള ബാധ്യതകളുണ്ട്. സംസ്കൃതത്തിലും പാലിയിലുമാണ് ഈ ഗ്രന്ഥങ്ങളിലധികവും എഴുതപ്പെട്ടിരിക്കുന്നത്. വളരെക്കുറച്ചു മാത്രം പ്രാകൃതത്തിലും തമിഴിലുമുണ്ട്. ഭാഷ വശമാണെങ്കിൽ നിങ്ങൾക്കവ പരിശോധിക്കാം. സന്തോഷമേയുള്ളൂ. എനിക്ക് സഹായിക്കുവാൻ നേരമില്ല..."

വളരെ കർക്കശനായ ഒരാളായിരിക്കും ബാബാജി എന്നാണവർ വിചാരിച്ചത്. ഒറ്റനോട്ടത്തിൽ ആർക്കും അങ്ങനെയേ തോന്നുകയുള്ളു. പ്രശാന്തസുന്ദരമായ ഘനഗംഭീര ശബ്ദം അവരെ അദ്ഭുതപ്പെടുത്തി. ഇത്ര എളുപ്പത്തിൽ വന്നകാര്യം സാധിക്കുമെന്ന് അവർ കരുതിയിട്ടേ ഉണ്ടായിരുന്നില്ല. ഇങ്ങനെ ഒരു ഗുഹയിലെത്തണമെന്നോ അങ്ങനെയൊരു ഗ്രന്ഥത്തെക്കുറിച്ചന്വേഷിക്കണമെന്നോ, യാത്രയിൽ ഒരിക്കലും അവരാഗ്രഹിച്ചിരുന്നില്ലല്ലോ. ഹരിദ്വാറിലെത്തി ഗംഗാമാതാവിനെ വണങ്ങി ഗംഗാ ആരതിയിൽ പങ്കെടുത്ത് തിരിച്ചുപോകണമെന്നാഗ്രഹിച്ചു വന്നവർ. എത്തിയപ്പോൾ ഋഷികേശം പിന്നെ ചതുർധാമം. അതും കഴിഞ്ഞ് പഞ്ചകേദാരങ്ങളിൽ പ്രശസ്തമായ രുദ്രനാഥം. ഒരു നിയോഗമല്ലെങ്കിൽ ഇതൊക്കെ പിന്നെ എന്ത്?

പക്ഷേ, അതൊന്നുമല്ല. അദ്ഭുതം. സത്യത്തിൽ ഇവിടെ എത്തുന്നതുവരെ അങ്ങനെ എന്തെങ്കിലും അന്വേഷിക്കണമെന്ന് കരുതിയിട്ടേയില്ല. ബാബാജി പറഞ്ഞതിന്റെ പൊരുൾ ശ്രീകാന്തിന് മാത്രമേ മനസ്സിലായിട്ടുള്ളൂ. യഥാർത്ഥത്തിൽ ബാബാജി പറഞ്ഞപ്പോഴാണ് ഉള്ളിലെവിടെയോ നിന്ന് തന്റെ അന്വേഷണത്വര പുറത്തു ചാടിയത്. തങ്ങളൊന്നും തന്നെ അന്വേഷിച്ചുവന്നതല്ലല്ലോ. ഇവിടേക്ക് എത്തിപ്പെട്ടതല്ലേ. ആരോ ഇവിടേക്ക് എത്തിച്ചു എന്നു കരുതുന്നതാവും ശരി. അതിനും ഒരു കാര്യമുണ്ടാകും. ഓരോ കാരണത്തിനുപിന്നിലും മനസ്സിലാക്കാൻ കഴിയാത്ത ഒരു കാര്യമുണ്ടാകും. അല്ലെങ്കിൽ ഇവിടെ എത്തിയപ്പോഴേ ബാബാജി എന്തിനാണ് ഗ്രന്ഥങ്ങളെക്കുറിച്ച് പറഞ്ഞത്. ആ ഗ്രന്ഥങ്ങൾക്കിടയിൽ താൻ തേടുന്ന ഒന്നുണ്ടെന്ന് പറഞ്ഞത്. മുമ്പെപ്പോഴോ ബാനർജി ഒരു ഗ്രന്ഥത്തെക്കുറിച്ച് പറഞ്ഞപ്പോൾ അങ്ങനെയൊന്നുണ്ടെങ്കിൽ അതുകണ്ടെത്തണമെന്ന് ആഗ്രഹിച്ചിരുന്നു. എന്നാൽ ഈ നിമിഷം! ബാബാജി അങ്ങനെ പറയുന്ന നിമിഷംവരെ ബാനർജിയേയും ബാനർജിയുടെ സ്വപ്നത്തേയും തന്റെ അന്വേഷണത്തേയുമെല്ലാം താൻ വിസ്മരിച്ചിരുന്നു. പെട്ടെന്നാണ് ഓർമ്മയിലേക്ക് ആ ഗ്രന്ഥം ഓടി വന്നത്.

വർഷങ്ങൾക്കുമുമ്പ് ഉജ്ജയിനി സന്ദർശിച്ച ആ കാലംമുതൽ മഹാകവി കാളിദാസന്റെ ജന്മസത്യം കണ്ടെത്തണമെന്ന് ശ്രീകാന്തിന് അതിയായ ആഗ്രഹമുണ്ടായിരുന്നു. അതിനൊരു കാരണമുണ്ട്. ഉജ്ജയിനിയിലും പരിസരത്തുമുള്ള സാധാരണക്കാർക്ക് പോലും കാളിദാസനിലുണ്ടായിരുന്ന അഗാധമായ ആരാധന മാത്രമായിരുന്നില്ല അത്. ചെറുപ്പത്തിലേ സാധാരണ രീതിയിൽ കാവ്യം പഠിച്ച കൂട്ടത്തിൽ കുമാര

സംഭവവും രഘുവംശവും വായിച്ചു എന്നതിനാൽ ആ കവിയോട് അടങ്ങാത്ത ഒരാരാധന ഉണ്ടായിരുന്നു. എന്നാൽ അതുമായിരുന്നില്ല ഈ അന്വേഷണത്തിനുപിന്നിൽ പിന്നെ...

വിക്രമാദിത്യ മഹാരാജാവിന്റെ സഹോദരിയെ പ്രേമിച്ചു എന്ന കുറ്റത്തിന് രാജാവ് കാളിദാസനെ രാമഗിരിയിലേക്ക് ഒരുവർഷത്തെ ഏകാന്തവാസത്തിനുപറഞ്ഞയച്ചു എന്ന് ഒരു ശ്രുതിയുണ്ടല്ലോ.

ചരിത്രമോ സാഹിത്യമോ അല്ല ശ്രീകാന്തിനെ കാളിദാസന്റെ പിന്നാമ്പുറം തേടാനുള്ള ജിജ്ഞാസുവാക്കിമാറ്റിയത്. അതിനുപിന്നിൽ മറ്റൊരു കാരണമുണ്ട്. വർഷങ്ങൾക്കു മുമ്പ് ഒരു യാത്രയിൽ പരിചയപ്പെട്ട സുധാകർ ബാനർജി. ബാനർജി കാളിദാസന്റെ ജീവിതത്തെക്കുറിച്ച് ഏറെക്കാലം ഗവേഷണത്തിലേർപ്പെട്ടിരുന്ന ഒരു മഹാപണ്ഡിതനാണ്. അദ്ദേഹത്തിന് മഹാകവിയുടെ ജന്മം, കാലം, രക്ഷിതാക്കൾ കൃതികൾ എന്നിവയെക്കുറിച്ചൊക്കെ വ്യത്യസ്തമായ ചില അഭിപ്രായങ്ങളുണ്ട്. എന്നാൽ അതൊക്കെ ഒരു സദസ്സിനുമുമ്പിൽ വെളിപ്പെടുത്തുന്നതിനുമുമ്പ് ഒരു പഴയ താളിയോല കണ്ടെത്തണമെന്ന നിർബ്ബന്ധമുണ്ട്. ആ ഓലയെക്കുറിച്ച് ബാനർജിയോട് സൂചിപ്പിച്ചത് മഹാകാലക്ഷേത്രത്തിലെ പൂജാരി പരമ്പരയിൽപ്പെട്ട ആരോ ആണത്രെ. അന്ന് ബാനർജി പറഞ്ഞത് ശ്രീകാന്ത് ഓർമ്മിച്ചു.

പഞ്ചകേദാരയാത്രയിലെ ഏറ്റവും പ്രയാസമേറിയ യാത്ര രുദ്രനാഥിലേക്കുള്ളതാണ്. ഉഖീമഠ് കഴിഞ്ഞാൽ പിന്നെ ആൾതാമസം നന്നേ കുറവ്. കുറവ് എന്നല്ല ഇല്ലെന്നുതന്നെ പറയാം. വിജനമായ കാനനപാതകൾ, കുത്തനെയുള്ള കയറ്റങ്ങൾ എപ്പോഴാണ് തലയിലേക്ക് ഉരുണ്ടു വീഴുന്നതെന്ന് പറയാൻ കഴിയാത്ത പാറക്കെട്ടുകൾ. എന്നാൽ ഇന്നും അവിടെ ഒറ്റപ്പെട്ട ഗുഹാതടങ്ങളിൽ മഹാരഥന്മാരായ സന്ന്യാസിമാർ താമസിക്കുന്നുണ്ട്. നിത്യയോഗത്താൽ വിശപ്പിനേയും കാമത്തേയും എന്തിന് പ്രകൃതിയെതന്നെയും ജയിച്ച മഹാരഥന്മാർ. പിന്നെ വനാന്തരത്തിലെ ഒറ്റപ്പെട്ട ഗുഹാതടങ്ങളിൽ അദ്ഭുതമാന്ത്രികസിദ്ധികളുള്ള ശാക്തേയൻമാരും അധിവസിക്കുന്നുണ്ടാവാം. പുറംലോകം അറിയാത്ത ക്ഷുദ്രകാമങ്ങൾ നിറവേറുവാൻ ഘോരമായ പാപകർമ്മങ്ങൾ ചെയ്യുന്നവർ.

അവിടെ എവിടെയോ ഒരു ഗുഹയിൽ കാലങ്ങളുടെ കണക്കുപുസ്തകം സൂക്ഷിക്കുന്ന ഒരു മഹാസിദ്ധയോഗി. അയാളുടെ ഗ്രന്ഥശേഖരത്തിൽ കാളിദാസന്റെ ജീവിതത്തിലേക്ക് സമഗ്രമായ വെളിച്ചം വീശുന്ന ഒരു ഗ്രന്ഥമുണ്ട്. അതെങ്ങനെയാണ് അവിടെ എത്തിയതെന്ന് ബാനർജിയോട് ആ പുരോഹിതൻ സൂചിപ്പിച്ചിട്ടുണ്ട്. പക്ഷേ, അതു കണ്ടെത്താതെ അങ്ങനെ ഒരു ഗ്രന്ഥത്തെക്കുറിച്ച് ആരോടെങ്കിലും പറഞ്ഞാൽ ശുദ്ധവിഡ്ഢിത്തം എന്നേ ആരും പറയുകയുള്ളൂ. അതുകണ്ടെത്തിയാലെ തന്റെ ഗവേഷണം പൂർണമാകൂ എന്നാണ് അന്ന് ബാനർജി പറഞ്ഞത്.

അങ്ങനെ ഒരു ഗ്രന്ഥമുണ്ടാകുമോ?

നിയോഗം എന്നൊന്നുണ്ടല്ലോ അല്ലെങ്കിൽ ബാനർജി എന്തിനാണ് ഇതെല്ലാം തന്നോടുമാത്രം പറഞ്ഞത്? ആ നിയോഗം ഏറ്റെടുക്കുവാൻ വിധി തന്നെയാണോ നിയമിച്ചിട്ടുള്ളത്. അതായിരിക്കുമോ അവചാരിത മായി ഈ ഗുഹയിലെത്തപ്പെട്ടത്?

"സുധർമ്മാ... ബാബാജി പുറത്തുപോയിരിക്കുന്നു നമ്മളെ മാത്രം ഈ മുറിയിലാക്കിയിട്ട്. നിനക്കെന്തു തോന്നുന്നു?"

"ശ്രീകാന്ത് എനിക്ക് വല്ലാത്ത ഭയം തോന്നുന്നു. അദ്ദേഹത്തിന്റെ സംസാരം വളരെ മാന്യമാണെങ്കിലും നമ്മൾ കരുതുന്നതുപോലെയല്ല ഇവിടത്തെ കാര്യങ്ങൾ. ഇവിടെ, അദ്ഭുതമാന്ത്രികസിദ്ധി കരസ്ഥമാക്കാൻ നരബലിപോലും നടത്തുന്ന ചില ശാക്തേയൻമാരുണ്ടെന്ന്"

"സുധർമ്മാ വിഡ്ഢിത്തം പറയാതെ"

ജിത്തു ഇടയിൽ കയറി. "ആ മഹാത്മാവ് വിചാരിച്ചിരിക്കുന്നത് നമ്മൾ ഗ്രന്ഥങ്ങൾ തേടി വന്നവരാണെന്നാണ്. പഠനത്തിന് തടസ്സമാ കാതിരിക്കുവാൻ അദ്ദേഹം മാറിത്തന്നതാണ്. ഭയപ്പെടുന്നപോലെ ഒന്നു മില്ല."

"എന്തോ വരുംപോലെ വരും. എനിക്കതേ പറയാനുള്ളൂ" സുധർമ്മൻ പറഞ്ഞു.

"സുധർമ്മാ, ജിത്തു, നമുക്ക് ചെയ്തു തീർക്കാനെന്തോ ഒരു നിയോഗ മുണ്ട്. ബാനർജിക്ക് ചെയ്യാൻ കഴിയാത്തത്. അതിനുവേണ്ടി മഹാകാലൻ നമ്മെ രുദ്രനാഥിലേക്ക് ക്ഷണിച്ചതാണ്."

"ഏത് ബാനർജിക്ക് ചെയ്തുതീർക്കാൻ കഴിയാത്തതെന്നാണ്?" സുധർമ്മൻ ചോദിച്ചു. ജിത്തുവും ചോദ്യഭാവത്തോടെ ശ്രീകാന്തിനെ നോക്കി.

"അതൊക്കെ പിന്നെപ്പറയാം. നമുക്കീ ഗ്രന്ഥങ്ങളൊക്കെ ഒന്നോടിച്ചു നോക്കണം. നിങ്ങൾ ഒരുപകാരം ചെയ്യണം. കാളിദാസനെക്കുറിച്ച് പരാ മർശിക്കുന്ന ഏതെങ്കിലും ഗ്രന്ഥം കണ്ടാൽ എന്നെ അറിയിക്കണം. മറ്റുള്ളതൊന്നും എന്റെ ലക്ഷ്യത്തിലില്ല"

"കാളിദാസനോ! ഈ കൊടുംവനത്തിൽ ഏതോ ഒരു ഗുഹയ്ക്ക് ഉള്ളിലിരുന്ന് കാളിദാസനെ പഠിക്കാനാണോ നിന്റെ ഭാവം?" സുധർമ്മന്റെ സ്വരം കനത്തു.

"സുധർമ്മാ ശ്രീകാന്ത് ഒന്നും കാണാതെ ഇങ്ങനെ സംസാരിക്കില്ല. കാളിദാസനെക്കുറിച്ച് പഠിക്കുവാൻ ഡൽഹിയിൽ തന്നെ ഇഷ്ടംപോലെ നല്ല ലൈബ്രറികളുണ്ടല്ലോ?" ജിത്തു സുധർമ്മനെ ശാന്തനാക്കി. "നോക്കൂ, മൂന്നു പേരും കൂടി പരിശ്രമിച്ചാൽ അധികം വൈകാതെ അങ്ങനെ എന്തെങ്കിലും കണ്ടെത്താൻ കഴിയും" ജിത്തു വേഗം എഴു ന്നേറ്റു. പിന്നാലെ സുധർമ്മനും.

നൂറ്റാണ്ടുകളായി ആരും തുറന്നുനോക്കാത്ത അനവധി ഗ്രന്ഥങ്ങളിൽ നിന്ന് കാളിദാസനെക്കുറിച്ച് പരാമർശിക്കുന്ന ഒരു ഗ്രന്ഥം ഉണ്ടെങ്കിൽ തന്നെ അതു കണ്ടെത്തുക എളുപ്പമല്ലെന്ന് ശ്രീകാന്തിനറിയാം. എങ്കിലും എങ്ങനെയൊ ഈ ഒരു ഗുഹയിൽ എത്തപ്പെട്ടില്ലേ. ഇങ്ങനെ ഒരു ഗുഹയെക്കുറിച്ച് ബാനർജി പറഞ്ഞത് സത്യമാണെങ്കിൽ അതും സത്യമാകും. അതുകണ്ടെത്താനല്ലെങ്കിൽ പിന്നെ എന്തിനാണ് തങ്ങൾ ഈ ഗുഹയിൽ എത്തപ്പെട്ടത്? ബാനർജിക്ക് അരവട്ടാണെന്ന് അദ്ദേഹത്തിന്റെ സുഹൃത്തുക്കൾ പരിഹസിക്കുന്നത് ശ്രീകാന്തിന് അറിവുള്ളതാണ്. എന്നാലും അദ്ദേഹത്തിന്റെ അർദ്ധ ഭ്രാന്തിൽ എന്തോ.... എന്തോ ഉണ്ട്.

അടുക്കും ചിട്ടയുമില്ലാതെ, പൊടിയും മാറാലയും പിടിച്ചുകിടക്കുന്ന പുരാതനഗ്രന്ഥങ്ങൾ എന്നാണ് കരുതിയത്. എന്നാൽ പൊടിയും മാറാലയും തട്ടി അടുക്കിഒതുക്കി വച്ചവയായിരുന്നു അവ. ബാബാജി പറഞ്ഞ പോലെയല്ല. അദ്ദേഹം വായിക്കാറില്ലെന്ന് പറഞ്ഞത് ശുദ്ധ അസംബന്ധം തന്നെയാണ്. ഇതിലെ പല ഗ്രന്ഥങ്ങളും അദ്ദേഹം മറിച്ച് നോക്കാറുണ്ടെന്ന് ഗ്രന്ഥങ്ങളുടെ ക്രമീകരണം കണ്ടാൽ ആർക്കും മനസ്സിലാകും.

“കാളിദാസനെ കുറിച്ചായതു കൊണ്ട് അത് മിക്കവാറും സംസ്കൃതത്തിലുള്ളതായിരിക്കും മറ്റു ഭാഷാഗ്രന്ഥങ്ങൾ തൽക്കാലം പരതേണ്ടതില്ല” ശ്രീകാന്ത് പറഞ്ഞു. മണിക്കൂറുകൾ തിരഞ്ഞിട്ടും അവർക്കൊന്നുംതന്നെ കണ്ടെത്താനായില്ല.

കുറേക്കഴിഞ്ഞപ്പോൾ ബാബാജി തിരിച്ചുവന്നു. ഒരു മൺകൂജ നിറച്ചു പാലും വലിയ ഒരുവട്ടി നിറയെ എന്തൊക്കെയോ പഴങ്ങളുമുണ്ടായിരുന്നു.

“ഇനി വന്ന് വല്ലതും കഴിച്ചോളു” ബാബാജി സ്നേഹപൂർവ്വം ക്ഷണിച്ചു. ഈ കൊടുംകാട്ടിനുള്ളിൽ എവിടെ നിന്നാണ് പാല് കിട്ടിയത്? സംശയം എല്ലാവർക്കുമുണ്ടായിരുന്നുവെങ്കിലും ആരും ഒന്നും ചോദിച്ചില്ല. നല്ല വിശപ്പും ദാഹവുമുണ്ടായിരുന്നു. എന്തു കിട്ടിയാലും കഴിക്കുവാൻ അവർ കാത്തിരിക്കുകയായിരുന്നു. അതുകൊണ്ടുതന്നെ ഓരോ പഴത്തിനും അസാധാരണ രുചിയാണവർക്ക് തോന്നിയത്.

“ഏറെ അന്വേഷിച്ചു അല്ലെ. ഒന്നും കണ്ടെത്തിയില്ല. ശരി വിഷമിക്കേണ്ട. നിങ്ങൾ തേടുന്നതെന്താണെന്ന് എനിക്കറിയാം. നിങ്ങൾ ഒരു നിയോഗമേറ്റെടുത്തിരിക്കുന്നു. നിങ്ങൾ കൂടി വിചാരിക്കാത്ത ഒരു നിയോഗം...”

“അങ്ങേയ്ക്ക് എങ്ങനെ അറിയാം?” ശ്രീകാന്ത് അദ്ഭുതത്തോടെ ചോദിച്ചു.

“അതൊന്നും നിങ്ങൾക്ക് മനസ്സിലാവില്ല” ബാബാജി മെല്ലെ എഴുന്നേറ്റു. ആ ഗ്രന്ഥങ്ങളിൽ വെറുതെ ഒന്ന് തടവിക്കൊണ്ട് കുറച്ച് നേരം അങ്ങോട്ടുമിങ്ങോട്ടും നടന്നു. പിന്നെ അതിന്റെ ഏകദേശം മധ്യഭാഗത്ത് നിന്ന് ഒരു ഗ്രന്ഥം വലിച്ചെടുത്തു.

“പഴയകാലത്തൊക്കെ ഈ ഭാഗങ്ങളിൽ ഭൂർജ പത്രത്തിലാണ് എല്ലാവരും എഴുതിയിരുന്നത്. ദക്ഷിണേന്ത്യയിലാണ് താളിയോലകൾ കൂടുതൽ ഉപയോഗിച്ചിരുന്നത്. ഭൂർജപത്രങ്ങൾ നൂറ്റാണ്ടുകൾ നിലനിൽക്കില്ല. അതിനാലായിരിക്കണം എന്റെ ഗുരുപരമ്പരയിൽ പെട്ട ആരോ ഇത് താളിയോലയിലേക്ക് മാറ്റി എഴുതിയത്. ഇതിൽ ഒന്നുപോലും നശിച്ചുപോകരുത് എന്നത് ഞങ്ങൾക്ക് നിർബ്ബന്ധമാണ്. നശിക്കാറായി എന്ന് തോന്നിയാൽ അതത് കാലത്തെ ഇവിടത്തെ സന്ന്യാസിമാർ അത് പകർത്തി സൂക്ഷിക്കും. അങ്ങനെ ആരെങ്കിലും പകർത്തി വച്ചതായിരിക്കണം ഇത്” ബാബാജി ആ ഗ്രന്ഥം ശ്രീകാന്തിന് നേരെ നീട്ടി. “നോക്കൂ നിങ്ങളന്വേഷിക്കുന്നത് ഇതല്ലേ”

ശ്രീകാന്ത് വല്ലാത്തൊരു ലോകത്തിലെത്തപ്പെട്ടതുപോലെ അന്ധാളിച്ചു. വിറയ്ക്കുന്ന കൈകൾകൊണ്ടാണ് അയാൾ അത് ഏറ്റുവാങ്ങിയത്. ആദ്യ ഓലയിൽ ഒരു ഗണപതി സ്തുതിയായിരുന്നു. ശ്രീകാന്ത് തൊട്ടടുത്ത ഓല വായിച്ചു.

“വരും തലമുറയ്ക്ക് വായിക്കുവാനും പഠിക്കുവാനും ഭോജരാജസദസ്സിലെ ശങ്കരകവി ഇവിടെ കാളിദാസന്റെ ജീവിതകഥ എഴുതിവെയ്ക്കുന്നു”

ആദ്യത്തെ ഓല വായിച്ചപ്പോൾ തന്നെ ശ്രീകാന്തിന്റെ മനസ്സും ശരീരവും കോരിത്തരിച്ചു പോയി. ശുദ്ധ സംസ്കൃതത്തിലെഴുതിയ ആ വാക്കുകൾ മറ്റേതോ ഒരു ലോകത്തിലേക്ക് നയിക്കുകയായിരുന്നു.

ദൂരെ ദൂരെ മാളവം എന്ന ഗ്രാമത്തിലെ പുരാതനമായ ഒരു മഹാകാലക്ഷേത്രം അയാളുടെ സ്മൃതിപഥത്തിലേക്ക് കടന്നുവന്നു. കരിങ്കൽഭിത്തിയിൽ പടുത്തുയർത്തിയ പ്രശാന്തസുന്ദരമായ ഒരു ക്ഷേത്രം. അതിനുസമീപത്ത് വെളുത്ത് മെലിഞ്ഞ് കുടുമവെച്ച ഒരു സാധു ബ്രാഹ്മണബാലൻ. ചുണ്ടിൽ ഏതോ ശിവസ്തുതി.

ശ്രീകാന്തിന് അത് സ്വന്തം കാതിൽ വന്ന് തിരതല്ലുന്നതുപോലെ തോന്നി.

അയാൾ പിന്നിലേക്ക് സഞ്ചരിക്കുകയായിരുന്നു. നൂറ്റാണ്ടുകൾ പിന്നിട്ടിരിക്കുന്നു. പ്രകൃതിമനോഹരമായ ആ ഗ്രാമത്തിലേക്ക് ഇന്ദ്രിയങ്ങൾ കുതിരകളായി ശരീരം രഥമായി ആത്മാവ് ആ രഥത്തിലേറി പിറകിലേക്ക് പിറകിലേക്ക് പാഞ്ഞുകൊണ്ടിരുന്നു...

മൂന്ന്

സാലഭഞ്ജികമാർ പറയാത്തത്

സാലഭഞ്ജികമാർ കാവൽ നിൽക്കുന്ന ആ മഹത്തായ സിംഹാസനത്തിൽ ആയിരം പൂർണ ചന്ദ്രന്മാരുടെ ശോഭയോടുകൂടി ഭോജരാജൻ ഉപവിഷ്ടനായിരിക്കുന്നു. താഴെയുള്ള സുവർണപീഠങ്ങളിൽ ആഢ്യത്വം തുളുമ്പുന്ന കുറച്ചുപേർ. മന്ത്രിമാരും രാജസദസ്സിലെ മഹാപണ്ഡിതന്മാരും.

ഏതോ ഒരു ഗൗരവമായ വിഷയം ചർച്ച ചെയ്യുകയാണെന്നു തോന്നും, ഓരോരുത്തരുടേയും മുഖഭാവം കണ്ടാൽ. അതിനിടയിലേക്കാണ് കൊട്ടാരം കാവൽക്കാരായ സായണനനും മായണനനും കടന്നുവരുന്നത്. വന്ന ഉടനെ അവർ പറഞ്ഞു വിക്രമാദിത്യമഹാരാജൻ നീണാൾ വാഴട്ടെ. കവാടത്തിൽ തിരുമനസ്സിനെ മുഖം കാണിക്കുവാൻ ഒരു ചെറുപ്പക്കാരൻ വന്നിരിക്കുന്നു. പണ്ഡിതനാണെന്ന് തോന്നുന്നു കൊട്ടാരത്തിലെല്ലാവരും രാജാവിനെ വിക്രമാദിത്യമഹാരാജൻ എന്നാണ് വിളിക്കുന്നത്. വിക്രമാദിത്യ സിംഹാസനത്തിലിരിക്കുന്നു എന്നതുകൊണ്ട് മാത്രമല്ല, വിക്രമാദിത്യന്റെ പിൻതുടച്ചാവകാശി, ദാനശീലവും വീര്യപരാക്രമങ്ങളും അതുപോലെ അനുവർത്തിക്കുന്നയാൾ... എന്നിങ്ങനെ പല കാരണങ്ങളുണ്ട് അദ്ദേഹത്തെ അങ്ങനെ വിളിക്കുവാൻ.

കൊട്ടാരത്തിന് പുറത്തെ കവാടത്തിൽ കാവൽനിൽക്കുന്ന സായണനനും മായണനനും വെറും കാവൽഭടന്മാരല്ല. പണ്ഡിതരേയും കവികളേയും ആദരിക്കുകയും അവർക്ക് വാരിക്കോരി സമ്മാനങ്ങൾ നൽകുകയും ചെയ്യുന്ന ചക്രവർത്തിയാണ് ഭോജൻ. താൻ കവിയാണ് പണ്ഡിതനാണ് എന്നും പറഞ്ഞുകൊണ്ട് നിരവധി പേർ രാജാവിനെ മുഖം കാണിക്കുവാൻ വരും. അവരുടെ ശല്യം സഹിക്കുവാൻ വയ്യാതായപ്പോഴാണ് സായണനനേയും മായണനനേയും കാവൽ ഭടന്മാരാക്കിയത്. കവികൾക്കും പണ്ഡിതന്മാർക്കും കൊട്ടാരത്തിൽ പ്രവേശിക്കുവാനുള്ള വഴി തെക്കെ ഗോപുര കവാടമാണ്. ആ വഴിക്ക് പുതിയ ആരു വന്നാലും അവർ തടയും. അവരുടേതായ ഒരു ചെറിയ പരീക്ഷണം. കവിയോ പണ്ഡിതനോ ആണോയെന്ന് തിരിച്ചറിയാൻ. അതിൽ

അവർക്ക് ബോധ്യപ്പെട്ടാലെ രാജാവിനെ അറിയിച്ച് സമ്മതം വാങ്ങേണ്ട തുള്ളൂ.

കവാടത്തിൽ നിൽക്കുന്നവർ പറഞ്ഞുവോ അയാൾ കവിയോ പണ്ഡിതനോ ആണെന്ന്? രാജാവ് ചോദിച്ചു. മറുപടി പറഞ്ഞത് സായണനാണ്. ഇല്ല തിരുമേനി. അങ്ങയെ മുഖം കാണിക്കണമെന്ന് മാത്രമേ പറഞ്ഞുള്ളൂ. പക്ഷേ തെക്കെ ഗോപുരം വഴി വന്നതുകൊണ്ട് ഞങ്ങൾ ചില സംശയങ്ങൾ ചോദിച്ചു. ഉത്തരം കേട്ടപ്പോൾ ആളൊരു രസികനായ താർക്കികനും കൂടിയാണെന്നു തോന്നി. പ്രായം വളരെ ചെറുപ്പം. നല്ല തേജസ്സുള്ള മുഖം.

“ആട്ടെ നിങ്ങളെന്താണ് അദ്ദേഹത്തോട് ചോദിച്ചത്?” നിസ്സംഗഭാവത്തിലാണ് രാജാവ് ചോദിച്ചത്. “ഞങ്ങൾ ചോദിച്ചത്...!” സായണൻ ഒന്നു പരുങ്ങി. പിന്നെ തലതാഴ്ത്തി നിന്നു.

“പറയൂ എന്താണെങ്കിലും പറയൂ...”

“ക്ഷമിക്കണം തിരുമനസ്സേ. ചോദ്യം അബദ്ധമാണോ എന്നറിയില്ല. എങ്കിലും... ത്രിലോകങ്ങളെയും സർവ്വചരാചരങ്ങളേയും സൃഷ്ടിച്ചത് ബ്രഹ്മാവ്. അവയെ പാലിക്കുക മാത്രമാണ് വിഷ്ണുഭഗവാൻ ചെയ്യുന്നത്. അവയുടെ സംഹാരപ്രവൃത്തി മഹാകാലനായ ശിവനും ചെയ്തു വരുന്നു. എന്നാൽ സ്രഷ്ടാവായ ബ്രഹ്മാവിനെ ആരും ആദരിക്കുന്നില്ല. പാലിക്കുകയും സംഹരിക്കുകയും ചെയ്യുന്നവരെ പൂജിക്കുന്നു, ആദരിക്കുന്നു. ഇതിനു കാരണങ്ങളെന്തെന്നായിരുന്നു ഞങ്ങളുടെ ചോദ്യം.”

“അദ്ദേഹത്തിന്റെ ഉത്തരം?”

രാജാവ് സായണനെ തന്നെ നോക്കി. സായണൻ സ്വല്പം നാണത്തോടെ പറഞ്ഞു. “വിചിത്രമായിരുന്നു പ്രഭോ. സ്വല്പം ഞങ്ങളെ പരിഹസിച്ചുകൊണ്ടാണെങ്കിലും കേൾക്കാൻ സുഖമുള്ള ഒരു ശ്ലോകം. അർത്ഥം ഏകദേശം ഇങ്ങനെയായിരുന്നു. പെണ്ണാടിന്റെ കഴുത്തിൽ മുല, ഒട്ടകത്തിന്റെ കഴുത്ത്, മൂക്കിന്നകത്ത് രോമം ഇത്തരം സൃഷ്ടിവൈകൃതങ്ങൾ, പോരാത്തതിന് സായണമായണന്മാരെ കൂടി സൃഷ്ടിച്ചതുകൊണ്ടാണ് ബ്രഹ്മാവിനെ ആരും പൂജിക്കാത്തത്...” ഉത്തരം കേട്ടതും സദസ്സിലെ പണ്ഡിതർ ഒന്നാകെ ചിരിച്ചു. രാജാവാകട്ടെ ഒന്നു പുഞ്ചിരിക്കുക മാത്രം ചെയ്തു. സായണൻ നാണം കൊണ്ട് തല താഴ്ത്തിയാണ് നിന്നത്.

“ഏതായാലും അദ്ദേഹത്തോട് അകത്തേയ്ക്ക് വരാൻ പറയൂ.”

രാജാവ് കല്പിച്ചതു കേട്ടപാടെ സായണനും മായണനും അദ്ദേഹത്തെ വണങ്ങി പുറത്തേക്കു പോയി.

അല്പം കഴിഞ്ഞ് ഒരു ബ്രാഹ്മണയുവാവ് രാജാവിനെ മുഖം കാണിക്കുവാനെത്തി. നല്ല തേജസ്വിയായ ഒരുവൻ. രാജാവ് അദ്ദേഹത്തെ അരികിലേക്കു വിളിച്ചു. സദസ്സിൽ ഇരിക്കാൻ ഇടംകൊടുത്തു. “താങ്കൾ എവിടെ നിന്നുവരുന്നു. എന്താണ് ആഗമനോദ്ദേശ്യം.”

തിരുമനസ്സേ മാളവം എന്ന ഗ്രാമത്തിൽനിന്നാണ് വരുന്നത്. കൊട്ടാരത്തിലെ ഉപചാരങ്ങളൊന്നും ഈ ഗ്രാമീണന് അറിയില്ല. അവിവേകമെന്തെങ്കിലും പ്രവർത്തിച്ചിട്ടുണ്ടെങ്കിൽ അവിടുന്ന് ക്ഷമിക്കുക. കൊട്ടാരം ഒന്നു കാണണം, അവിടുത്തെ മുഖം കാണിക്കണം, ഇതുമാത്രമേ ഈ യാത്ര കൊണ്ട് ഉദ്ദേശിച്ചിട്ടുള്ളൂ.

"നിമിഷ കവിയാണെന്ന് കാവൽക്കാർ അറിയിച്ചു. ആണോ?

"കവിയാണോ അല്ലയോ എന്ന് തീരുമാനിക്കുന്നത് കാലമാണ് മഹാരാജൻ. ഭാഷയിൽ അല്പം വ്യുത്പത്തിയുണ്ടെങ്കിൽ ആർക്കും ചില ശ്ലോകങ്ങൾ ചമയ്ക്കുവാൻ കഴിയും. അതൊക്കെ കാലങ്ങളെ വെല്ലുന്ന കാവ്യമാണെന്ന് അടിയൻ കരുതുന്നില്ല. തോന്നുന്നതൊക്കെ ചിലപ്പോൾ ഭൂർജപത്രത്തിൽ എഴുതി വെയ്ക്കാറുണ്ട്. അങ്ങനെ എഴുതിയുണ്ടാക്കിയ ഒരു

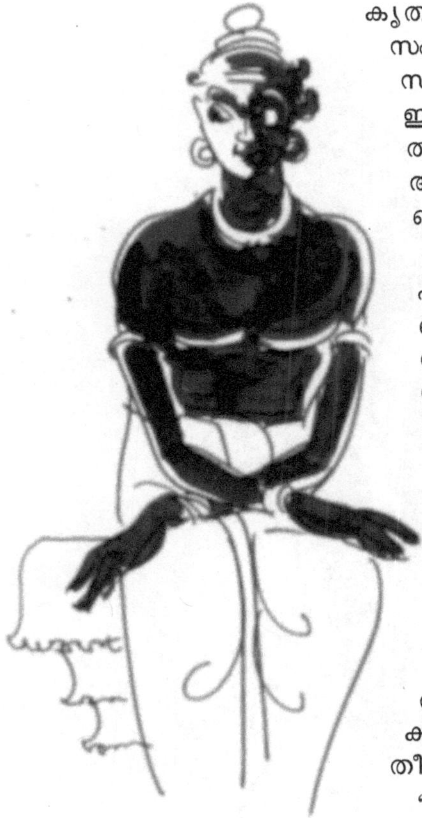

കൃതി കൊണ്ടുവന്നിട്ടുണ്ട്. ഋതു സംഹാരം എന്നാണ് പേര്. അവിടുന്ന് സമയം പോലെ ഒന്ന് കണ്ണോടിച്ചാൽ ഈ ജീവിതം ധന്യമായി. പിന്നീട് തീരുമാനിക്കാം കവിയാണോ അല്ലയൊ എന്നൊക്കെ" ആ ബ്രാഹ്മ ണയുവാവ് വിനീതനായി പറഞ്ഞു.

"നല്ലത്... ഭോജ സദസ്സിൽ ഏറെ മഹാപണ്ഡിതരുണ്ട്. അവ രൊക്കെ വിചാരിക്കുന്നത് അവരോളം പാണ്ഡിത്യമുള്ളവർ വേറെയില്ലെന്നാണ്. ഗർവം എന്ന കറ പുരണ്ടില്ലായിരുന്നുവെങ്കിൽ യഥാർത്ഥത്തിൽ അവർ മഹാര ഥൻമാരാകുമായിരുന്നു..."

"ആരവിടെ, ഇദ്ദേഹത്തിന് താമസിക്കുവാൻ വേണ്ട തൊക്കെ ഒരുക്കി കൊടുക്കൂ... ഹേ മഹാത്മൻ താങ്കളുടെ കൃതി ഇവിടെ വച്ചോളൂ. നാളെ മധ്യാഹ്ന ത്തിനു ശേഷം നമുക്ക് സംസാരി ക്കാം. ഇപ്പോൾ രാജ്യകാര്യങ്ങൾ തീരുമാനിക്കേണ്ടതുണ്ട്."

"അങ്ങനെയാവട്ടെ"- എന്നും പറഞ്ഞുകൊണ്ട് ആ ബ്രാഹ്മണയുവാവ് ഭടനോടൊത്ത് പുറത്തുപോയി...

"നേരം വെളുത്തിരിക്കുന്നു. ഗുഹയ്ക്കകത്തേയ്ക്ക് വെളിച്ചം വരില്ല." ബാബാജി പറഞ്ഞു. ഇനി പ്രാതഃകർമ്മങ്ങളൊക്കെ കഴിഞ്ഞ് അല്പം വിശ്രമിച്ചതിനുശേഷമാവാം വായന..."

"നേരം വെളുത്തോ - എങ്ങനെയാണ് ബാബാജി അത് മനസ്സിലാ ക്കിയത്. ഈ ഗുഹയ്ക്കുള്ളിലിപ്പോഴും ഇരുട്ടാണല്ലോ സുധർമ്മൻ ചോദിച്ചു.

"നോക്കൂ, രാത്രി കരയുന്ന കിളികളല്ല പകൽ കരയുന്നത്. ഈ കിളി കളുടെ ശബ്ദം മാറുന്നതിനനുസരിച്ച് സമയം തിരിച്ചറിയാൻ കഴിയും." അതും കഴിഞ്ഞ് ബാബാജി എഴുന്നേറ്റ് പുറത്തേക്കു പോയി.

പ്രഭാതകൃത്യങ്ങൾ കഴിഞ്ഞ് ഒരു കാട്ടുചോലയിൽ നിന്ന് അവർ നന്നാ യൊന്നു കുളിച്ചു. എന്തോ ഒരു പുതിയ ഉണർവ് കൈവന്നതുപോലെ.

ഗുഹയ്ക്കകത്ത് എത്തിയപ്പോഴേക്കും രാവിലെ കഴിക്കുവാനാവശ്യമായ ഭക്ഷണവുമായി ബാബാജി എത്തിയിരിക്കുന്നു. "ഭക്ഷണം കഴിച്ച് വിശ്രമിക്കൂ. ഞാൻ വരാം" എന്നുപറഞ്ഞ് കൊണ്ട് അദ്ദേഹം വീണ്ടും പുറത്തേയ്ക്കു തന്നെ.

ഒന്നു കിടന്നതേയുള്ളൂ. മാസ്മരമായ ഒരു നിദ്രയിലേക്ക് അവർ വഴുതിവീഴുകയായിരുന്നു. ഉച്ചയ്ക്ക് ബാബാജി വന്ന് വിളിച്ചപ്പോഴാണ് അവർ ഉണർന്നത്. സമയം ഉച്ചയായെന്ന് ബാബാജി പറഞ്ഞപ്പോഴാണ് സമയത്തെക്കുറിച്ച് അവർ ബോധവന്മാരായത്. ചപ്പാത്തിയും പരിപ്പുകറിയും ബാബാജി കൊണ്ടുവന്നിരുന്നു. ഇതെവിടന്നു കിട്ടി എന്ന് എല്ലാവർക്കും സംശയമുണ്ടായിരുന്നു. ആരും ഒന്നും ചോദിച്ചില്ല.

ഭക്ഷണം കഴിച്ചതിനുശേഷം ബാബാജി ചോദിച്ചു "നിങ്ങൾ വായിക്കുന്ന ഗ്രന്ഥം ശങ്കരകവി എഴുതിയതാണെന്ന് മനസ്സിലായല്ലോ. ആരാണീ ശങ്കരൻ എന്ന് നിങ്ങൾക്കറിയുമോ?" എല്ലാവരും മുഖത്തോടുമുഖം നോക്കി. ആരും ഒന്നും സംസാരിച്ചില്ല. "ശങ്കരൻ ഭോജസദസ്സിലെ മറ്റൊരു കവിയായിരുന്നു. ഒരു സാധാരണ കവി. ചില ശ്ലോകങ്ങളും മുക്തകങ്ങളും രചിച്ച് ജീവിതം കഴിച്ചുകൂട്ടുന്ന ഒരു പാവം. മഹാപണ്ഡിതൻമാർക്കിടയിൽ വലിയ സ്ഥാനമൊന്നും അദ്ദേഹത്തിനുണ്ടായിരുന്നില്ല. അതിൽ വലിയ പരിഭവമോ പരാതിയോ ഇല്ലതെ അദ്ദേഹം ജീവിച്ചു. അദ്ദേഹത്തിന്റെ ആത്മാർത്ഥ സുഹൃത്തായിരുന്നു കാളിദാസൻ. ഗ്രന്ഥം മുഴുവൻ വായിച്ചു കഴിഞ്ഞാൽ നിങ്ങൾക്കത് മനസ്സിലാവും. ശങ്കരകവിയും മാളവത്തിൽ നിന്നുതന്നെ വന്നതാണ്. കാളിദാസനുമുമ്പേ കൊട്ടാരത്തിൽ എത്തപ്പെട്ടിരുന്നു. ഇനി തുടർന്ന് വായിച്ചോളൂ. വല്ലാതെ സമയം പാഴാക്കാനില്ല. നിങ്ങൾക്ക് അധികം ദിവസം ഇവിടെ താമസിക്കുവാൻ സമയമുണ്ടാവില്ലല്ലോ? ബാബാജി പറഞ്ഞുനിറുത്തിയതും ശ്രീകാന്തെഴുന്നേറ്റു. തലേദിവസം വായിച്ചുനിറുത്തിയ ഭാഗം മുതൽ വീണ്ടും വായിക്കുവാൻ തുടങ്ങി

ആ ബ്രാഹ്മണയുവാവിന് അന്ന് താമസസൗകര്യമൊരുക്കിയത് കൊട്ടാരത്തിനുപുറത്തെ അതിഥി മന്ദിരത്തിലായിരുന്നു. കവികളും പണ്ഡിതന്മാരും പലരും അവിടെയാണ് സ്ഥിരതാമസം. അതിഥികൾക്കായി ഒരഞ്ചാറുമുറികൾ ഒഴിച്ചിട്ടിട്ടുണ്ട്. മേലെ നിലയിലെ വിശാലമായ ഒരു മുറിയിലാണ് ആ യുവാവ് താമസിക്കുന്നത്. മാളവം ദേശക്കാരനായത് കൊണ്ട് അദ്ദേഹത്തെ ഒന്നു പരിചയപ്പെടണമെന്ന് എനിക്ക് തോന്നി. ഔപചാരികത അല്പം പോലുമില്ലാതെയാണ് ഞാൻ ആ മുറിയിലേക്ക് ചെന്നത്. ജാലകത്തിന്റെ തിരശ്ശീല മാറ്റി പുറത്തെ കാഴ്ചകൾ നോക്കി നിൽക്കുകയായിരുന്നു അദ്ദേഹം. അവിടെ നിന്നു നോക്കിയാൽ വസന്തമാളിക വ്യക്തമായിക്കാണാം. ദേവദാസികളുടെ താമസകേന്ദ്രമാണത്.

"ഞാൻ ശങ്കരൻ. ഇവിടെ വന്നിട്ട് രണ്ട് മൂന്ന് വർഷമായി. മാളവത്തിൽ നിന്നാണെന്ന് അറിഞ്ഞപ്പോൾ ഒന്ന് പരിചയപ്പെടാമെന്ന് കരുതി" ഞാൻ ചെന്ന പാടെ പറഞ്ഞു. അദ്ദേഹം ഒന്ന് തിരിഞ്ഞുനോക്കി. പിന്നെ ചോദിച്ചു - "ആ മാളികയിൽ താമസിക്കുന്നതാരാണ്" ഓ അതോ വിലാസവതി എന്ന ഒരഭിസാരികയാണ്. രാജവംശത്തിന് പ്രിയപ്പെട്ടവളാണവർ. പക്ഷേ..."

"എന്തേ നിറുത്തിക്കളഞ്ഞത്?"

"ഏയ് ഒന്നുമില്ല - വിലാസവതി വെറും ഒരു ഗണികയല്ല അത് പിന്നീട് മനസ്സിലാവും! ആട്ടെ എന്താണ് പേര്?"

"കാളിദാസൻ - മാളവത്തിലെ പ്രശസ്തമായ മഹാകാലക്ഷേത്രമുണ്ടല്ലോ അതിനടുത്താണ് വീട്. ഞാൻ ദേശാടനത്തിനിറങ്ങിയിട്ട് രണ്ട് വർഷം കഴിഞ്ഞു. ഇപ്പോൾ മാളവത്തിലെ സ്ഥിതിയൊന്നും എനിക്കറിയില്ല"

ഒറ്റക്കാഴ്ചയിൽ തന്നെ എനിക്കദ്ദേഹത്തോട് എന്തെന്നില്ലാത്ത ഒരാകർഷണം തോന്നി. എന്തോ ഒരു ദിവ്യസ്പർശമുള്ള സംസാരം. തീക്ഷ്ണമായ കണ്ണുകൾ. പക്ഷേ, കണ്ണുകളിൽ എന്തോ ഒരു വിഷാദഭാവം? എന്താണത്? പരിചയപ്പെട്ട ഉടനെ ചോദിക്കുന്നതെങ്ങനെ... അങ്ങനെ ചിന്തിച്ചു നിൽക്കുകയായിരുന്നു ഞാൻ. പെട്ടെന്നാണ് അദ്ദേഹം ചോദിച്ചത് - "വിലാസവതിയ്ക്ക് ഒരു മകളുണ്ടല്ലേ - അവരവിടെയില്ലേ?"

അദ്ഭുതം തോന്നി. ഇന്നേ ഉജ്ജയിനിയിലേക്ക് കാലുകുത്തിയിട്ടുള്ളൂ. അപ്പോഴേക്കും...

വിലാസവതിക്ക് വസന്തമാളിക തീർത്ത് അതിൽ താമസിപ്പിച്ചിരിക്കുന്നത് രാജാവാണ്. അതിന്റെ പിന്നിലെ പ്രചോദനം ആ മകളാണെന്ന് ഉജ്ജയിനിയിൽ ഒരു മുറുമുറുപ്പുണ്ട്. അവളെക്കുറിച്ച് കേൾക്കാത്തവരാരുണ്ട്!

"വിലാസവതിയെ കണ്ടിട്ടുണ്ടോ?"

"ഉണ്ട്. എനിക്കറിയാം." കാളിദാസൻ പറഞ്ഞപ്പോൾ വീണ്ടും അദ്ഭുതം തോന്നി. ബ്രാഹ്മണർക്ക് ഗണികായോഗം വിധിച്ചിട്ടില്ല. ക്ഷത്രിയർക്ക് ആകാമെന്ന വിധിയുണ്ട്. ബ്രാഹ്മണനായ ഒരാൾ ഒരു വേശ്യാംഗനയെയും മകളെയും അറിയുമെന്ന് പറയുന്നത് ഒരിക്കലും ഭൂഷണമല്ലല്ലോ. പക്ഷേ അറിയില്ലെന്ന് അദ്ദേഹത്തിന് നുണ പറയാമായിരുന്നു. മറയ്ക്കാൻ എന്തെങ്കിലുമുണ്ടെങ്കിൽ തീർച്ച, നുണ പറയും.

അന്ന് ഞങ്ങൾ ഏറെ നേരം സംസാരിച്ചു. പിന്നീട് അദ്ദേഹം പറഞ്ഞ കാര്യങ്ങൾകൂടി എന്റെ ഓർമ്മയിലെത്തുന്നു. അതുകൂടി ഞാനിവിടെ പകർത്തുകയാണ്.

നല്ല നിലാവുള്ള രാത്രി. കൊട്ടാരത്തിലെ അതിഥിമന്ദിരത്തിൽഎല്ലാ സൗകര്യങ്ങളുമുണ്ടായിരുന്നു. കാളിദാസനു ഉറക്കം വന്നില്ല. ജാലക

തിരശ്ശീല മാറ്റി പുറത്തേയ്ക്കു നോക്കിനിന്നു. ഒരു പ്രതീക്ഷ. എപ്പോഴെങ്കിലും അവൾ പുറത്തിറങ്ങി വരുമായിരിക്കും.

യഥാർത്ഥത്തിൽ കൊട്ടാരത്തിലെ ആസ്ഥാന കവിപട്ടം - അയാളുടെ സ്വപ്നത്തിലുണ്ടായിരുന്നില്ല. പിന്നെ ഇവിടെ എത്തിയത് ലക്ഷ്യം തെറ്റിയുള്ള അനന്തമായ യാത്രയിൽ. പാദങ്ങൾ അറിയാതെയാണെങ്കിലും ഇങ്ങോട്ട് നയിച്ചത് വെറുതെയായിരുന്നില്ല. ഇവിടെ എവിടെയെങ്കിലും വെച്ച് ഒന്ന് കാണാം. ഒരിക്കലെങ്കിലും ഒന്നു കാണാം എന്ന പ്രതീക്ഷ.

വിലാസവതി എന്ന പേര് കേട്ടമാത്രയിൽ അവൾ ഓർമ്മയിലേക്കോടിയെത്തി. അവരുടെ മകൾ. മാളവത്തിലെ മഹാകാലക്ഷേത്രത്തിൽവച്ചു പല പ്രാവശ്യം കണ്ട മുഖം. വിടർന്ന കണ്ണുകളുള്ള പെൺകുട്ടി. കശ്യപാശ്രമക്കാട്ടിൽ മുല്ലവള്ളിയോടും മാൻപേടയോടും ഇടതടവില്ലാതെ സംസാരിച്ചുകൊണ്ടിരിക്കുന്ന ശകുന്തളയെ പോലെയാണോ അവൾ.

മഹാകാലന്റെ മുമ്പിൽ സർവം വിസ്മരിച്ച് തൊഴുതുനിൽക്കുന്ന നിഷ്കളങ്കമായ അവളുടെ മുഖം. ഇരുപത്തൊന്നു ദിവസം അവളവിടെ ഉണ്ടായിരുന്നു. ആ ദിവസങ്ങളിലാകട്ടെ അമ്മാവന് പകരക്കാരനായി താനായിരുന്നു പൂജ നിർവ്വഹിച്ചിരുന്നത്. എല്ലാവർക്കും മുമ്പിൽ താനൊരു മന്ദനായിരുന്നു. പകൽ കിനാവു കാണുന്ന മന്ദൻ. എപ്പോഴും പകൽക്കിനാവിലായിരുന്നതുകൊണ്ട് പരികർമ്മികൾക്കിടയിൽ താനെന്നും പരിഹാസ്യനായിരുന്നു.

അവളെ കണ്ടതോടെ തന്റെ പകൽക്കിനാവുകൾക്ക് എന്തെന്നില്ലാത്ത ഒരൂർജ്ജവും കൈവന്നിരുന്നു. കഴിഞ്ഞതിനെക്കുറിച്ച് ഒരു നഷ്ടബോധത്തോടെ ചിന്തിക്കാത്തവരാരുണ്ട്. കഴിഞ്ഞുപോയത് ഒരു ദുരന്തമാണെങ്കിൽപോലും പുനർവിചിന്തനത്തിൽ ഒരനുഭൂതിയാണല്ലോ.

ഇനിയൊരിക്കലും കണ്ടുമുട്ടുമെന്ന് കരുതിയിട്ടില്ല. എപ്പോഴും അതാഗ്രഹിച്ചിരുന്നുവെങ്കിലും. അവൾ ഉജ്ജയിനിയിലെവിടെയോ ഉണ്ടെന്നറിയാമായിരുന്നു. അല്ല, ആ അറിവാണല്ലോ തന്നെ അബോധപൂർവ്വം ഇങ്ങോട്ട് നയിച്ചത്.

കൊട്ടാരം കവിയാകുവാൻവേണ്ടി കവിത എഴുതുന്നവർ ഇഷ്ടം പോലെയുണ്ടായിരിക്കാം. പക്ഷേ അതൊരിക്കലും തന്റെ സ്വപ്നമായിരുന്നില്ല. ഏതെങ്കിലും കൊട്ടാരത്തിന്റെ നാല് അതിരുകൾക്കുള്ളിൽ ചുരുണ്ടുകൂടി കിടക്കാൻ കഴിയുന്നതല്ല തന്റെ സ്വഭാവം. കൊട്ടാരംകവികൾ വെറും സ്തുതിപാഠകന്മാരാണ്. വേണ്ടതിനും വേണ്ടാത്തതിനും മഹാരാജനെ പുകഴ്ത്തിപ്പാടുവാൻ മാത്രം വിധിക്കപ്പെട്ടവർ.

വ്യാസനും വാല്മീകിയും കൊട്ടാരം കവികളായിരുന്നില്ല. ആകാശം കണ്ട് പാടിയവർ ആത്മാവിനുള്ളിലേക്ക് ആഴ്ന്നിറങ്ങിപ്പാടിയവർ. കവിയാവുക എന്നാൽ അവരെപ്പോലെ ആവുക എന്നതാണ്. അത്രത്തോളമെത്താൻ കഴിഞ്ഞില്ലെങ്കിലും. ആ കുലപർവ്വതങ്ങളിൽനിന്നേ

എന്തെങ്കിലും തനിക്ക് സ്വാംശീകരിക്കുവാനുള്ളൂ. അല്ലാതെ രാജകൊട്ടാരങ്ങളിൽനിന്ന് ഒന്നും നേടിയെടുക്കുവാനില്ല. ഇവിടെ തന്റെ ആത്മാവിനെ ബന്ധിക്കുന്ന എന്തോ ഒന്നുണ്ട്. ഭാവസ്ഥിരങ്ങളായ ജന്മാന്തര സൗഹൃദങ്ങൾ ഉണർത്തപ്പെടുന്ന ഒന്ന്.

രാത്രി എപ്പോഴോ ഉറങ്ങി. ബ്രാഹ്മമുഹൂർത്തത്തിൽ തന്നെ ഉണർന്നു. പ്രാതഃസ്നാനം കഴിച്ചു മഹാകാലനെ പ്രാർത്ഥിച്ചു. എപ്പോഴും ഒരാശ്വാസം ശിവഭജനം മാത്രമാണ്. ഭഗവാൻ എപ്പോഴും തന്റെ കൂടെ ഉണ്ടെന്നൊരു വിശ്വാസം. ഏത് ദുർഘടസന്ധിയിലും അതായിരുന്നുവല്ലോ തന്റെ രക്ഷ. ഓർമ്മ വച്ച നാൾ മുതൽ ഇതുവരെ തെറ്റിക്കാത്ത ഒരേ ഒരു വ്രതചര്യയേ ഉള്ളൂ. രാവിലെയും വൈകുന്നേരവുമുള്ള ശിവപൂജ.

മഹാകാലന്റെ മൂലമന്ത്രം ഉപദേശിച്ചുകൊണ്ട് അമ്മാവൻ പറഞ്ഞത് ഓർക്കുന്നു. ഭഗവാൻ എല്ലാമുള്ളവനാണ്. ഒന്നുമില്ലാത്തവനുമാണ്. മറ്റു ദേവൻമാരെ പോലെ ആടയാഭരണങ്ങളില്ല, ആഡംബരവസ്ത്രങ്ങളില്ല. ശ്മശാനവാസി, ഭസ്മധാരി, പക്ഷേ, ഒന്നിനും ഭഗവാൻ ബുദ്ധിമുട്ടുന്നില്ല. ഭഗവാന്റെ ഭക്തന്മാരും അങ്ങനെയാണ്. ഒരുപാട് സമ്പാദ്യം, ഉയർന്ന ആഡംബരജീവിതം ഒന്നും പ്രതീക്ഷിക്കരുത്. ആഗ്രഹിക്കുകയുമരുത്. എങ്കിൽ ഏത് വിപൽസന്ധിയിലും ഭഗവാൻ കൂടെ ഉണ്ടായിരിക്കും. ഇത് ഭഗവാന്റെ മഹാകാലന്റെ മൂലമന്ത്രമാണ്. ഭൂമിയിലെ സർവ്വസമ്പത്തിനേക്കാൾ നിനക്ക് രക്ഷയേകാൻ ഇതുമാത്രം മതി. അന്നു മുതൽ ഇന്നുവരെ പൂജിച്ചത് ഒരു മഹാമന്ത്രം, ഒരേ മഹാവിഗ്രഹം.

അങ്ങനെ പ്രാർത്ഥിച്ചു കൊണ്ടിരുന്നപ്പോഴാണ് അവളുടെ മുത്തു കിലുങ്ങുന്നതുപോലെയുള്ള ശബ്ദം കേട്ടത്... ഹേയ് ഇതെന്താ തപസ്സാണോ? കണ്ണു തുറന്നു നോക്കിയപ്പോൾ മുൻപിൽ സാക്ഷാൽ പാർവതീ ദേവിയെപ്പോലെ ഒരാൾ. കൈയിൽ താമരപ്പൂവുമുണ്ട്. താൻ കണ്ണ് തുറന്നതും ഒന്നും പറയാതെ അവൾ ആ താമരപ്പൂവിന്റെ ഇതൾ എണ്ണുന്ന ഭാവത്തിൽ നിന്നു. “ലീലാകമല പത്രാണിം ഗണയാമാസ പാർവതി”

“ആരാ എന്തുവേണം?” എന്റെ ചോദ്യം കേട്ടതും, “എന്തും നൽകാൻ ഭഗവാൻ ശിവനാണോ അവിടുന്ന്?” മുഖത്തുനോക്കാതെ താഴേയ്ക്ക് നോക്കികൊണ്ടുള്ള ആ കുസൃതിച്ചോദ്യം ഇപ്പോഴും ഓർമ്മയിൽ വരുന്നു.

വിലാസവതിയും മകളും കൂടി ഇരുപത്തൊന്നുദിവസം ഭജിക്കുവാൻ വേണ്ടി മാളവത്തിലെ മഹാകാലാക്ഷേത്രത്തിൽ വന്നതായിരുന്നു. രാജഭടന്മാർ ഏർപ്പാടാക്കിക്കൊടുത്ത ഗ്രാമത്തിലെ ഒരു വീട്ടിലാണ് അവർ ആ ദിവസങ്ങളിൽ താമസിച്ചത്.

വിലാസവതി - നിറയെ സ്വർണാഭരണങ്ങളണിഞ്ഞ് വെളുത്ത് സാമാന്യം തടിയുള്ള കണ്ടാലധികം പ്രായം തോന്നിക്കാത്ത ഒരു സ്ത്രീ. അവളുടെ സൗന്ദര്യത്തെക്കുറിച്ച് നാട്ടുകാർ നിരന്തരം വാഴ്ത്തിപ്പറഞ്ഞി

രുന്നു. അവരുടെ ശരീരത്തിൽ എന്തെങ്കിലും സൗന്ദര്യമുള്ളതായി തനിക്ക് തോന്നിയില്ല. വെച്ചു കെട്ടലായിരുന്നു എല്ലാം. നഗരത്തിന്റെ കൃത്രിമത്വം അവരുടെ നടത്തത്തിലും പെരുമാറ്റത്തിലും എന്തിന് സംസാരത്തിൽ പോലുമുണ്ടായിരുന്നു. എന്നാൽ മകളങ്ങനെയല്ല. നഗരത്തിൽനിന്നു വന്ന ഒരു പെൺകുട്ടിയാണെന്ന് ഒരിക്കലും ആരും പറയില്ല. ആഭരണങ്ങൾ വളരെ കുറച്ചേ അണിഞ്ഞിരുന്നുള്ളു. യാതൊരു കൃത്രിമത്വവുമില്ലാത്ത പെരുമാറ്റം.

ഉദയത്തിനേ തിരുനടയിലെത്തും. കണ്ണടച്ച് ഭഗവാനെ പ്രാർത്ഥിക്കുന്നതിനിടയിൽ ഒളികണ്ണിട്ട് ശാന്തിക്കാരനെ നോക്കുന്നത് ആരെങ്കിലും കാണുമോ എന്ന് വല്ലാത്ത ഭയം തോന്നി.

നാണം കലർത്തിക്കൊണ്ട് നാലഞ്ച് ദിവസം കഴിഞ്ഞപ്പോൾ അത വളോട് പറയുകയും ചെയ്തു.

"അതേയ്, ഭഗവാനെ കാണാനല്ലേ ക്ഷേത്രത്തിൽ വന്നത്."

"ഭഗവാനെ എവിടെയിരുന്നാലും മനസ്സിൽ കാണാമല്ലോ. പൂജാരിമാരെ കൊതി തീരെ കാണാൻ വേറെന്താണൊരുവഴി." പ്രതീക്ഷിക്കാത്ത മറുപടി.

"അവിടുത്തെ ചില കവിതകളൊക്കെ ഞാനും കേട്ടിട്ടുണ്ട്. അവിടുത്തെ ഇപ്പോഴാണ് കാണുന്നതെന്ന് മാത്രം." അവൾ തുറന്ന് പറഞ്ഞപ്പോൾ വല്ലാതെ നാണം തോന്നി.

"അയ്യോ! ഇങ്ങനെയുമുണ്ടോ പെണ്ണുങ്ങൾ" പിന്നെ പിന്നെ എത്ര പെട്ടെന്നാണ് അടുത്തത്. അവൾ തൊഴാനില്ലെങ്കിൽ ദേവൻ പോലും സംപ്രീതനാവില്ലെന്ന് തോന്നിപ്പോയി. ഇരുപത്തൊന്ന് ദിവസം പെട്ടെന്ന് കഴിഞ്ഞുപോകുമല്ലോ എന്നോർത്തപ്പോൾ വല്ലാത്ത സങ്കടം!

"കുളിയും ജപവും കഴിഞ്ഞുവോ?" ചോദ്യം കേട്ടാണ് ചിന്തയിൽ നിന്നുണർന്നത്. വാതിൽക്കൽ ശങ്കരകവി ചിരിച്ചുകൊണ്ടു നിൽക്കുന്നു.

ഇവിടെ കവികൾക്കും പണ്ഡിതർക്കുമൊരു ദിനചര്യയുണ്ട്. കുളിയും തേവാരവും കഴിഞ്ഞാൽ കൊട്ടാരത്തിൽചെന്ന് ഭക്ഷണം. ഭക്ഷണശേഷം താംബൂലചർവണം എന്തെങ്കിലുമുണ്ടെങ്കിൽ അതും കഴിച്ച് നേരെ രാജസദസ്സിലേക്ക്. രാവിലെ മഹാരാജാവ് കുറച്ചുനേരം കവികളോടും കലാകാരന്മാരോടും പണ്ഡിതന്മാരോടും അല്പസമയം കുശലപ്രശ്നത്തിനുണ്ടായിരിക്കും. അദ്ദേഹത്തെ ഏറ്റവും അധികം രസിപ്പിക്കുന്നവർക്ക് വാരിക്കോരി കൊണ്ടുപോകാം. അതിനുവേണ്ടി കവികളും പണ്ഡിതന്മാരും അമ്പമ്പോ കാട്ടിക്കൂട്ടുന്നത് കാണേണ്ടതാണ്. പക്ഷേ മഹാരാജൻ വലിയ സഹൃദയനാണ്. കാട്ടിക്കൂട്ടുന്ന പേക്കൂത്ത് കണ്ട് ശല്യം തീർക്കാനാണ് ധനം വാരിക്കോരികൊടുക്കുന്നതെന്ന് നമുക്ക് തോന്നിപ്പോകും.

പക്ഷേ, യഥാർത്ഥകവികൾക്ക് അദ്ദേഹം ഹൃദയംതന്നെ കൊടുക്കും. അതു തിരിച്ചറിയാനുള്ള വകതിരിവ് ഇവിടത്തെ പണ്ഡിതന്മാർ കാണിക്കാറില്ലെന്ന് മാത്രം. ഒരു കാര്യം മനസ്സിലായി. ശങ്കരൻകവിക്ക് പണത്തോട് വല്ലാത്ത ആർത്തിയൊന്നുമില്ല. എങ്ങനെയെങ്കിലും കാലക്ഷേപം ചെയ്യണം. സമ്പാദിച്ച് കൂട്ടിയിട്ട് അനുഭവിക്കുവാൻ അയാൾക്ക് ആരുമില്ലായിരുന്നു. അയാളുടെ മനോഭാവം എന്നെ ആകർഷിച്ചു. അദ്ദേഹത്തോട് കൊട്ടാരത്തിലെ മറ്റു കവികളിൽ നിന്ന് വ്യത്യസ്തമായ ഒരടുപ്പം സൂക്ഷിക്കുവാൻ കാരണമായതും, അതുതന്നെയാകാം.

"വരു നമുക്ക് കൊട്ടാരത്തിലേക്ക് പോകാം" ശങ്കരകവി ക്ഷണിച്ചപ്പോൾ വേഗം എഴുന്നേറ്റു.

ഇന്നലെ തുറന്നിട്ട ആ ജാലകവാതിൽ വഴി ഒന്നു കൂടി പുറത്തേക്ക് നോക്കി. ആ വസന്തമാളികയിൽ എവിടെയെങ്കിലും അവളുണ്ടോ?

"നാം ശ്രദ്ധിച്ചു. അങ്ങോട്ടു മാത്രമാണല്ലോ ശ്രദ്ധ. കൊട്ടാരത്തിൽ നിന്ന് പോരുമ്പോൾ അവിടെയൊന്നു കേറിക്കോളു. ഇവിടത്ത മഹാപണ്ഡിതൻമാർ അവിടത്തെ നിത്യസന്ദർശകരാണ്. തർക്കിച്ചും യാചിച്ചും മഹാപുംഗവന്മാർ രാജാവിൽ നിന്ന് പലതും വസൂലാക്കും. അതുമുഴുവൻ കുമിഞ്ഞ് കൂടിയിരിക്കുന്നത് വിലാസവതിയുടെ ആമാടപ്പെട്ടിയിലായിരിക്കും"

ശങ്കരകവി പരിഹസിക്കുകയാണെന്ന് മനസ്സിലായെങ്കിലും ഒന്നും പറഞ്ഞില്ല. വേഗം ഉത്തരീയമെടുത്ത് തോളിലിട്ട് മുറിവാതിൽ ചാരിവച്ച് അദ്ദേഹത്തോടൊപ്പം പുറത്തേക്കിറങ്ങി.

കൊട്ടാരത്തിലേക്ക്.

നാല്

ജനസ്യചിത്തം രമയന്തി

ആദ്യമായിട്ടായിരുന്നു ഒരു രാജസദസ്സിൽ പങ്കെടുക്കുന്നത്. ഓരോരുത്തരും തങ്ങളാണ് ലോകോത്തരകവികൾ എന്ന് സ്ഥാപിക്കുവാൻ വെപ്രാളപ്പെടുന്നത് കണ്ടപ്പോൾ സത്യത്തിൽ സഹതാപമാണ് തോന്നിപ്പോയത്. അവരുടെ വിശ്വാസം രാജാവ് അംഗീകരിച്ചുകഴിഞ്ഞാൽ മഹാനായ കവിയായി എന്നാണ്.

വാല്മീകി താൻ രചിച്ച രാമായണം ലവകുശന്മാരെക്കൊണ്ട് ഗ്രാമഗ്രാമാന്തരങ്ങളിൽ പാടിപ്പിക്കുകയാണ് ചെയ്തത്. കേട്ടറിഞ്ഞ് അവരെ ക്ഷണിച്ചുവരുത്തി ആ കാവ്യം കേൾക്കുകയായിരുന്നു ശ്രീരാമൻ. വ്യാസനിൽനിന്ന് നിർഗളിച്ച മഹാഭാരതമാകട്ടെ വൈശമ്പായനനിൽ നിന്ന് സൂതനും, ശൗനകാദിമഹർഷികളും കേട്ട് തലമുറകൾ പ്രചരിച്ചു. രാജസദസ്സിന്റെ അംഗീകാരം മാത്രം മതി ഒരു കൃതിക്ക് എന്ന മിഥ്യാധാരണ.

ഒന്നും പറയാതെ എല്ലാം കേട്ടിരിക്കുന്ന കാളിദാസനെ രാജാവ് സശ്രദ്ധം വീക്ഷിച്ചു.

“എന്താ നമ്മുടെ പുതിയ കവിക്ക് ഒന്നും പറയാനില്ലേ” രാജാവ് ചോദിച്ചു. “ഒരു കവിയല്ല നാം. ഒരിക്കലും പുതുമ നഷ്ടപ്പെടാത്ത കാവ്യപാരമ്പര്യത്തിന്റെ പിൻതുടർച്ച മാത്രം”. എല്ലാം ഞാൻ മാത്രമാണെന്നു പറയുന്ന രാജസദസ്സിലെ കവികൾക്ക് ഒരാഘാതമായിരുന്നു ആ മറുപടി. സഹൃദയനായ മഹാരാജാവ് മാത്രം ഒന്ന് പുഞ്ചിരിച്ചു. അർത്ഥം വെച്ചുള്ള ചിരി.

അവസാനം മഹാരാജാവ് പറഞ്ഞു. ചർച്ച തീരുന്നില്ല. നാളെ നമുക്കിതേ സമയത്ത് തുടരാം. എല്ലാവർക്കും പിരിഞ്ഞുപോകാം.

എല്ലാവരും എഴുന്നേറ്റകൂട്ടത്തിൽ കാളിദാസനും എഴുന്നേറ്റു.

“താങ്കളോടെനിക്ക് അല്പനേരം ഒറ്റയ്ക്ക് സംസാരിക്കണമെന്നുണ്ട്. തിരക്കില്ലെങ്കിൽ അല്പനേരം അവിടെത്തന്നെയിരുന്നാലും” കാളിദാസൻ അദ്ഭുതപ്പെട്ടു. ഈ അമിതവിനയം രാജാവിന്റെ പരിഹാസമാണോ എന്നുപോലും തോന്നിപ്പോയി.

ഇപ്പോൾ ആ വിശാലമായ സഭാഗൃഹത്തിൽ സ്വർണ്ണസിംഹാസനത്തിൽ മഹാരാജാവും, താഴെ ഒഴിഞ്ഞ പീഠങ്ങൾക്ക് ഇടയ്ക്ക് ഒരു പീഠത്തിൽ കവിയും മാത്രം.

"ഹേ മഹാത്മൻ, താങ്കൾ ഇന്നലെ നൽകിയ ഋതുസംഹാരം വായിച്ചു. മനോഹരം! കാമുകഹൃദയങ്ങളെ ഉദ്ദീപ്തമാക്കുന്ന പ്രകൃതിയുടെ അസാദ്ധ്യമായ വർണ്ണനം അസ്സലായി. ഒരു കാമുകഹൃദയം മനസ്സിലുണ്ടോ എന്ന് സംശയം."

"പ്രിയാവിയോഗത്തിന്റെ തീ ഉള്ളെരിക്കുന്നവർക്ക് പ്രകൃതിയുടെ പ്രേമപൂജ കാണാൻ കഴിയില്ലെന്ന് അങ്ങ് അനുഭവിച്ചറിഞ്ഞതുപോലെ. എന്താ ശരിയാണോ? ന ശക്യതേ ഭ്രഷ്ടമപി പ്രവാസഭിഃ/പ്രിയവിയോഗാനല ദഗ്ദ്ധ മാനസൈഃ..."

കാളിദാസന് വല്ലാത്ത സന്തോഷം തോന്നി. ഒരു രാത്രി കൊണ്ട് തന്റെ ഒരു വരിയെങ്കിലും മഹാരാജൻ ഹൃദിസ്ഥമാക്കിക്കഴിഞ്ഞുവല്ലോ. നല്ലൊരു സഹൃദയനാണ് മഹാരാജനെന്ന് വ്യക്തമാകുകയും ചെയ്തു.

"ഏതോ ഒരു പ്രേമം താങ്കളുടെ മനസ്സിനെ വല്ലാതെ മഥിക്കുന്നു എന്നു തോന്നുന്നു. വർഷങ്ങളായ് ഒരു പ്രേമം നമ്മുടെ ഉള്ളിനെയും എരിച്ചുകൊണ്ടിരിക്കുകയാണ്. ഇനി അധികം കാത്തിരിക്കാനില്ല. ഈ വരുന്ന വസന്ത പൗർണമി. അത് കഴിഞ്ഞാൽ അവൾ നമ്മുടെ സ്വന്തമാകും" കാളിദാസൻ അദ്ഭുതപ്പെട്ടു. ഒറ്റ ദിവസത്തെ പരിചയം മാത്രമേയുള്ളൂ തന്നോട്. ഒരു ചക്രവർത്തി ഇത്രമാത്രം മനസ്സ് തുറക്കുകയോ?

"നമ്മുടെ അഭിലാഷം താങ്കളറിയുന്നതിൽ നമുക്ക് യാതൊരു വിരോധവുമില്ല. നമുക്ക് തോന്നുന്നു നമ്മൾ തമ്മിൽ നൂറ്റാണ്ടുകളുടെ ബന്ധമുണ്ടെന്ന്. പ്രകൃതിയുടെ അസുലഭമായ കാമകല്പനകൾ എപ്പോഴും നമ്മുടെ ഉള്ളിനെ ഞെരിച്ചുകൊണ്ടിരിക്കുന്നത് എത്ര അന്വർഥമായി താങ്കൾ ചിത്രീകരിച്ചിരിക്കുന്നു. ഇനി താങ്കൾ ഈ കൊട്ടാരം വിട്ട് എവിടേക്കും പോകുന്നില്ല. കൊട്ടാരത്തിലെ ആസ്ഥാനകവി എന്ന ഒരു സ്ഥാനം നാം കല്പിക്കുന്നു. താങ്കൾ അതിനൊക്കെ അപ്പുറത്താണ്. നമ്മുടെ മനസ്സിലെ ആസ്ഥാനകവി എന്നതാണ് യാഥാർത്ഥ്യം"

അന്നുമുതൽ ഒരു പുതിയ സൗഹൃദത്തിന്റെ ആരംഭമായിരുന്നു. ഒരു ചക്രവർത്തി എന്നത് അഹങ്കാരത്തിന്റെ മേൽവസ്ത്രങ്ങൾ മാത്രമാണ്. അത് ഊരിവെച്ചുകഴിഞ്ഞാൽ അദ്ദേഹവും കാമക്രോധ ലോഭ മോഹാദികളുള്ള ഒരു സാധാരണ മനുഷ്യൻ. രാജകീയ പട്ടാംബരങ്ങൾ ഊരിവെച്ച് തന്റെ മുമ്പിൽ നിൽക്കുന്ന ആ മഹാചക്രവർത്തിയോട് ആദരവ് കൂടുകയാണ് ചെയ്തത്.

"വല്ലാത്ത ദാഹത്തോടെ കുടിവെള്ളം തേടുന്ന ആനകൾ സിംഹത്തെ കണ്ടാലും ഭയപ്പെടില്ല എന്ന് താങ്കൾ പറഞ്ഞുവല്ലോ."

പ്രവൃദ്ധ തൃഷ്ണോപഹതാ ജലാർത്ഥിനോ-
നദന്തിനഃ കേരസരിണോ *f*പി ബിഭ്യതി"

തീക്ഷ്ണമായ പ്രേമ ദാഹത്തിൽ മുങ്ങിക്കിടക്കുമ്പോൾ ഏത് സിംഹ ത്തെയാണ് ഒരാന ഭയപ്പെടുന്നത്. നമുക്ക് വല്ലാതെ ഇഷ്ടപ്പെട്ടു. ആയിരം പൊൻപവൻ തന്നാലും നമ്മുടെ മനസ്സിനെ അടയാളപ്പെടുത്തിയ അങ്ങേയ്ക്ക് ഒന്നുമാവില്ല" രാജാവിന്റെ വാക്കുകൾ കവിയുടെ ഹൃദയ ത്തിൽ അലയൊലികൾ തീർത്തു.

അത് രാജാവിന്റെ മനസ്സിന്റെ തേങ്ങലല്ല. തന്റെതന്നെ മനസ്സിന്റെ ഉള്ളിൽ കത്തിനിൽക്കുന്ന വികാരത്തിന്റെ കരകവിഞ്ഞ ഒഴുക്കാണ്. രാജാവെന്തറിഞ്ഞു!

വൈകുന്നേരം വെറുതെ ഒന്നു നടക്കാനിറങ്ങിയതാണ്. എതിരെ ശങ്കര കവി വരുന്നു. "അല്ല എങ്ങോട്ടാണാവോ?"

"വെറുതെ ഒന്ന് നടക്കാനിറങ്ങി."

"ഇനി ഇന്നലത്തെ പോലെയല്ല. കൊട്ടാരത്തിലെ ആസ്ഥാനകവി യാണ്. ഇന്ന് ഉച്ചയ്ക്ക് രാജസദസ്സ് കൂടിയപ്പോൾ വിളംബരം ചെയ്യാൻ മഹാരാജാവ് ഉത്തരവിട്ടു. വിളംബരം എന്നത് വെറും ഒരു ചടങ്ങ് മാത്രം. രാജാവ് ഉത്തരവിട്ടപ്പോൾതന്നെ നാടും നാട്ടുകാരും അറിഞ്ഞുകഴിഞ്ഞു. ഞാനങ്ങോട്ടു വരികയായിരുന്നു അഭിനന്ദനം അറിയിക്കുവാൻ. ഒരു മാളവത്തുകാരൻ ആദ്യമായിട്ടാണ് വിക്രമാദിത്യസദസ്സിൽ ആസ്ഥാന കവിയാകുന്നത്! വളരെ സന്തോഷമായി."

"രാവിലെ രാജാവ് സൂചിപ്പിച്ചിരുന്നു. ഇത്രപെട്ടെന്ന് ഇങ്ങനെയൊരു തീരുമാനം പ്രതീക്ഷിച്ചില്ല..."

"അങ്ങനെയാണ് ഇവിടെ. എല്ലാം പെട്ടെന്നായിരിക്കും ശുഭമായാലും അശുഭമായാലും. ഈ ഒരു സ്ഥാനത്തിനുവേണ്ടി എന്നും തർക്കവും വിതർക്കവുമായി എത്ര കവികളാണ് കാത്തിരിക്കുന്നത്. ഒരേയൊരു ദിവസം മാത്രം സദസ്സിലിരിക്കുക, അന്നാണെങ്കിൽ ഒരക്ഷരം പോലും മിണ്ടാതിരിക്കുക, അങ്ങനെയുള്ള ഒരാളെ ആസ്ഥാനകവിയാക്കി പ്രഖ്യാ പിക്കുക. എല്ലാം വിചിത്രം തന്നെ. അങ്ങയുടെ മഹത്ത്വമെന്താണെന്ന് മഹാരാജൻ തിരിച്ചറിഞ്ഞിരിക്കുന്നു. അല്ലെങ്കിലും പൊന്നുരുക്കുന്നവനല്ലേ പൊന്നിന്റെ മാറ്റ് അറിയൂ"

ശങ്കരകവി നിഷ്കളങ്കമായി പ്രശംസിക്കുന്നത് കേട്ടപ്പോൾ അല്പം അഭിമാനം തോന്നാതിരുന്നില്ല. താനനുഭവിച്ച പ്രേമദുഃഖം വെറുതെയാ യിരുന്നില്ല എന്ന് ഇപ്പോൾ തോന്നുന്നു. ഉള്ളിൽ നിറഞ്ഞുകവിഞ്ഞ ആ പ്രേമദുഃഖത്തോടെ പ്രകൃതിയെ കണ്ടറിഞ്ഞപ്പോഴാണല്ലോ ഋതുസംഹാര മുണ്ടായത്. അതിന് കിട്ടാവുന്നതിൽ വെച്ച് ഏറ്റവും വലിയ അംഗീകാ രവും കിട്ടി.

പക്ഷേ, ഇതാണോ അതിനുള്ള അംഗീകാരം. അതുവായിക്കേണ്ട ഒരാളുണ്ട്. ആ മനസ്സിൽ സ്പർശിച്ചില്ലെങ്കിൽ അതിലെ ഓരോ വരി കൾക്കും സാഫല്യമില്ല.

"നാളെ സഭയിൽ കാണാം. പിന്നെ ഒന്നുണ്ട് സൂക്ഷിക്കണം. ഇത് നമ്മുടെ നിഷ്കളങ്കമായ മാളവം അല്ല, നഗരം അത് അതിന്റെ ചില സ്വാർത്ഥമോഹങ്ങൾക്കു വേണ്ടി ഏത് തരത്തിലാണ് പ്രതികരിക്കുന്ന തെന്ന് പറയാൻ കഴിയില്ല. ഒരു മനുഷ്യൻ ആകാശം മുട്ടെ വളരുന്നത് കണ്ടാൽ ചിലർക്ക് അഭിമാനമാണെങ്കിൽ ചിലർക്ക് അസൂയയാണ്. സ്ഥാനമോഹികളുടെ കുതന്ത്രങ്ങൾ പല തരത്തിലുണ്ടാവും. ശ്രദ്ധ വേണം."

സ്നേഹപൂർവ്വം ഒരുപദേശവും നൽകി ശങ്കരകവി കടന്നുപോയി. ഇതുവരെ താനാർക്കും ശത്രുവായിരുന്നില്ല. ഇനി മറ്റാരുടെയോ സ്ഥാനം തട്ടിയെടുത്തെന്ന പേരിൽ പലർക്കും ശത്രുത തോന്നാം.

വസന്തമാളികയുടെ വിശാലമായ കവാടത്തിനുമുന്നിലാണ് ആ യാത്ര നിന്നത്. തന്റെ മുറിയിൽ നിന്ന് ഇറങ്ങുമ്പോൾ അങ്ങനെ ഒരു ലക്ഷ്യവു മുണ്ടായിരുന്നില്ല. ഏതോ ഒരബോധ പ്രേരണ തന്നെ ഇവിടെ എത്തിച്ച തായിരിക്കും. ഉമ്മറവാതിലിൽ തന്നെ വിലാസവതിയുണ്ടായിരുന്നു. തന്നെ കണ്ടതും മുറ്റത്തേയ്ക്കിറങ്ങി വന്നു.

"അല്ല, ആരിത് നമ്മുടെ ആസ്ഥാനകവിയല്ലേ വന്നാലും വന്നാലും" വിലാസവതി കവാടത്തിലേക്കോടിയെത്തി.

തിടുക്കപ്പെട്ട് ഉമ്മറത്തെ പീഠത്തിൽ പട്ടുവിരിച്ച് വിലാസവതി ഇരി ക്കാൻ നിർബന്ധിച്ചു.

"കുടിക്കാനെന്താണ്. സോമരസം എടുക്കട്ടെ."

ഒന്നും പ്രതിവചിക്കാത്തതുകൊണ്ടാവാം അവൾ തുടർന്നു. "ഞങ്ങൾ വാരസ്ത്രീകൾക്ക് അങ്ങയെപ്പോലുള്ളവരുടെ പാദസ്പർശം തന്നെ പുണ്യമാണ്. ഞങ്ങളെക്കുറിച്ച് ഏറ്റവും കൂടുതൽ പാടിയിട്ടുള്ളതും കവി കളാണല്ലോ.. അല്ല അടിയനെന്ത് വിഡ്ഢിത്തമാണ് കാണിക്കുന്നത്. വെറുതെ സംസാരിച്ച് സമയം കൊല്ലുന്നു. ക്ഷമിക്കണം ഇപ്പോൾ തന്നെ അകത്ത് കിടക്ക വിരിക്കാം. ഇന്നത്തെ അത്താഴം ഇവിടന്നാവട്ടെ."

"ശയ്യാഗൃഹപ്രവേശം പിന്നീടൊരിക്കലാവാം. അത്താഴവും അപ്പോൾ മതി... ഒരു മകളുണ്ടായിരുന്നല്ലോ അവൾ...."

"അവൾ അകത്തുണ്ട്. ബാലപ്രായം കഴിഞ്ഞിട്ടില്ല. അവൾക്കുവേണ്ടി തിരുമനസ്സ് കാത്തിരിക്കുകയാണ്. ഈ വസന്തമാളികയുടെ ഭാഗ്യം. അല്ലാ തെന്തുപറയാൻ. വരുന്ന വസന്തപൗർണമിക്ക് മഹാരാജാവ് തിരുമനസ്സു കൊണ്ട് ഇങ്ങോട്ടെഴുന്നള്ളി അവളുടെ പാണി ഗ്രഹിക്കും എന്നാണറി യിച്ചിട്ടുള്ളത്. അതുവരെ പരപുരുഷസംസർഗ്ഗം ഏല്ക്കാതിരിക്കാൻ അവള ധികമൊന്നും പുറത്തേയ്ക്കിറങ്ങാറില്ല."

"താംബൂലം ആകാമല്ലോ... അടിയൻ ഇപ്പോഴെടുക്കാം." വിലാസവതി അകത്തേയ്ക്കു പോയി.

കാളിദാസന്റെ മനസ്സിൽ ഇടിമിന്നൽ പ്രവാഹങ്ങൾ വന്നിറങ്ങി. മഹാരാജൻ വരിക്കാൻ നിശ്ചയിച്ച പെണ്ണാണോ അവൾ? അവളതിന് തയ്യാറാകുമോ? അല്ലെങ്കിലും മഹാരാജാക്കന്മാർക്ക് ഇഷ്ടപ്പെട്ടുകഴിഞ്ഞാൽ എതിർക്കാൻ ആർക്കാണ് ശക്തിയുണ്ടാവുക. ഒരു നിമിഷം കാളിദാസൻ ഞെട്ടിപ്പോയി. വാതിൽ പാതിമറഞ്ഞ് നിൽക്കുന്ന രണ്ട് കണ്ണുകൾ. അതേ അതവളാണ്. കണ്ണുകൾ നിറഞ്ഞിട്ടുണ്ടോ? അതോ വെറും തോന്നലാണോ? ഒരു നിമിഷം മാത്രമേ ആ മുഖം കണ്ടതുള്ളൂ. എന്തോ പറയാൻ വെമ്പുന്നതുപോലെയുള്ള മുഖം. ഈ വരവ് വൃഥാവിലായില്ല...

വാസനാ താംബൂലവുമായി വിലാസവതി വന്നു. അവർ പറഞ്ഞു. "ഇവിടെ വരെ വന്നതല്ലേ. അകത്തൊന്ന് കയറിയിട്ടുപോകാം. നല്ല സുന്ദരികളായവർ അകത്ത് വേറെയുണ്ട്..." അവരെ നിരാശപ്പെടുത്തേണ്ട എന്നു കരുതി പറഞ്ഞതിങ്ങനെ:

"പിന്നീട് വരാം. ഈ വഴി വന്നപ്പോൾ വെറുതെ കയറി എന്നേയുള്ളൂ"

"വീണ്ടും വരണേ അടിയങ്ങൾ കാത്തിരിക്കും"

"വരാം" എന്നു പറഞ്ഞുകൊണ്ട് ധൃതിയിൽ പുറത്തിറങ്ങി. മാളികയുടെ കവാടം കടക്കുമ്പോൾ അറിയാതെ തിരിഞ്ഞുനോക്കി. അതവൾ തന്നെ. തന്നെനോക്കി നിൽക്കുന്നു...

തന്റെ പ്രിയപ്പെട്ടവൾ. അവളെത്തേടിയായിരുന്നുവല്ലോ ഈ യാത്ര. അവളുടെ ആ ചടുലമായ മാൻ മിഴി കണ്ടാലറിയാം അവളൊന്നും മറന്നിട്ടില്ല. മറക്കാനാവൾക്കാവില്ലല്ലോ.

ഒരുവാക്ക് അവളോടൊന്ന് സംസാരിക്കുവാൻ കഴിഞ്ഞില്ല. കഴിയുമായിരിക്കും. മഹാകാലൻ കൂട്ടിച്ചേർത്തതാണ്. പിരിയാൻ ഒരിക്കലും ഭഗവാൻ അനുവദിക്കില്ല, തീർച്ച.

രാജപാതയ്ക്കിരുവശത്തും വഴിവാണിഭക്കാർ. പലരും തന്നെ കണ്ട് എഴുന്നേറ്റു നിൽക്കുന്നു. ചിലർ ആദരവോടെ വഴി മാറുന്നു. എത്ര വിചിത്രമാണ് നഗരത്തിലെ ജീവിതം.

ഒരിക്കൽ പോലും കാണാത്തവർ, അറിയാത്തവർ, ഒരു ദിവസം കൊണ്ട് എല്ലാവർക്കും അറിയുന്ന ഒരാളായിമാറി. എന്ത് മാസ്മരവിദ്യ കൊണ്ടാണ് സാധാരണക്കാർപോലും തന്നെ തിരിച്ചറിയുന്നത്. ഇതാണ് കാളിദാസൻ എന്ന് അവരോടാരാണ് പറഞ്ഞത്?

അപ്പോൾ താനൊരു സാധാരണക്കാരൻ അല്ലാതായിരിക്കുന്നു. ഇന്നലെവരെയില്ലാത്ത അസാധാരണത്വം രാജാവ് തനിക്ക് കല്പിച്ചു തന്നിരിക്കുന്നു. തന്റെ കൃതി വായിച്ച് അദ്ദേഹത്തിനിഷ്ടപ്പെട്ടതുകൊണ്ടായിരിക്കാം അദ്ദേഹം തനിക്ക് ഈ സ്ഥാനം കല്പിച്ചത്. എന്നാൽ സാധാരണക്കാരോ? താനെഴുതിയതെന്താണെന്നോ, അതിൽ അല്പമെങ്കിലും കവിതയുണ്ടെന്നോ ഒന്നുമറിയാത്തവർ. രാജാവ് പറഞ്ഞു, അതുകൊണ്ട് ബഹുമാനിക്കുക തന്നെ.

മാളവത്തിലാണെങ്കിൽ, "ഓ കവി, താനൊരു മന്ദൻ തന്നെ. തനിക്കൊക്കെയുണ്ടോ കവിയാകാൻ കഴിയുന്നു. വെറുതെ പകൽക്കിനാവും കണ്ട് സമയം പാഴാക്കാതെ നാല് നാമം ജപിച്ചാൽ അതിന്റെ പുണ്യമെങ്കിലും കിട്ടും" എത്ര കേട്ടതാണ് ഈ പരിഹാസം. അന്നെപ്പോഴെങ്കിലും വിചാരിച്ചിരുന്നോ മഹാരാജസദസ്സിലെ ഒരാസ്ഥാനകവിപ്പട്ടം തന്നെത്തേടിയെത്തുമെന്ന്!

ദൈവം ഒരു നിമിഷം കൊണ്ട് എല്ലാം മാറ്റിമറിക്കുന്നു. ആർക്കറിയാം ഒരു ജീവന്റെ ഗതിവിഗതികൾ?

രാത്രി ഉറക്കം വരാതിരുന്നപ്പോൾ വീണ്ടും ജാലകം തുറന്നിട്ടു. തിരശ്ശീലമാറ്റിയതും ആ മാളികതന്നെയാണ് ദൃഷ്ടിയിൽപ്പെട്ടത്. മനോഹരമായ നിലാവ്...

"ന ചന്ദനം ചന്ദ്രമരീചി ശീതളം
നഹൃർമ്മ്യപൃഷ്ടം ശരദിന്ദു നിർമ്മലം
നവായവ: സാന്ദ്ര തുഷാര ശീതളാ
ജനസ്യ ചിത്തം രമയന്തി സാംപ്രതം"

വെറുതെ ആ വരികളൊന്നു ചൊല്ലി നോക്കി പൂർത്തീകരിച്ചോ ആവോ താഴെ വസന്തമാളികയുടെ മുറ്റത്ത് തന്നെയും നോക്കി നിൽക്കുന്ന രണ്ടു കണ്ണുകൾ ഭയന്ന പേടമാനിന്റേതുപോലെയാ നീല കണ്ണുകൾ

അവൾ....

അവൾ തന്നെ കണ്ടിരിക്കുന്നു. തന്നെ മാത്രം നോക്കി നിൽക്കുകയാണവൾ... ഹാ! സർവേശ്വരൻമാരെ നന്ദി. ഈ യാത്ര വെറുതെയായിട്ടില്ല. ഏതു മഹാരാജന്റെ കല്പനയ്ക്കും തടുക്കാൻ കഴിയാത്ത അഭൗമായ ആത്മവിശ്വാസം ആ ഹൃദയത്തിൽ ചേക്കേറിയതുപോലെ ഒന്നു പുഞ്ചിരിച്ചതേയുള്ളൂ. നനഞ്ഞ കണ്ണുകളോടെ അവളും ചിരിക്കുന്നു. ഹാവു... ഈ യാത്ര വെറുതെയായിട്ടില്ല. നന്ദി സർവ്വേശ്വരൻമാരെ നന്ദി.

കൊതിച്ചതുകാണാനുള്ള കഴിവ് കണ്ണുകൾക്ക് നൽകിയതിന്! വരണ്ടതെന്ന് തോന്നിയ ഈ രാജനഗരി പ്രവാഹങ്ങളാണ് വറ്റാത്ത ഉറവകൾ. ഇനിയും ദാഹം തീർക്കാതിരിക്കുന്നതെന്തിന്?

നടന്നു തളർന്ന പാന്ഥാ നീ തേടിയ സ്നേഹവാഹിനി കണ്ടെത്തിയിരിക്കുന്നു. കരൾ ഉൽക്കടമായ ആവേശത്തോടെ പറഞ്ഞുകൊണ്ടേയിരിക്കുന്നത് കാളിദാസൻ തിരിച്ചറിഞ്ഞിരിക്കുന്നു.

അഞ്ച്

അറിയാതെ മാറുന്ന വഴികൾ

പണ്ഡിതസദസ്സ് ആരംഭിച്ചിട്ട് കുറച്ച് നേരമായെന്നു തോന്നുന്നു. അല്പം വൈകിയാണ് കാളിദാസൻ സദസ്സിലെത്തിയത്. കാളിദാസനെ കണ്ടതും സദസ്സ് പെട്ടെന്ന് നിശ്ശബ്ദമായി. ആസ്ഥാനകവി എന്ന ആദരവു കൊണ്ടല്ലെന്ന് വ്യക്തം. ആ പട്ടം പതിച്ചുകിട്ടിയിട്ട് രണ്ടോ മൂന്നോ ദിവസമേ ആയിട്ടുള്ളൂ. പൊതുജനങ്ങൾക്കിടയിലും കൊട്ടാരം ഭടന്മാർക്കിടയിലും ദാസികൾക്കിടയിലുമെല്ലാം ആ പദവി ഏറെ ബഹുമാനിക്കപ്പെട്ടതാണെന്ന് അവരുടെ പെരുമാറ്റം കൊണ്ട് കാളിദാസന് മനസ്സിലായിട്ടുണ്ട്. എന്നാൽ കൊട്ടാരം പണ്ഡിതർക്കിടയിൽനിന്ന് അത്തരം ഒരു ബഹുമാനമോ എന്തിന് ഒരഭിനന്ദനം പോലും ലഭിച്ചിട്ടില്ല. ശങ്കരകവി മാത്രം ആദരവോടെ സ്നേഹത്തോടെ പെരുമാറിയിട്ടുണ്ടെന്ന് മാത്രം.

കവി കടന്നുവന്നപ്പോൾ പെട്ടെന്നുണ്ടായ ആ നിശ്ശബ്ദത എന്തോ ദുഃസൂചകമാണെന്ന് ചിന്തിക്കുവാൻ അദ്ദേഹത്തിന് ദിവ്യ ചക്ഷുസ്സൊന്നും വേണ്ടിയിരുന്നില്ല. അതൊന്നും പുറത്തുകാണിക്കാതെ പരമശാന്തനായി അദ്ദേഹം തന്റെ പീഠത്തിൽ ചെന്നിരുന്നു.

രാജാവ് വളരെ സൗമ്യമായി തന്നെ പറഞ്ഞു “വന്നാലും മഹാത്മൻ, ഇവിടെ താങ്കളെക്കുറിച്ച് തന്നെയായിരുന്നു ചർച്ച. ആസ്ഥാനകവി എന്ന സ്ഥാനം ഉജ്ജയിനി അങ്ങയുടെ കാൽക്കൽ വച്ചിട്ട് രണ്ടോ മൂന്നോ ദിവസമേ ആയിട്ടുള്ളൂ. അപ്പോഴേക്കും അങ്ങയെപ്പറ്റി പരാതിയുണ്ടാവുക. അത് ഉജ്ജയിനി എന്ന ഈ മഹാസാമ്രാജ്യത്തിന് അഭിമാനമാണെന്ന് തോന്നുന്നില്ല....”

മഹാരാജൻ എന്തോ ഉള്ളിലൊതുക്കി സംസാരിക്കുകയാണെന്ന് മനസ്സിലായി. പക്ഷേ എന്താണ് താൻ ചെയ്ത അപരാധമെന്ന് അദ്ദേഹത്തിന് വ്യക്തമായില്ല.

“എന്താ ഒന്നും മറുപടി പറഞ്ഞില്ല?” മഹാരാജന്റെ ചോദ്യം കേട്ടപ്പോൾ കാളിദാസൻ ചിന്തയിൽ നിന്നുണർന്നു.

“അടിയന് ഒന്നും മനസ്സിലായില്ല. എന്തപരാധമാണാവോ അടിയൻ ചെയ്തത്?” നിഷ്കളങ്കമായ ആ ചോദ്യം കേട്ട് രാജാവ് പുഞ്ചിരിച്ചു.

“ഉജ്ജയിനിലെ പണ്ഡിതാഗ്രേസരൻമാരായ കവികൾക്കാണ് അങ്ങയെക്കുറിച്ച് പരാതിയുള്ളത്. ബ്രാഹ്മണനായ അങ്ങ് ഗണികാഗൃഹം സന്ദർശിച്ചു എന്നാണ് അവരുടെ പരാതി. താങ്കളിന്നലെ വിലാസവതി യുടെ വസന്തമാളികയിൽ പോയിരുന്നുവോ?”

കാളിദാസൻ മറുപടി പറയുന്നതിനുമുമ്പേ മുൻഭാഗത്തിരുന്നിരുന്ന വൃദ്ധനായ ബാണേശ്വരൻ എഴുന്നേറ്റുനിന്നു.

“പോയിരുന്നു എന്ന് മാത്രമല്ല അങ്ങുന്നേ, അവിടെയിരുന്ന് താംബൂല ചർവണം ചെയ്യുകയുമുണ്ടായി. വാരസ്ത്രീകൾ താമസിക്കുന്ന ഗൃഹത്തി ലേക്ക് ബ്രാഹ്മണനാണെങ്കിലും ക്ഷത്രിയനാണെങ്കിലും പോകുന്ന തെന്തിനാണെന്ന് ആർക്കും ഊഹിക്കാവുന്നതല്ലേയുള്ളൂ. ഇനി പോയില്ല എന്നാണ് വാദമെങ്കിൽ വിലാസവതിയെ ആളയച്ചുവിളിക്കാവുന്നതാണ്.”

“വേണം രാജാവേ, മഹാരാജൻ കല്പിച്ചു കൊടുത്ത ഉന്നതമായ ഒരു സ്ഥാനം കളങ്കപ്പെടരുത്” പിന്നിൽ നിന്ന് ആരോ പറഞ്ഞു.

“അതെ അതാണ് വേണ്ടത്” ആരൊക്കെയോ ആവർത്തിച്ചു.

“താങ്കൾ മറുപടി പറഞ്ഞില്ല” രാജാവ് വീണ്ടും ആവർത്തിച്ചു. സദസ്സ് ശാന്തമായെന്നു കണ്ടപ്പോൾ കാളിദാസൻ എഴുന്നേറ്റു.

“പോയിരുന്നു മഹാരാജൻ. ഉജ്ജയിനിയുടെ ആസ്ഥാനകവിക്ക് എവിടെയൊക്കെ പോകാം എവിടെ പോകാൻ പാടില്ല എന്നൊന്നും ആരും അടിയനെ അറിയിച്ചിരുന്നില്ല”

“അപ്പോൾ പോയിരുന്നു” ബാണേശ്വരൻ വീണ്ടും ചാടിയെണീറ്റു. “ആസ്ഥാനകവി എന്നതിനേക്കാൾ ബ്രാഹ്മണനാണ് എന്ന കാര്യം അങ്ങ് വിസ്മരിച്ചു. ബ്രാഹ്മണർക്ക് വേശ്യാസംസർഗം നിഷിദ്ധമാണെന്ന വസ്തുതപോലും അങ്ങേയ്ക്കറിയില്ലെന്നുണ്ടോ?”

“ബ്രാഹ്മണർക്ക് വേശ്യാസംയോഗം നിഷിദ്ധമാണെന്ന് കേട്ടിട്ടുണ്ട്. വാരസ്ത്രീകൾ താമസിക്കുന്ന ഗൃഹത്തിലേക്കു പോകാൻ പാടില്ലെന്ന് ഇപ്പോൾ ആദ്യമായി കേൾക്കുകയാണ്”

“ധിക്കാരം... മഹാരാജൻ. ഈ രാജസദസ്സിനെപ്പോലും അപമാനി ക്കുന്ന ധിക്കാരത്തിലാണ് കാളിദാസകവി സംസാരിക്കുന്നത്” ബാണേ ശ്വരൻ പറഞ്ഞു.

“അടിയൻ ആരേയും അപമാനിച്ചതല്ല. ചോദ്യത്തിന് ഉത്തരം പറഞ്ഞു എന്ന് മാത്രം. ബ്രഹ്മജ്ഞാനിയാണ് ബ്രാഹ്മണൻ. അടിയൻ ബ്രഹ്മ ജ്ഞാനിയാണെന്ന് കരുതുന്നില്ല. ബ്രാഹ്മണകുലത്തിൽ ജനിച്ചത് കൊണ്ട് ബ്രാഹ്മണനായി ജീവിക്കണമെന്നില്ല. പരശുരാമൻ ബ്രാഹ്മണ കുലത്തിലാണ് ജനിച്ചത്. ജീവിതത്തിൽ ക്ഷത്രിയധർമ്മമാണ് വരിച്ചത്.

ദ്രോണാചാര്യർ ജന്മം കൊണ്ട് ബ്രാഹ്മണനായിരുന്നു. കർമ്മം കൊണ്ട് ക്ഷത്രിയനും.”

ബാണേശ്വരൻ തലതാഴ്ത്തി. മറ്റു കവികളും ഒന്നും മിണ്ടാതായി. രാജാവ് പുഞ്ചിരിച്ചുകൊണ്ട് പറഞ്ഞു.

“ആസ്ഥാനകവി എന്നത് ഈ സാമ്രാജ്യം നൽകുന്ന ഒരാദരമാണ്. അതിനർത്ഥം എല്ലാ സ്വാതന്ത്ര്യവും പണയം വെയ്ക്കണമെന്നല്ല. പരാതി പറഞ്ഞവർക്കുള്ള ഉത്തരം കാളിദാസകവി തന്നെ പറഞ്ഞു കഴിഞ്ഞു. ഈ സദസ്സിൽ തന്നെ വാരസ്ത്രീസംസർഗമുള്ള എത്ര പേരുണ്ട്. അവർക്കെതിരെ ഒന്നുമുന്നയിക്കാത്ത പരാതി കാളിദാസനെതിരെ ഉന്നയിച്ചത് എന്തുകൊണ്ടാണെന്ന് നമുക്കറിയാം. യഥാർത്ഥകവികൾ ഇത്തരം ചെറിയ കാര്യങ്ങൾ ചിന്തിച്ച് സമയം പാഴാക്കേണ്ടവരല്ല. നാം എന്തു കൊണ്ടാണ് കാളിദാസനെ ആസ്ഥാനകവിയാക്കി കല്പിച്ചതെന്ന് ആർക്കെങ്കിലും സംശയം തോന്നുന്നുണ്ടെങ്കിൽ അദ്ദേഹം രചിച്ച ഋതു സംഹാരം എന്ന കൃതി ഒന്നു വായിക്കുക. അതിനേക്കാൾ മഹത്തായ ഒരു കൃതി നിങ്ങളിലാരെങ്കിലും എഴുതുകയാണെങ്കിൽ ആ സ്ഥാനം നിങ്ങൾക്ക് അർഹതപ്പെട്ടതായിരിക്കും. അല്ലാതെ ഇത്തരം ചെറിയ കാര്യങ്ങളുന്നയിച്ച് ഈ പണ്ഡിതസദസ്സിന്റെ പ്രൗഢി നഷ്ടപ്പെടുത്തരുത്. ഇത് കല്പനയാണ്. ബാണേശ്വരകവിക്കും ബാധകമാണ്”.

രാജാവിന്റെ മറുപടി സദസ്സിലെ ബഹുഭൂരിപക്ഷത്തിനും തൃപ്തികരമല്ലെന്ന് അവരുടെ മുഖം വിളിച്ചുപറഞ്ഞു. ഉടൻ തന്നെ പടുവൃദ്ധനായ ഒരാൾ എഴുന്നേറ്റു നിന്നുപറഞ്ഞു. “മഹാരാജൻ അസൂയയുള്ള മനസ്സിൽ കവിതയുണ്ടാവില്ല. മനസ്സിൽ വിഷം നിറച്ചിരിക്കുന്നവർ എന്തെഴുതിയാലും വിഷഗന്ധം മാത്രമേ വമിക്കൂ. അങ്ങയുടെ തീരുമാനം ഉചിതമായി. വിക്രമാദിത്യൻ എന്ന് അങ്ങയെ ഞങ്ങൾ വിശേഷിപ്പിക്കുന്നത് ഇത്തരം തീരുമാനങ്ങളിലെ ന്യായവും യുക്തിയും പരിഗണിച്ചിട്ടാണ്. ഇത് എന്നും ഉണ്ടാകട്ടെ. മഹാരാജാവ് നീണാൾ വാഴട്ടെ”. പ്രൗഢമായ ശബ്ദം, ഉറച്ച ധീരമായ വാക്കുകൾ, പതർച്ചയില്ലാത്ത പ്രയോഗരീതി. ആരാണാ കവിയെന്ന് അറിയാനുള്ള ആഗ്രഹം കാളിദാസനുണ്ടായി. വാർദ്ധക്യത്തിന്റെ അവശതയിലും ധീരതയും ദാർശനികതയും സ്ഫുരിക്കുന്ന ആ മുഖം ആരിലും ആദരവുണ്ടാക്കും.

സഭാതലം പിരിഞ്ഞതിനുശേഷം അന്നും രാജാവ് കാളിദാസനോട് അല്പസമയം സംസാരിക്കാനിരുന്നു. “എല്ലാവരും പിരിഞ്ഞുപോയി എന്നിട്ടാകാമെന്നു കരുതി. നാമൊരു കാര്യം കേട്ടു സത്യമാണോ” രാജാവ് ചോദിച്ചു. “എന്താണാവോ, കാര്യമറിഞ്ഞാലല്ലേ സത്യമാണോ എന്ന് പറയാനാവൂ”

“മറ്റൊന്നുമല്ല. അങ്ങ് വിവാഹിതനാണെന്ന വാർത്ത! ശരിയാണോ ചാരന്മാർ അറിയിച്ചതാണ്” ഒരു നിമിഷം കാളിദാസൻ ഒന്നു പകച്ചു.

ചോദ്യം കേട്ടതുകൊണ്ടല്ല. തന്നെക്കുറിച്ചൊക്കെ ചാരന്മാർ അന്വേഷി ക്കുവാൻ തുടങ്ങി എന്നോ...

"അതെ, പേരിനൊരു വിവാഹം കഴിഞ്ഞു അത്ര തന്നെ"

"പിന്നെ എന്തുപറ്റി വേളിയെ ഉപേക്ഷിച്ചോ, അതോ, താങ്കളെ അവർ ഉപേക്ഷിച്ചോ?" രാജാവ് പാതി തമാശയായും പാതി കാര്യമായും ചോദിച്ചു.

തിരുമേനി അതൊരു വലിയ കഥയാണ്. സമയത്തിനനുസരിച്ച് അടിയനതറിയിക്കാം. ഇപ്പോൾ അടിയനെ പോകാൻ അനുവദിക്കണം.

"പറയാൻ താൽപര്യമില്ലെന്നു തോന്നുന്നു. നാം നിർബ്ബന്ധിക്കില്ല. താങ്കളെ കണ്ടതുമുതൽ ഏതോ ഒരു മുജ്ജന്മബന്ധം പോലെ. ഒരു രാജാ വായിട്ടല്ല, ഒരു സുഹൃത്തായിട്ടാണ് നാം ചോദിച്ചത്. പറയണമെന്ന് തോന്നുമ്പോൾ അങ്ങേയ്ക്ക് പറയാം."

"തിരുമേനി അങ്ങയുടെ ഹൃദയം അടിയനു മനസ്സിലാകും; പൂവിന്റെ ഗന്ധമറിയാൻ അതിനെ കീറി മുറിക്കേണ്ടതില്ല. അതിന് ഏറെ സമയവും വേണ്ട. അങ്ങയുടെ നല്ല മനസ്സ് അടിയൻ എപ്പോഴേ മനസ്സിലാക്കി കഴിഞ്ഞു. അവിടുത്തോട് ഒന്നും മറച്ചുവെയ്ക്കാനുമില്ല. ഇപ്പോൾ വേണ്ട, മനസ്സ് ശാന്തമായ മറ്റൊരവസരത്തിലാകാം"

"മതി, താങ്കളുടെ ഇഷ്ടം. ഒരു കൗതുകംകൊണ്ടു ചോദിച്ചു എന്നു മാത്രം" രാജാവ് പറഞ്ഞു നിർത്തിയപ്പോൾ എന്തേ ചാരന്മാർ ആ കഥ മുഴുവൻ അങ്ങയോട് പറയാഞ്ഞത് എന്ന് ചോദിക്കണമെന്ന് തോന്നി. അപ്രിയം ഭയന്നിട്ടില്ല. പക്ഷേ, ചോദിച്ചില്ല.

കൊട്ടാരങ്ങളുടെ സൗഹൃദം ഒരിക്കലും ശാശ്വതമല്ലെന്ന് തിരിച്ചറിയാ നുള്ള വകതിരിവ് അദ്ദേഹത്തിനുണ്ട്. ഈ ആസ്ഥാനകവിപ്പട്ടം ഒരിക്കലും അദ്ദേഹത്തെ പ്രലോഭിപ്പിച്ചിട്ടില്ലാത്തതുകൊണ്ട് അതു നഷ്ടപ്പെട്ടാലോ എന്ന ഖേദവും അദ്ദേഹത്തിനില്ല. പക്ഷേ, കുറച്ചു ദിവസം അവിടെ കഴിഞ്ഞേ പറ്റൂ. അത് കൊട്ടാരത്തിലെ അതിഥിമന്ദിരത്തിൽ കിട്ടുന്ന ആഡംബരങ്ങളോടുള്ള ഭ്രമം കൊണ്ടല്ല, തന്റെ പ്രാണനെ തിരിച്ചെടു ക്കാനുള്ള വെമ്പൽകൊണ്ടു മാത്രം

അധികാരത്തിന്റെ കൂടെ സഞ്ചരിക്കുന്ന ഒന്നാണ് അപഖ്യാതി. ഇന്നലെ വരെ താനെവിടെപ്പോയി എന്തിനു പോയി എന്ന് ആരും അന്വേ ഷിച്ചിരുന്നില്ല. ഇന്ന് ഉജ്ജയിനി എന്ന മഹാസാമ്രാജ്യത്തിന്റെ ആസ്ഥാന കവി ആയതുമുതൽ തന്റെ നടത്തവും ഇരുത്തവും ശ്രദ്ധിക്കാനെത്ര പേരാണ്.

പിറകിൽ ചാരന്മാരാണെത്രേ!

കാളിദാസന് കാളിദാസനല്ലാതാകുവാൻ കഴിയുമോ? അങ്ങനെ ആയാൽ ഈ രാജകവിപ്പട്ടം നിലനിൽക്കുമോ? വിചിത്രം തന്നെ!

കവി അപാരമായ കാവ്യസംസാരത്തിലെ പ്രജാപതിയാണ്. ഇഷ്ടം പോലെയുള്ള ലോകം സൃഷ്ടിക്കുന്നവൻ. മറ്റൊരാളുടെ ഇഷ്ടത്തിനനുസരിച്ച് ജീവിക്കുന്നവനല്ല. തന്റെ ഇഷ്ടങ്ങളെ തടയാൻ ഒരു രാജകല്പനയ്ക്കും സാധിക്കില്ല.

ചിന്തകൾക്ക് ചൂടുപിടിക്കുന്നതിനുമുമ്പേ ശങ്കരകവി എത്തി. "കാളിദാസമഹാകവി സർഗ്ഗചിന്തയിലാണോ?"

"ഇന്ന് രാജസദസ്സിൽ കേട്ടതൊക്കെ അതുല്യമായ ഭാവനകളല്ലെ. ഉജ്ജയിനിയിലെ കവികളൊക്കെ വലിയ സർഗ്ഗാത്മകതയുള്ളവരാണ്"

"അസൂയയാണ്. അതൊന്നും അങ്ങ് കാര്യമാക്കേണ്ട എന്തൊക്കെ കേട്ടാലും പാലിൽനിന്ന് വെള്ളത്തെ വേർതിരിച്ചെടുക്കാനുള്ള അസാമാന്യസിദ്ധി നമ്മുടെ രാജാവിനുണ്ട്. എല്ലാം കേൾക്കുമെന്നേയുള്ളൂ. അസൂയയും കുനുഷ്ടും കുറുമ്പുമൊക്കെ, അതേ തലത്തിൽ തിരിച്ചറിഞ്ഞ് പ്രതികരിക്കുവാൻ ഭോജസദസ്സിനുകഴിയും. അതിന്റെ തെളിവാണല്ലോ ഇന്ന് കണ്ടത്"

ശങ്കരകവി എപ്പോഴും തന്റെ ഭാഗത്താണ്. അദ്ദേഹത്തിനെന്തോ തന്നോട് ഒരു പ്രത്യേക മമതയുണ്ടെന്ന് ആദ്യംതന്നെ തിരിച്ചറിഞ്ഞിട്ടുണ്ട്. ഒരേ നാട്ടുകാരെന്ന പരിഗണനയായിരിക്കാം.

"അല്ലാ, ഇന്ന് സദസ്സിൽ നമ്മെ ന്യായീകരിച്ച ഒരു വൃദ്ധനായ കവിയുണ്ടായിരുന്നുവല്ലോ അതാരാണ്?" കാളിദാസന്റെ സംശയം കേട്ട് അദ്ഭുതത്തോടെ ശങ്കരകവി ചോദിച്ചു. "എന്ത്! അദ്ദേഹത്തെ അറിയില്ലെന്നോ അദ്ദേഹമാണ് ഭർത്തൃഹരി. വൃദ്ധൻ എന്നല്ല, അദ്ദേഹത്തെ വിളിക്കേണ്ടത്. ജ്ഞാനവൃദ്ധൻ എന്നാണ് കൊട്ടാരം പണ്ഡിതരിൽ അഗ്രേസരൻ. എപ്പോഴെങ്കിലുമേ ഇവിടെ കാണു... അദ്ദേഹത്തിനു തോന്നുമ്പോൾ വരും തോന്നുമ്പോൾ പോകും. അദ്ദേഹം രാജകുലത്തിൽതന്നെ ജനിച്ചതാണ്."

"ഈശ്വരാ! ഭർത്തൃഹരി. അദ്ദേഹമായിരുന്നോ അത്. ആ പാദങ്ങളിൽ വീണ് നമസ്കരിക്കുവാൻ കഴിഞ്ഞില്ല. അറിഞ്ഞില്ല. എത്ര കേട്ടിരിക്കുന്നു! അദ്ദേഹത്തിന്റെ സുഭാഷിതങ്ങൾ കുട്ടികൾക്ക് കൂടി മനഃപാഠമാണ്."

അവർ സംസാരിച്ചിരിക്കുന്നതിനിടയിൽ തോഴി വന്ന് ഒരു കുറിപ്പ് കവിയെ ഏല്പിച്ചു. താണു വണങ്ങി തിരിച്ചുപോയി.

"മഹാരാജാവിന്റേതാണ്... നാളെ കാളീക്ഷേത്രത്തിലേക്ക് രാജാവ് എഴുന്നള്ളുന്നുവെന്ന്. നമ്മെ കൂടെ ക്ഷണിച്ചിരിക്കുന്നു"

"ഭാഗ്യം. രാജാവിന് അങ്ങയെ നന്നായി ബോധിച്ചിരിക്കുന്നു. പോകണം!"

"പോയില്ലെങ്കിൽ അത് രാജകല്പന ധിക്കരിച്ചു എന്നാവില്ലെ പോകാം" കാളിദാസൻ പറഞ്ഞു.

"ഏയ് അങ്ങനെ കരുതരുത്. കല്പന വേറെയും ക്ഷണം വേറെ യുമാണ്. എല്ലാ കാര്യത്തിലും തന്റെ ഇഷ്ടം മാത്രംനോക്കി ഓരോ കവിയും ജീവിക്കണമെന്ന ദുശ്ശാഠ്യമൊന്നും രാജാവിനില്ല."

"എങ്കിലും പോകണം. രാജാവിന്റെ താൽപര്യങ്ങൾ കണ്ടറിഞ്ഞു പ്രവർത്തിക്കുന്നു എന്നതുകൊണ്ട് നഷ്ടമൊന്നുമില്ലല്ലോ?"

ശങ്കരകവി പറഞ്ഞത് ശരിയാണെന്നു തോന്നി. തന്റെ ആശയവിശ്വാ സങ്ങൾ പ്രകടിപ്പിക്കുവാൻ തനിക്കാരെയും ഭയപ്പെടേണ്ടതില്ല. കാളീ ക്ഷേത്രത്തിൽ പോയി പ്രാർത്ഥിക്കുവാൻ കിട്ടുന്ന ഭാഗ്യാവസരത്തെ എന്തിന് ഇല്ലാതാക്കണം!

അസ്തമയം വരെ ശങ്കരകവി അവിടെയുണ്ടായിരുന്നു. പിന്നെ സന്ധ്യാവന്ദനത്തിനു സമയമായി എന്നു പറഞ്ഞുകൊണ്ടെഴുന്നേറ്റു. പിന്നെയും തനിച്ചായി.

തനിച്ചിരിക്കുമ്പോഴാണ് ചിന്തകളുടെ ഒരു ഭാണ്ഡം കേറി തലയിലിരി ക്കുന്നത്. എത്ര ഒഴിവാക്കാൻ ശ്രമിച്ചാലും ഒഴിഞ്ഞുപോകാത്ത ചിന്തകൾ.

പെട്ടെന്നോർമ്മയിലേക്കുവന്നത് രാജാവ് രാവിലെ ചോദിച്ച ചോദ്യ മാണ്. വിവാഹം കഴിച്ചിരുന്നോ എന്ന്. പെട്ടെന്ന് അവളുടെ രൂപം ഓർമ്മ യിലേക്ക് കടന്നുവന്നു. ആട്ടിയോടിക്കുവാൻ ശ്രമിച്ചാൽ അതിനേക്കാൾ ശക്തിയിൽ തിരിച്ചാക്രമിക്കുന്ന വെറുക്കപ്പെട്ട ആ ഓർമ്മകൾ.

വിവാഹമെന്ന് പറയുവാൻ കഴിയുമോ? അമ്മാവൻ എപ്പോഴും പറ യുന്നതുപോലെ മന്ദന്റെ ഓരോതരം മന്ദത്തരം!

മാളവത്തിലെ ആ മഹാക്ഷേത്രം പിന്നെയും തെളിഞ്ഞുവരുന്നു. സർവ്വാഭരണവിഭൂഷിതയായി ആ തിരുനടയിൽ നിൽക്കുന്ന സ്ത്രീ ആരാ ണെന്ന് ചോദിക്കേണ്ടി വന്നില്ല. ധർമ്മസേനപ്രഭുവിന്റെ മകൾ വിദ്യുല്ലത ഇന്ന് ക്ഷേത്രത്തിൽ തൊഴാൻ വരുന്നു എന്ന് നേരത്തെ അറിയിപ്പ് കിട്ടി യിരുന്നു. കഴകക്കാർക്കൊക്കെ അതുമാത്രമായിരുന്നു സംസാരം. നാട്ടിലെ ഏറ്റവും ധനികനായ ധർമ്മസേനപ്രഭുവിനെ അറിയാത്തവരാരുണ്ട്. സമ്പത്തിന്റെ മഹാമേരുപർവതത്തിനു മുകളിലാണ് താമസം. ധാർ ഷ്ട്യവും നാട്യവുമുണ്ട്. പിശുക്കിന്റെ കാര്യത്തിൽ ലോകചരിത്രത്തിൽ തന്നെ പേരെഴുതി വയ്ക്കാവുന്ന ഒരാൾ. ഏകമകൾ വിദ്യുല്ലത. അച്ഛന്റെ പ്രൗഢിക്കും അഹങ്കാരത്തിനും ഒട്ടും പിന്നിലല്ല അവൾ എന്ന് ഒറ്റ നോട്ട ത്തിൽ തന്നെ മനസ്സിലാകും. എത്രമാത്രം ആഭരണങ്ങളാണ് അണിഞ്ഞി രിക്കുന്നത്.

അവളെ ശ്രദ്ധിക്കാതെ ശ്രീകോവിലിൽ നിന്ന് പുറത്തിറങ്ങി നട പ്പന്തലിലേക്കു പോന്നത് അവൾക്കത്ര ഇഷ്ടപ്പെട്ടില്ലെന്ന് തോന്നി. മറ്റു ക്ഷേത്രജീവനക്കാരൊക്കെ അവളുടെ ചുറ്റും സേവകരെപ്പോലെ കുനിഞ്ഞു നിൽക്കുകയാണല്ലോ. ഭഗവാന്റെ മുമ്പിൽ നിന്ന് മറ്റൊരാളെ നമസ്കരിക്കുക. അതിലും വലിയ അപരാധം മറ്റെന്തുള്ളൂ.

"ആരാ പോയത്?" അവൾ ക്ഷേത്രത്തിലെ കഴകക്കാരനോട് ചോദിക്കുന്നത് കേട്ടു.

"അത് ഇവിടത്തെ മുട്ടുശാന്തി. ശാന്തിക്കാരനില്ലാത്തപ്പോൾ അദ്ദേഹമാണ് വരാറ്. ശാന്തിക്കാരൻ തിരുമേനിയുടെ മരുമകനാണ്."

"വല്ലാത്ത അഹങ്കാരിയാണെന്ന് തോന്നുന്നു."

"അയ്യോ പാവം, ഒരു മന്ദനാണ്. ഒന്നും തെറ്റിദ്ധരിക്കേണ്ട..." കഴകത്തിന്റെ മറുപടി. "മന്ദൻ" അത് കേട്ടുകേട്ടു ശീലമായതുകൊണ്ടു ഒന്നും തോന്നാറില്ല

"ഹേയ് മന്ദൻ ശാന്തി ഒരു പുഷ്പാഞ്ജലികൂടി ചെയ്യാനുണ്ടായിരുന്നു...." അഹങ്കാരത്തോടെ അവൾ വിളിച്ചപ്പോൾ ചെകിടടച്ച് ഒന്ന് കൊടുക്കാനാണ് തോന്നിയത്.

ഒന്നും മിണ്ടാതെ ശ്രീകോവിലിലേക്ക് കയറുമ്പോൾ അവളുടെ മുഖത്തുള്ള ആ ചിരി പ്രത്യേകം ശ്രദ്ധിച്ചു. തികച്ചും ശൃംഗാരത്തിൽ പൊതിഞ്ഞ ചിരി.

അറപ്പാണ് തോന്നിയത്.

വിദ്യുല്ലതയെ പിന്നെയും പല പ്രാവശ്യം കണ്ടു. ഒരു കാര്യവുമില്ലാതെ അവൾ അടുത്ത് പറ്റിക്കൂടി നിൽക്കും. എന്തെങ്കിലുമൊക്കെ പറഞ്ഞുകൊണ്ടിരിക്കും. ഒരിക്കൽ അവൾ ചോദിച്ചത് ഇപ്പോഴും ഓർമ്മയിൽ വരുന്നു. സുന്ദരിയായ ഒരു കന്യക അടുത്തുവന്ന് ഇത്രയൊക്കെ സംസാരിച്ചിട്ടും താങ്കൾക്കൊന്നും മനസ്സിലായില്ല എന്നോ? എല്ലാവരും പറയുന്നതുപോലെ ശരിക്കും മന്ദനാ? തറപ്പിച്ചൊന്നു നോക്കുകയല്ലാതെ അതിനും മറുപടി പറഞ്ഞില്ല.

അവൾ പോയി കുറച്ചുകഴിഞ്ഞപ്പോഴാണ് സാക്ഷാൽ ദേവത പോലെ മറ്റയാൾ വന്നത്. വളകിലുങ്ങുന്നതുപോലെ ചിരിച്ചുകൊണ്ട് കുസൃതി ചാലിച്ച വിടർന്ന കണ്ണുകൾ കൊണ്ട് തനിക്കുമാത്രം മനസ്സിലാക്കുന്ന നൂറുകാര്യങ്ങൾ പറഞ്ഞുകൊണ്ട്.

വിദ്യുല്ലത ഒന്നു പോയിക്കിട്ടിയാൽ മതിയായിരുന്നു എന്ന് പ്രാർത്ഥിക്കുന്ന അതേ മനസ്സുകൊണ്ട് എത്രയോ പ്രാവശ്യം ആഗ്രഹിച്ചിട്ടുണ്ട്. ഇവൾ എന്നും തന്റെ കൂടെ ഉണ്ടായിരുന്നുവെങ്കിൽ.

ഒരിക്കൽ വളരെ പതുക്കെ അവളോടു ചോദിച്ചു "എന്താ പേര്?" ഉത്തരം ഒരു ചിരിയായിരുന്നു. "പേരിലെന്തിരിക്കുന്നു. അങ്ങേയ്ക്ക് എന്തും വിളിക്കാം." മറുപടി പെട്ടെന്നുതന്നെ വന്നു.

"എന്നാലും ഒരു പേരുണ്ടാകുമല്ലോ?"

"പേരുണ്ട്. കുലവും കുലധർമ്മവും ഒക്കെയുണ്ട്. എന്തിനാണതൊക്കെ അറിയുന്നത്. വിളിക്കാനൊരു പേരല്ലെ. ഇഷ്ടമുള്ളത് വിളിച്ചോളൂ"

മാളവത്തിലെ ഒരു സാധാരണ സ്ത്രീയെപ്പോലെയായിരുന്നു അവൾ. ഉജ്ജയിനി എന്ന നഗരത്തിലാണ് ജീവിക്കുന്നതെങ്കിലും നിറഞ്ഞ ഗ്രാമീണത അവളുടെ നിഷ്കളങ്കതയിൽ തെളിഞ്ഞുനിന്നിരുന്നു.

"മാളവിക എന്നു വിളിക്കട്ടെ"

"ഹായ് നല്ല പേര്. എത്ര ദിവസം വിളിക്കും?"

"എന്നും വിളിക്കാനാണ് ആഗ്രഹം"

"ആഗ്രഹിക്കുന്നത് നേടാൻ അങ്ങ് രാജാവൊന്നുമല്ലല്ലോ!" അത് പറഞ്ഞപ്പോൾ അവളുടെ മുഖത്ത് പെട്ടെന്ന് ഒരു വിഷാദച്ഛായ മിന്നിമറഞ്ഞത് അന്നേ ശ്രദ്ധയിൽപ്പെട്ടിരുന്നു. "എങ്കിലും വിളിച്ചോളൂ. അത് കേൾക്കാൻ എനിക്കും ഇഷ്ടമാണ്".

മാളവിക നടന്നു നീങ്ങുമ്പോൾ തന്റെ ഹൃദയം മുറിഞ്ഞുപോകുന്നതു പോലെ തോന്നി. പേരറിയാത്ത ഏതോ ഒരു വികാരം രണ്ടുപേരെയും കൂട്ടിയിണക്കിയിരുന്നു. അവൾക്കും എന്തൊക്കെയോ പറയാനുണ്ടായിരുന്നു,

എന്നാൽ വിദ്യുല്ലത... അവൾക്ക് തന്നോട് എന്തും പറയാമെന്ന ധാർഷ്ട്യമായിരുന്നു. അവളെ കാണുന്നതുപോലും ദേഷ്യമായിരുന്നു.

"എന്റെ വിവാഹം സ്വയംവര രീതിയിൽ നടത്തുവാനാണ് അച്ഛൻ തീരുമാനിച്ചിരിക്കുന്നത്. എനിക്കിഷ്ടപ്പെട്ട ഒരാളെയെ ഞാൻ വരിക്കൂ. പക്ഷേ, ഒരു നിബന്ധനയുണ്ട്. അറിവിൽ എന്നെ തോല്പിക്കുന്ന ഒരു പുരുഷനെ മാത്രമേ ഞാൻ വരിക്കൂ" ഒരിക്കൽ വിദ്യുല്ലത പറഞ്ഞു.

"അതല്ലെ നല്ലത്" അതും പറഞ്ഞുകൊണ്ട് നിവേദ്യമെടുത്ത് നടക്കാനൊരുങ്ങിയതാണ്. ഉടൻ അവൾ ചോദിച്ചു. "താങ്കളും വരില്ലേ സ്വയംവരത്തിന്"

പെട്ടെന്ന് അറിയാതെ ചിരിച്ചുപോയി.

"ഈ മന്ദനോ!? നല്ല കാര്യം"

"ഭർത്താക്കന്മാർ കുറച്ച് മന്ദന്മാരാവുന്നതാണ് എപ്പോഴും ഭാര്യമാർക്ക് നല്ലത്" വിദ്യുല്ലതയുടെ ഉദ്ദേശ്യം വ്യക്തമായിരുന്നുവെങ്കിലും ഒന്നും മനസ്സിലാക്കാത്തതുപോലെ പറഞ്ഞു "എങ്കിൽ പിന്നെ എന്തിനാണ് പാണ്ഡിത്യപരീക്ഷണം"

"അത് പണ്ടേ എടുത്ത ഒരു പ്രതിജ്ഞയാണ്. ഈ നാടൊട്ടുക്കും വാർത്ത പ്രചരിക്കുകയും ചെയ്തു. ഇനി മാറ്റി പറയാൻ കഴിയില്ലല്ലോ"

"ഓ അത് ശരി. ഇപ്പോൾ അത്തരം പ്രതിജ്ഞയൊക്കെ തെറ്റായി എന്ന് തോന്നുണ്ടോ?"

"ഒരിക്കലുമില്ല.. എനിക്ക് അനുയോജ്യനാണെന്ന് തോന്നിയാൽ എന്താണ് ചോദിക്കേണ്ടതെന്ന് തീരുമാനിക്കുന്നത് ഞാനല്ലേ..." ഉള്ളിലിരിപ്പ് വ്യക്തമായിരുന്നു. എങ്കിലും മനസ്സിലായ ഭാവം കാണിച്ചില്ല.

“സമയം വൈകും” എന്ന് പറഞ്ഞ് നിവേദ്യപാത്രവും എടുത്ത് ശ്രീകോവിലിനകത്തു കയറിയതുകൊണ്ടു രക്ഷപ്പെട്ടു.

അവൾ ക്ഷേത്രത്തിൽ വരുന്നത് ഭഗവാനെ കാണാനല്ല തന്നെ കാണാനാണെന്ന് വ്യക്തമായിരുന്നു. ക്ഷേത്രത്തിലേക്ക് വരരുതെന്ന് പറയുവാൻ ശാന്തിക്കാരന് അർഹതയില്ലല്ലോ.

അമ്മാവൻ, ശാന്തി ഏറ്റെടുത്താലും തനിക്ക് ക്ഷേത്രത്തിൽ പിടിപ്പതു പണിയുണ്ടാകും. വരാതിരിക്കുവാൻ കഴിയില്ല. എങ്ങനെയാണ് അവളിൽ നിന്ന് രക്ഷപ്പെടുക. അതുമാത്രമായിരുന്നു അവളെക്കാണുമ്പോഴുള്ള ഒരേ ചിന്ത.

എന്നാൽ മാളവിക തന്റെ മാളു... അവളെ കാണാതിരിക്കുമ്പോൾ എന്തോ വിലപ്പെട്ട വസ്തു നഷ്ടപ്പെട്ടപോലെ. ആ സ്വരം, ആ ചിരി, നാണംകൊണ്ട് തുടുത്ത ആ കവിളുകൾ. എന്തൊക്കെയോ പറയാതെ പറയുന്ന ആ കണ്ണുകൾ. തന്റെ പകൽ കിനാവുകളിൽ അവൾ നിറഞ്ഞു നിൽക്കുകയായിരുന്നു. അപ്പോഴേക്കും വിദ്യുല്ലത ഓടിയെത്തും.

“എന്തോ കിനാവു കാണുകയാണോ? എന്നെയാണോ കാണുന്നത്? ഞാനിവിടെ അടുത്ത് തന്നെയുണ്ട്?”

മഹാപണ്ഡിതയാണത്രെ! മറ്റൊരാളുടെ മാനസികാവസ്ഥ മനസ്സിലാകാത്ത ശുഷ്കപാണ്ഡിത്യം. ഈശ്വരാ ഇതൊരു ശല്യമാണല്ലോ എന്ന് പല പ്രാവശ്യം പറഞ്ഞിട്ടുണ്ട്. ഔപചാരികത കൊണ്ട് തുറന്നു പറഞ്ഞില്ലെന്ന് മാത്രം. പക്ഷേ, ആ ഔപചാരികത അല്പമെങ്കിലും അവരും കാണിക്കേണ്ടേ.

അന്ന് ഉച്ചയൂണ് കഴിച്ചുകൊണ്ടിരിക്കുന്നതിനിടയിലാണ് അമ്മാവൻ പറഞ്ഞത്. “മോനേ നമ്മെത്തേടി ഒരു ഭാഗ്യം വന്നിരിക്കുന്നു. നീ കണ്ടിട്ടില്ലേ. ആ ധർമ്മസേന പ്രഭുവിന്റെ മകൾ വിദ്യുല്ലതയെ - അതിസുന്ദരി, അസാധ്യജ്ഞാനി, പത്തു തലമുറയ്ക്ക് കഴിയുവാനുള്ള സമ്പത്ത്, അവൾക്ക് നിന്നെ വേളി കഴിച്ചാൽ കൊള്ളാമെന്നുണ്ട്?”

“എന്ത്, എന്നെയോ, അതൊരിക്കലും ശരിയാവില്ല” അറിയാതെ പറഞ്ഞുപോയതാണ്. അമ്മാവനോട് ഇന്നുവരെ എതിർത്തുപറഞ്ഞിട്ടില്ല. പക്ഷേ, അദ്ദേഹം അല്പം പോലും പ്രകോപിതനായില്ല.

“അങ്ങനെ പറയരുത്, നിനക്കറിയാമല്ലോ നിന്റെ അമ്മയ്ക്ക് ഏഴു മാസം ഗർഭമായിരുന്നപ്പോഴാണ് അച്ഛൻ മരിച്ചത്. അസാധ്യപണ്ഡിതനായിരുന്നു അദ്ദേഹം. അല്പസ്വല്പം കവിതയുമുണ്ടായിരുന്നു. പക്ഷേ നിന്നെ കാണാനോ നിനക്ക് കാണാനോ നിൽക്കാതെ അദ്ദേഹം പോയി. അന്നുമുതൽ ഇന്നുവരെ നിനക്കും അമ്മയ്ക്കുംവേണ്ടി ഞാൻ ജീവിച്ചു. ഇപ്പോൾ പ്രായം കുറച്ചൊക്കെ ആയി. അറിയാമല്ലോ ക്ഷേത്രശാന്തി കൊണ്ട് അഷ്ടിതരാവുംന്നല്ലാതെ ഒന്നും ശേഷിപ്പുണ്ടാവില്ല്യ. കാൽച്ചുവട്ടിൽ വന്ന ഭാഗ്യത്തെ തട്ടിമാറ്ററുത്”

“അറിവിൽ ആ സ്ത്രീയെ തോല്പിക്കുന്നവർക്ക് മാത്രമേ അവൾ ഭാര്യയാകൂ എന്നൊരു പ്രതിജ്ഞയുണ്ടെന്ന് കേട്ടിരുന്നല്ലോ?” തന്റെ മറുപടി കേട്ട് അമ്മാവൻ ചിരിച്ചു.

“അതാണോ ഭയം, ന്റെ മോനെ നിന്റെ പ്രതിഭ അമ്മാവനറിയാം. മന്ദൻ എന്ന് ഏറെ പരിഹസിച്ചു എന്ന് കരുതി നീയൊരു മന്ദനാണോ? അവരെന്ത് ചോദിച്ചാലും ന്റെ കുട്ടി ഉത്തരം പറയും. പിന്നെ ഈ ആലോചന രഹസ്യമായി അവരുടെ ഭാഗത്തുനിന്നു വന്നതാ. അപ്പോൾ പിന്നെ ചോദ്യവും ഉത്തരവും ഒക്കെ വെറും പ്രഹസനമാകുമെന്ന് പറയേണ്ടതുണ്ടോ?”

എന്താണ് പറയേണ്ടതെന്നറിയാതെ പകച്ചു നിന്നുപോയി. കൺകണ്ട ദൈവമായിരുന്നു ആ അമ്മാവൻ. അക്ഷരം പഠിപ്പിച്ച ഗുരുവും അദ്ദേഹം തന്നെ. അദ്ദേഹത്തെ എതിർക്കുന്നതെങ്ങനെ, എന്നാൽ മനസ്സിൽ ഒരാളെ പ്രതിഷ്ഠിച്ചിട്ട് മറ്റൊരാളോടൊത്ത് ജീവിക്കുന്നതെങ്ങനെ.

ഒരു വഴി മാത്രമേ മുമ്പിൽ കണ്ടതൊള്ളൂ. പലരും കളിയാക്കി വിളിച്ച ആ മന്ദൻ എന്ന പേര് അന്വർത്ഥമാക്കുന്ന രീതിയിൽ അഭിനയിക്കുക തന്നെ.. അവർ ചോദിക്കുന്ന ഒരു ചോദ്യത്തിനും ഉത്തരം പറയാതിരുന്നാൽ മതിയല്ലോ. ജ്ഞാനപരീക്ഷ ഒരു സദസ്സിനു മുന്നിലായിരിക്കും. ആ സദസ്സിനു മുന്നിൽ വെച്ച് ഒരു ചോദ്യത്തിനും ഉത്തരം പറയാത്ത ഒരാളെ വരിക്കാൻ ഒരിക്കലും വിദ്യുല്ലതയ്ക്ക് കഴിയില്ല. അഹങ്കാരത്തിന്റെ കൊടുമുടി ഉടഞ്ഞുവീണാൽ പിന്നെ ഏത് അഹങ്കാരികളും മൃതരാണ്.

ഈ ചിന്ത മനസ്സിലേക്ക് വന്നതും ഹൃദയം തുറന്ന് ഭഗവാനെ വിളിച്ചു. ഭഗവാൻ എപ്പോഴും പുതിയ വഴികൾ ഭക്തർക്കുവേണ്ടി തുറന്നുകൊണ്ടേയിരിക്കും. അത് കാളിദാസന് എന്നും ഉറപ്പായിരുന്നു.

ആറ്

മോഹമാനസങ്ങളിലൂടെ

വസന്തമാളികയിൽ പോവാറുണ്ടിയിരുന്നുവെങ്കിലും മാളുവിനെ കാണാൻ കഴിയാറില്ല. കണ്ടാലോ ഒരു മിന്നലാട്ടം പോലെ... ഒന്നു പ്രത്യക്ഷപ്പെടും. അപ്പോൾതന്നെ അപ്രത്യക്ഷമാവുകയും ചെയ്യും. വിലാസവതി വന്നിരിക്കും കൂടെ. കുറേ സംസാരിക്കും. കവിതയും സാഹിത്യവുമൊക്കെ സംസാരിക്കാൻ വിലാസവതിക്ക് വളരെ താത്പര്യമുണ്ടായിരുന്നു. ഇടയ്ക്കുള്ള സന്ദർശനംകൊണ്ട് ഒരു ഗുണം ഉണ്ടായി. ജനങ്ങൾക്കിടയിൽ നല്ലൊരു പേര് വീണു കിട്ടി. വേശ്യാകാമുകൻ!

അല്ലെങ്കിലും ആളുകൾ എന്തുപറയും എന്നതിനെക്കുറിച്ച് ഒരിക്കലും ചിന്തിച്ചിട്ടില്ലല്ലോ.

ഒരിക്കൽ ഉജ്ജയിനിക്ക് പുറത്തുവെച്ച് അവിചാരിതമായാണ് മാളവികയെ കണ്ടത്. പഴയ കുസൃതിത്തരങ്ങളൊക്കെ നഷ്ടപ്പെട്ടിരിക്കുന്നു. ഒരു പക്വത വന്നതുപോലെ തോന്നി. "മാളു- എന്താ നമ്മേ കണ്ടിട്ടും... ഒരകലം സൂക്ഷിക്കുന്നപോലെ..." കൂടെ ആരുമില്ലാത്ത ആ അവസരം ഉപയോഗിക്കാൻതന്നെ തീരുമാനിച്ചു.

"അങ്ങയുടെ വിവാഹം കഴിഞ്ഞില്ലേ..." അവൾ ഒന്നു ദീർഘമായി നിശ്വസിച്ചു. "മനസ്സിൽ ഒരാളെ മാത്രമേ ആരാധിച്ചിട്ടുള്ളു. സ്നേഹിച്ചിട്ടുള്ളു. മഹാദേവനേക്കാൾ വലിയ സ്ഥാനത്തായിരുന്നു അങ്ങയെ കണ്ടത് അങ്ങ് മറ്റൊരാളുടേതായി എന്ന് അറിഞ്ഞപ്പോൾ സ്വയം പിൻവാങ്ങി. ഗണികകുലത്തിൽ ജനിച്ച ഒരാൾക്ക് വിവാഹജീവിതം സ്വപ്നം കാണാൻ കഴിയില്ലല്ലോ?"

"നീയേത് കുലത്തിൽ ജനിച്ചു എന്ന് നാമൊരിക്കലും ചിന്തിച്ചിട്ടില്ല. നീയെന്റെ മാളവികയാണ്. പിന്നെ വിവാഹം- അത് വെറും തെറ്റിദ്ധാരണയാണ്. അന്നും ഇന്നും എന്റെ മനസ്സിൽ നീ മാത്രം." സംശയത്തോടെ അവൾ മുഖത്തേക്കു നോക്കി.

"യഥാർത്ഥ സ്നേഹത്തിൽ വിദ്യയോ കുലമോ വർണ്ണമോ ഒന്നും തടസ്സമാവില്ല."

ഒരു വിഷാദഭാവം അളവുടെ മുഖത്ത് പരന്നു. വളരെ സാവധാന ത്തിലാണ് അവൾ സംസാരിച്ചത്. "അങ്ങയെ ആദ്യകാഴ്ചയിൽ തന്നെ എന്റെ ഹൃദത്തിൽ പ്രതിഷ്ഠിച്ചിരുന്നു. വാരസ്ത്രീകൾക്ക് സ്ഥായിയായ പ്രേമം പാടില്ലെന്നാണ് വിധി. പക്ഷേ അതൊന്നും അപ്പോഴെനിക്ക് ഓർക്കാൻ കഴിഞ്ഞില്ല."

"അങ്ങൊരിക്കൽ എന്നോട് പേര് ചോദിച്ചു. വിലാസിനി എന്നായി രുന്നു എന്റെ പേര്. ആ പേരിൽ നിന്നുംതന്നെ ഞാനൊരു വാരസ്ത്രീയാ ണെന്ന് അങ്ങു മനസ്സിലാക്കും എന്നെനിക്കു തോന്നി. അതുകൊണ്ടാ ണന്ന് പേര് പറയാതിരുന്നത്. അങ്ങു നൽകിയ മാളവിക എന്ന് പേര് വല്ലാതിഷ്ടപ്പെടുകയും ചെയ്തു."

"...അങ്ങയുടെ കവിതകൾ ഉയരത്തിലേക്ക് പറക്കുന്നത് ഞാന റിഞ്ഞു. പക്ഷേ, അപ്പോഴേക്കും അങ്ങ് എന്നിൽനിന്നും പറന്നുപോയി എന്ന സത്യം ഞാൻ വേദനയോടെ തിരിച്ചറിഞ്ഞിരുന്നു. പുനർവിവാഹം വാരസ്ത്രീകൾക്ക് പുതുമയല്ല. പക്ഷേ, മറ്റാർക്കും പകുത്തു കൊടു ക്കാതെ എന്റെ മാത്രമായ ഒരു ഭർത്താവിനെയായിരുന്നു ഞാനങ്ങയിൽ കണ്ടത്."

വാക്കുകൾ മുറിഞ്ഞതുപോലെ തോന്നി. അവൾക്ക് പിന്നെയും എന്തൊക്കെയോ പറയണമെന്നുണ്ടായിരുന്നു. വാക്കുകൾ എവിടെയോ കുടുങ്ങിപ്പോയത് കാളിദാസൻ തിരിച്ചറിഞ്ഞു.

അയാൾ പറഞ്ഞു. "വിവാഹം- എത്ര വേഗമാണ് നാട്ടിൽ പ്രചരി ച്ചത്. പക്ഷേ, അതിന്റെ സത്യം ആരും മനസ്സിലാക്കിയിട്ടില്ല. നീയെങ്കിലും അത് മനസ്സിലാക്കണമെന്നുണ്ട്. സത്യത്തിൽ നിന്നെത്തേടിയാണ് നാം കൊട്ടാരത്തിലെത്തിയത്. നമുക്കറിയാമായിരുന്നു. നീ ആ കൊട്ടാരപരി സരത്തെവിടെയെങ്കിലും കാണുമെന്ന്. നിന്നോടെങ്കിലും സത്യം പറയ ണമെന്ന് നാമാഗ്രഹിച്ചു. മറ്റുള്ളവർ എന്ത് ധരിച്ചാലും കുഴപ്പമില്ല. പക്ഷേ, നിന്നോടെങ്കിലും നമ്മുടെ അവസ്ഥ തുറന്ന് പറയണം. അതിനുവേണ്ടി യാണ് പലപ്പോഴും നാം വസന്തമാളികയിൽ വന്നത്. അതുകൊണ്ടു ണ്ടായതോ? കാളിദാസൻ ഒരു കാമചാരിയാണെന്ന് ചുറ്റു ഭാഗത്തും ഒരു ശ്രുതിയുണ്ടായി എന്നല്ലാതെ ഒരിക്കലെങ്കിലും സ്വസ്ഥമായി രണ്ടു വാക്കു പറയാൻ നിന്നെ കിട്ടിയില്ല. നമുക്ക് തോന്നിയത് നീ അവിടെ ഒരു തട വറയിൽ കിടക്കുന്നതുപോലെയാണ്. ഒന്നു പുറത്തിറങ്ങാൻ പോലും കഴി യാതെ, ഒരാളോടെങ്കിലും ഒന്നും മിണ്ടിപറയാൻ കഴിയാതെ.. പിന്നെ എങ്ങനെയാണ് നാം നമ്മുടെ കഥ നിന്നോട് പറയുക-"

അവളൊന്നും മിണ്ടിയില്ല. കുറച്ചുനേരം കാത്തുനിന്നു. ഒന്നും പറയു ന്നില്ലെന്ന് കണ്ടപ്പോൾ അദ്ദേഹം തുടർന്നു.

"അറിയേണ്ടെ നമ്മുടെ വിവാഹത്തിനെക്കുറിച്ച്. അതിസമ്പന്നനായ ധർമ്മസേനപ്രഭുവിന്റെ മകൾ വിദ്യുല്ലതയും ദരിദ്രബ്രാഹ്മണനായ

കാളിദാസനും തമ്മിലുള്ള വിവാഹത്തെക്കുറിച്ച്. ഒരിക്കലും ചേരാത്ത രണ്ട് അവസ്ഥകൾ ചേർത്തുവെച്ചതെങ്ങനെയെന്ന്?"

"...പറയാം... നിന്റെ കൂടെ ഇവിടെ ആരെങ്കിലുമുണ്ടോ?"

"ഉണ്ട് രണ്ട് മൂന്ന് തോഴിമാർ."

അളക എന്നൊരു വാരസ്ത്രീയുണ്ടായിരുന്നു പണ്ട് വസന്തമാളികയിൽ. നിത്യയൗവനം വേണം ഒരു വാരസ്ത്രീക്ക് ജീവിക്കുവാൻ. അതില്ലെന്ന് തോന്നിയാൽ അവരെ പിന്നെ മാളികയിൽ താമസിപ്പിക്കില്ല. കടന്നുവരുന്ന കാമുകൻമാരുടെ കണ്ണിൽപ്പെട്ടാൽ അതൊരപകശുകുനമാകും. അങ്ങനെ അളകയും ഇപ്പോഴപശകുനമാണ്. അവരിവിടെ തൊട്ടടുത്തൊരു കുടിലിൽ രോഗങ്ങളോട് മല്ലിട്ട് താമസിക്കുന്നുണ്ട്. അമ്മ എന്നെ പ്രസവിച്ചു എന്നേയുള്ളു. അവരാണ് എന്നെ നോക്കി വളർത്തിയത്. അതുകൊണ്ട് ഇടയ്ക്കിടയ്ക്ക് അവരെക്കാണാൻ അമ്മ സമ്മതിക്കും. അവർക്കുവേണ്ട ഭക്ഷണവും മരുന്നും അവിടന്ന് തന്നയയ്ക്കും. അങ്ങനെ വന്നതാണ് ഞാൻ. തോഴിമാർ അളകയോടൊത്ത് അവരുടെ കുടിലിലാണ്. ഞാൻ വെറുതെ പുറത്തിറങ്ങിയതാണ്. പറഞ്ഞോളൂ. അവരിപ്പോഴൊന്നും എന്നെ തിരഞ്ഞുവരില്ല. മാളുവിന്റെ വാക്കുകൾ കേട്ടപ്പോൾ മനസ്സിലെവിടെയോ ഒരു മയിൽപീലി നിവർത്തി. അവൾ തന്നെ വെറുത്തിട്ടില്ലെന്ന് ഒരു വിശ്വാസം വന്നപോലെ. ഇപ്പോഴും തന്റെ കഥ കേൾക്കുവാൻ അവൾക്ക് കൗതുകമുണ്ടെന്ന് കേൾക്കുന്നത് തന്നെ സുഖം.

മഹാക്ഷേത്രത്തിലെ തിരക്കുകൾ കഴിഞ്ഞാൽ അവൾ തന്റെ ഓരോ കഥകൾ കേൾക്കാനെന്ന ഭാവത്തിലായിരുന്നല്ലോ തന്നെ സമീപിച്ചിരുന്നത്. താൻ പറഞ്ഞുകൊടുത്ത ഓരോ കഥകളും കേൾക്കുമ്പോൾ ആ കണ്ണുകൾ വിടർന്ന് താമരയിതളുപോലെയാകുന്ന കാഴ്ച തനിക്കെന്നും ഹൃദയാഹ്ലാദമായിരുന്നു. അന്ന് പറഞ്ഞതൊക്കെ വെറും കല്പിതകഥകൾ. ഭാവനയിൽ വാർത്തെടുക്കുന്ന കഥകൾ സഹൃദയർക്ക് ഹൃദയാഹ്ലാദമുണ്ടാക്കുന്നതുപോലെ അവതരിപ്പിക്കാം.

എന്നാൽ സ്വന്തം ദുരന്തങ്ങൾ അത്തരത്തിൽ ആർക്കെങ്കിലും പറയാനാകുമോ?

കാളിദാസൻ പറഞ്ഞു തുടങ്ങി.

"വിദ്യുല്ലതയെ വിവാഹം കഴിക്കാൻ തീരുമാനിച്ചത് ആയിരം പൊൻപണം കിട്ടുമെന്ന പ്രതീക്ഷയിലായിരുന്നു. നമുക്കല്ല, അമ്മാവന്. ദാരിദ്ര്യത്തിന്റെ പടുകുഴിയിലായിരുന്നു അമ്മാവൻ. ആയിരം പൊൻപണം എന്നു കേട്ടതേ, ബോധം കെട്ടില്ലെന്നേയുള്ളു. ഒരുപാട് നിർബന്ധിച്ചപ്പോൾ താൻ സമ്മതിച്ചു. ഒരു പ്രതീക്ഷയുണ്ടായിരുന്നു. അവർ ചോദിക്കുന്ന ചോദ്യങ്ങൾക്ക് ഉത്തരം പറയുന്നവരെ മാത്രമേ അവൾ വിവാഹം കഴിക്കൂ എന്ന ഒരു പ്രതിജ്ഞയുണ്ടായിരുന്നു. അതാകട്ടെ നാട്ടിലാകെ പാട്ടാണ്.

അവളെക്കാൾ പണ്ഡിതനാണെന്ന് തെളിയിച്ചാലെ വിവാഹം നടക്കൂ. പണ്ഡിതനല്ലെന്ന് സദസ്സിനു മുമ്പിൽ തെളിയിക്കപ്പെട്ടാൽ വിവാഹം മുടങ്ങും. അപ്പോൾ പിന്നെ അമ്മാവനെ ധിക്കരിച്ചുവെന്നുമില്ലല്ലോ?...

വളരെ ആഡംബരത്തോടെ ഒരുക്കിയ വിവാഹവേദി. ധർമ്മസേന പ്രഭുവിന്റെ പിശുക്കത്തരം നാട്ടിൽ മുഴുവൻ പാട്ടാണ്. എന്നാൽ തന്റെ ഏക മകളുടെ വിവാഹവേദിയിൽ അദ്ദേഹം അല്പം പോലും പിശുക്ക് കാണിച്ചില്ല. ഒന്ന് രണ്ട് പരീക്ഷണാർത്ഥികൾ മുമ്പ് പരാജയപ്പെട്ടിട്ടുണ്ടത്രെ. പക്ഷേ, ഇതു അതുപോലല്ലല്ലോ രഹസ്യമായ ഒരു ധാരണയുണ്ടല്ലോ. താൻ തന്നെ വരനായി വരണമെന്ന് അവൾ ആഗ്രഹിച്ചിരുന്നു. അതുകൊണ്ടുള്ള രഹസ്യധാരണ.

വിവാഹവേദിയിലേക്ക് കയറിയപ്പോൾ നമുക്കെന്തെന്നില്ലാത്ത സങ്കോചം തോന്നി. വെറുതെ തോല്ക്കാൻ വേണ്ടി ഒരു പരീക്ഷണം. വെറുതെ ജയിക്കാൻ വേണ്ടി ഒരു പരീക്ഷ. എന്തസംബന്ധമാണെന്ന് അവൾ ചിന്തിച്ചോ ആവോ?

മഹാസദസ്സിലേക്ക് കയറിയതും പണ്ഡിതനേപ്പോലെ തോന്നിച്ച ഒരാൾ വന്നുപറഞ്ഞു. വരുവരു മഹാപണ്ഡിതനല്ലേ- മത്സരത്തിൽ വിജയിച്ചാൽ ധർമ്മസേനപ്രഭുവിന്റെ മകൾ അങ്ങേയ്ക്ക് സ്വന്തം. അദ്ദേഹം ചെവിയിൽ സ്വകാര്യമായി പറഞ്ഞു. ഒന്നും ഭയപ്പെടേണ്ടതില്ല. ഇവിടെ വ്യാഖ്യാതാവ് ഞാനാണ്. എന്തു പറഞ്ഞാലും അത് ശരിയാക്കുന്ന കാര്യം ഞാനേറ്റു. സത്യത്തിൽ താൻ ഞെട്ടിയത് അപ്പോഴാണ്. തങ്ങൾക്കിടയിൽ മഹാതാർക്കികനായ മറ്റൊരു പണ്ഡിതൻ കൂടിയുണ്ട്. അദ്ദേഹം സദസ്സിനെ നോക്കി ഉച്ചത്തിൽ പറഞ്ഞു.

ഇന്നത്തെ മത്സരത്തിന് ഒരു പ്രത്യേകതയുണ്ട്. എന്തെന്നാൽ ഇന്ന് പ്രഭുകുമാരി വിദ്യുല്ലത മൗനവ്രതത്തിലാണ്. അതിനാൽ മത്സരം ആംഗ്യഭാഷയിലായിരിക്കും. അതായത് ആംഗ്യഭാഷയിൽ ചോദ്യങ്ങൾ ചോദിക്കും. ആംഗ്യഭാഷയിൽത്തന്നെ ഉത്തരം പറയണം- ഒരു കെണി ഒളിഞ്ഞിരിക്കുന്നുണ്ടെന്ന് എനിക്ക് തോന്നായ്കയില്ല. വന്നുപോയില്ലെ. പങ്കെടുക്കാതെ പിൻമാറിയാൽ അമ്മാവന് അത് മാനക്കേടാകും. അദ്ദേഹത്തിനോട് കടപ്പാടുണ്ട്. അദ്ദേഹത്തെ അപമാനിതനാക്കി താനെന്തുനേടിയാലും മനസ്സിൽ കുറ്റബോധം കുമിഞ്ഞുകൂടും. അപ്പോഴും മനസ്സിൽ പ്രതീക്ഷ അസ്തമിച്ചിരുന്നില്ല. ഏതുപരീക്ഷയിലും തോല്ക്കാനുണ്ടോ ബുദ്ധിമുട്ട്!

പക്ഷേ ആ സങ്കല്പം തന്നെ തെറ്റിക്കുന്നതായിരുന്നു പരീക്ഷണം. ഒരിക്കലും തോല്ക്കാത്ത ഒരു പരീക്ഷ. അല്ല തോല്ക്കാൻ എത്ര ശ്രമിച്ചാലും അതിനു കഴിയാത്ത ഒരു പരീക്ഷയായിരുന്നു അത്.

പരീക്ഷണവേദിയിൽ ധർമ്മാധർമ്മങ്ങളെക്കുറിച്ച് വ്യാഖ്യാതാവായ പണ്ഡിതൻ കുറച്ച് സംസാരിച്ചു. പിന്നെ ചോദ്യത്തരവേളയായി. അവൾ

വെറുതെ അഞ്ച് വിരലുകൾ ഉയർത്തിക്കാണിക്കുകയാണ് ചെയ്തത്. നമുക്ക് ഒന്നും മനസ്സിലായില്ല. അല്ലെങ്കിൽ അവൾപോലും മനസ്സിൽ ഒന്നും ഉദ്ദേശിച്ചിട്ടുണ്ടാകില്ല.

നാമാകട്ടെ അഞ്ച് വിരലും മടക്കി മുഷ്ടിചുരുട്ടി കാണിച്ചു. വ്യാഖ്യാതാവിന്റെ അദ്ഭുതകരമായ വ്യാഖ്യാനം വന്നു. അഞ്ച്വിരൽ അഞ്ചിന്ദ്രിയങ്ങളെ പ്രതിനിധീകരിക്കുന്നു. അഞ്ചിന്ദ്രിയങ്ങൾ ഒരു മനുഷ്യശരീരത്തിൽ എങ്ങനെ പ്രവർത്തിക്കുന്നു എന്നതാണ് പണ്ഡിതയായ പ്രഭുകുമാരിയുടെ ചോദ്യം. മഹാപണ്ഡിതനായ ഇദ്ദേഹം വ്യക്തവും സ്പഷ്ടവുമായി ശരിയുത്തരം പറഞ്ഞിരിക്കുന്നു. അഞ്ചിന്ദ്രിയങ്ങളേയും ഒന്നിപ്പിച്ച് തലച്ചോറ് നിയന്ത്രിക്കുന്നു എന്നതാണ് ഇദ്ദേഹത്തിന്റെ ഉത്തരം. വ്യാഖ്യാതാവ് തന്റെ അദ്ഭുതകരമായ വ്യാഖ്യാനവികൃതി അവതരിപ്പിച്ചതിനു ശേഷം അവളോട് ഒരു ചോദ്യം. എന്താ പ്രഭുകുമാരിയുടെ വ്യാഖ്യാനം ശരിയല്ലേ? അതെ എന്ന അർത്ഥത്തിൽ അവൾ തലയാട്ടി.

പിന്നെ സംഭവിച്ചത് നമ്മുടെ നിയന്ത്രണത്തിന് അപ്പുറത്തായിരുന്നു. എന്തെങ്കിലും അവൾ കാണിക്കും താനെന്ത് കാണിച്ചാലും ഉത്തരം ശരിയാകും. അതിനൊക്കെ വിചിത്രമായ വ്യാഖ്യാനവുമായി ഒരാൾ. ശരിക്കുപറഞ്ഞാൽ നമുക്കയളോട് അടങ്ങാത്ത ദേഷ്യം തോന്നി. പക്ഷേ, ഒരർത്ഥത്തിലും പ്രകടിപ്പിക്കുവാൻ കഴിഞ്ഞില്ല. ആകെ പതിനാറ് ചോദ്യങ്ങളാണ്. പതിനഞ്ചിലും താൻ വിജയിച്ചു. ഇനി ഒന്നു കൂടി. അതുകൂടി വിജയിച്ചാൽ അവളെ വിവാഹം കഴിച്ചേ തീരു.

വല്ലാത്തൊരു ധർമ്മസങ്കടത്തിലായിരുന്നു അപ്പോൾ നാം. നമ്മുടെ മനസ്സ് ആരും മനസ്സിലാക്കിയില്ല. അടുത്ത ചോദ്യമെങ്കിലും തോറ്റില്ലെങ്കിൽ കളി കാര്യമാകുമെന്ന് നമുക്കറിയാം. അടുത്ത ചോദ്യം കണ്ണുകൊണ്ട് അവളെന്തൊക്കെയോ കാണിക്കുകയായിരുന്നു. പിന്നെ ഒരു പുഞ്ചിരിയും. നാമ്മെന്തു കാണിച്ചാലും ഉത്തരം ശരിയാകുമെന്ന് ഉറപ്പാണ്. അതുകൊണ്ട് ഇപ്രാവശ്യം മിണ്ടാതെ നിൽക്കാമെന്ന് തീരുമാനിച്ചു. പരാജിതനെന്ന് സ്വയം പ്രഖ്യാപിക്കുവാൻ എന്നപോലെ തല താഴ്ത്തുകയും ചെയ്തു.

ഉത്തരം വളരെ ശരിയാണ് – വ്യഖ്യാതാവിന്റെ മറുപടി ഉടൻ വന്നു. കാമാതുരനായ ഒരു പുരുഷൻ ഒരു സ്ത്രീയോട് തന്റെ ഇഷ്ടം പ്രകടിപ്പിച്ചാൽ അയാളെ ഉള്ളിൽ സ്നേഹിക്കുന്ന ഒരു സ്ത്രീ എങ്ങനെ പ്രതികരിക്കുമെന്നാണ് കുമാരിയുടെ ചോദ്യം. ഉത്തരമാകട്ടെ മൗനിയായി തല താഴ്ത്തി സമ്മതമറിയിക്കും എന്നുതന്നെ.

അതുപറഞ്ഞതും വാദ്യങ്ങൾ മുഴങ്ങി. ആർപ്പുവിളികളും പുഷ്പാർച്ചനയും. എല്ലാം മുമ്പേ ഏർപ്പാടാക്കിയതാണെന്ന് ആർക്കും വ്യക്തമാകുമായിരുന്നു.

താനാകട്ടെ ഇനി എന്ത് ചെയ്യണമെന്നറിയാതെ ആകെ പരവശനായി നിൽക്കുകയായിരുന്നു. ആ പരവശതയിൽ നിന്നും ഉണരുംമുമ്പേ എല്ലാം

കഴിഞ്ഞു. സ്വർണത്തളികയിൽ പുഷ്പമാലയുമായി ഒരു ദാസി പ്രവേശിച്ചു. ഒപ്പം സർവ്വാഭരണവിഭൂഷിതയായി അവൾ- വിദ്യുല്ലത. തന്റെ മുൻപിലെത്തിയതും പുഷ്പമാലയെടുത്ത് അവൾ എന്റെ കഴുത്തിലണിഞ്ഞു. സ്വയംവരം.

പിന്നെ കുറേ നേരം ആചാരാനുഷ്ഠാനങ്ങൾ. ഒന്നും പറയാനാകാതെ ഒരു ബലിമൃഗത്തെപ്പോലെ താൻ എല്ലാത്തിനും നിന്നുകൊടുത്തു. അതായിരുന്നു തന്റെ വിവാഹം. എല്ലാ കണക്കൂട്ടലും തെറ്റിച്ച്- എല്ലാ പ്രതീക്ഷയും കാറ്റിൽ പറത്തി അവൾ വിജയിച്ചു. ജനങ്ങൾക്കിടയിൽ താൻ വിദ്യുല്ലതയെ പരാജയപ്പെടുത്തി എന്നാണ് വാർത്ത പ്രചരിച്ചത്. എത്ര കാതം ദൂരെയാണ് വായ്മൊഴിപ്രചാരങ്ങൾ!

കാളിദാസൻ ഒന്നു നിർത്തി അവളെ ശ്രദ്ധിച്ചു. താൻ പറഞ്ഞതൊക്കെ അവൾ- മാളവിക വിശ്വസിക്കുന്നുണ്ടെന്ന് അവളുടെ മുഖഭാവം വ്യക്തമാക്കുന്നുണ്ട്. എങ്കിലും അവളുടെ ആ വിഷാദഭാവത്തിന് യാതൊരു മാറ്റവുമില്ല. കഥ പാതിയിൽ നിറുത്തിയതുകൊണ്ടാകാം അവൾ മുഖമുയർത്തി അദ്ദേഹത്തെ ഒരു നോക്ക് നോക്കി.

"വിവാഹം കഴിഞ്ഞ് അന്ന് അവളുടെ ശയനമുറിയിലേക്ക് ആഡംബരത്തോടെ കുറേപേർ കൂടി എന്നെ എഴുന്നള്ളിച്ചു. അവിടെ അവൾ കാത്തിരിപ്പുണ്ടായിരുന്നു. കൃത്രിമമായ ഒരു നാണം അവളുടെ അംഗചലനങ്ങളിൽ നാം കണ്ടു. നമുക്ക് വെറുപ്പാണ് തോന്നിയത്.

അവൾ കൊഞ്ചിക്കുഴഞ്ഞ് സംസാരിക്കാൻ തുടങ്ങിയപ്പോൾ നമുക്ക് പിടിച്ച് നിൽക്കാൻ കഴിഞ്ഞില്ല. സത്യം അവളോട് തുറന്ന് പറഞ്ഞു. നാമൊരു പെൺകുട്ടിയെ സ്നേഹിക്കുന്നു. അവരെ ഒരിക്കലും പിരിയാൻ നമുക്കു കഴിയില്ല- നിന്നെ ഒരു നിമിഷംപോലും ആത്മാർത്ഥമായി ഇഷ്ടപ്പെടാൻ കഴിയില്ല. പിന്നെ ഈ പന്തയത്തിൽ പങ്കെടുത്തത് പരാജയപ്പെടാൻവേണ്ടിയായിരുന്നു."

"അതുകൊണ്ട് നമ്മെ ഒഴിവാക്കാം. നിങ്ങൾക്ക് അനുയോജ്യനായ ഒരു ഭർത്താവാകാൻ എനിക്കൊരിക്കലും കഴിയില്ല."

നമ്മുടെ വാക്കുകൾ സത്യത്തിൽ അവളെ വേദനിപ്പിച്ചു എന്ന് മനസ്സിലായി. പക്ഷേ, അതല്ലാതെ മറ്റൊരു വഴിയും മുൻപിലുണ്ടായിരുന്നില്ല. എങ്കിലും അവൾ പറഞ്ഞു.

"നിങ്ങളൊരാളെ ഇഷ്ടപ്പെട്ടു എന്നത് ഒരു തെറ്റായി ഞാൻ കാണുന്നില്ല. അതൊക്കെ മറന്ന് ഒരു പുതിയ ജീവിതം സ്വീകരിക്കുവാൻ തയ്യാറാണെങ്കിൽ. അതല്ല അതിനൊരിക്കലും കഴിയില്ല എന്നാണെങ്കിൽ ഉപേക്ഷിച്ചുപോകാം. എല്ലാം ഇഷ്ടംപോലെ"

കൃത്രിമത്വമില്ലാത്ത അവളുടെ ആദ്യത്തെ സംസാരം അതുമാത്രമാണ് നാം കേട്ടിട്ടുള്ളത്. മറ്റുള്ളതൊക്കെ തികച്ചും അഭിനയമായിട്ടേ എനിക്ക് തോന്നിയിട്ടുള്ളു.

പോകുവാനുള്ള അവളുടെ സമ്മതം കിട്ടിയതും നാം മെല്ലെ എഴുന്നേറ്റു. അവളുടെയടുത്ത് ചെന്ന് വളരെ താഴ്മയോടെ പറഞ്ഞു. “ക്ഷമിക്കണം അറിയാതെയാണെങ്കിലും ഏതെങ്കിലും തരത്തിലുള്ള മോഹങ്ങൾ നാം കാരണം ഉണ്ടായിട്ടുണ്ടെങ്കിൽ അതിന് ക്ഷമ ചോദിക്കുന്നു.”

സത്യത്തിൽ അപ്പോഴും അവൾ വിചാരിച്ചിരുന്നു നാം പോരില്ലെന്ന്. പോരാൻ വേണ്ടി എഴുന്നേറ്റപ്പോൾ അവൾ വീണ്ടും ചോദിച്ചു. “പോകുകയാണോ? ഇതൊരു ഉറച്ച തീരുമാനമാണോ?”

“അതെ. നമ്മുടെ ഹൃദയം നിറഞ്ഞുനിൽക്കുന്ന ഒരു രൂപമുണ്ട്. അതവിടെ നിൽക്കുമ്പോൾ നമുക്കു മറ്റൊരാളെ സ്നേഹിക്കാൻ കഴിയില്ല. വെറുതെ എന്തിന് ഭവതിയുടെ ജീവിതം നാം ഹോമിക്കണം.”

“ഈ ചോദ്യം കുറെ മുമ്പേ ചോദിക്കേണ്ടതായിരുന്നു. വെറുതെ എന്നെ വിഡ്ഢിവേഷം കെട്ടിച്ചു. പൊയ്ക്കോളൂ. ഒരു പുരുഷൻ കാരണം ഞാനിന്നനുഭവിക്കുന്നത് അങ്ങും അനുഭവിക്കാതിരിക്കില്ല. എന്റെ പാതിവ്രത്യ ശുദ്ധിയെയാണ് അങ്ങ് അവഹേളിച്ചത്. അതിനാൽ സർവശക്തനായ ഭഗവാൻ ഇത് അങ്ങയെ അനുഭവിപ്പിക്കും. ഇന്നല്ലെങ്കിൽ നാളെ”

അവളുടെ വാക്കുകൾക്ക് ഒരു ശാപത്തിന്റെ തീക്ഷ്ണതയുണ്ടായിരുന്നു. പക്ഷേ, നമുക്ക് ഭയം തോന്നിയില്ല. മാളു നീയായിരുന്നു നമ്മുടെ ഉള്ളിൽ മുഴുവൻ. നീയില്ലാതെ നമുക്കെങ്ങനെ ജീവിക്കാൻ പറ്റും. അന്നു മുതൽ അലഞ്ഞുതുടങ്ങിയതാണ്. അമ്മാവനെ അഭിമുഖീകരിക്കുവാൻ കഴിയാത്തതുകൊണ്ട് പിന്നെ വീട്ടിൽ പോയിട്ടില്ല. ലക്ഷ്യം മാത്രമേ ഉണ്ടായിരുന്നുള്ളൂ. മാർഗ്ഗം ഒന്നും കണ്ടില്ല.”

കഥ മുഴുവൻ കേട്ടിട്ടും മാളവികയുടെ മുഖത്ത് ഒരു ഭാവമാറ്റവുമുണ്ടായില്ല. അതേ നിസ്സംഗത. “എന്താ മാളു. നീ നമ്മെ വിശ്വസിക്കുന്നില്ലേ- നമ്മുടെ ദുഃഖം നമ്മുടെ പ്രേമം- അതു നീ മനസ്സിലാക്കുന്നില്ലേ - എന്താണ് മിണ്ടാത്തത്?” കാളിദാസൻ വല്ലാതെ വികാരവിവശനായി... കുറച്ചു നേരത്തെ മൗനത്തിനു ശേഷം അവൾ സാവധാനം പറഞ്ഞു.

“വേണ്ടായിരുന്നു. ആ പാവം പെൺകുട്ടിയെ വേദനിപ്പിക്കേണ്ടായിരുന്നു. അല്ലെങ്കിലും ഒരിക്കലും നടക്കാത്ത ഒരു സ്വപ്നത്തിനു പിറകേ ഓടിക്കിതയ്ക്കുന്നത് വെറും വിഡ്ഢിത്തമല്ലേ- അതു വേണ്ടായിരുന്നു-”

വിഡ്ഢിത്തരമായിരിക്കും. അല്ലെങ്കിലും നാമെന്നും വിഡ്ഢിയാണെന്നേ ആളുകൾ പറഞ്ഞിട്ടുള്ളൂ. മാളവത്തിൽ ഇപ്പോൾ ഒരു കഥ പ്രചരിക്കുന്നുണ്ട്. ഇരുന്ന കൊമ്പ് മുറിക്കുന്ന വിഡ്ഢിയായ കാളിദാസൻ പ്രഭുകുമാരി വിദ്യുല്ലതയെ വിവാഹം കഴിച്ച കഥ. വിദ്യയില്ലാത്ത സംസ്കാരശ്യൂന്യനായ അവൻ കാളിക്ഷേത്രത്തിൽ ചെന്ന് തപസ്സിരിക്കുന്ന കഥ. ദേവി ശൂലമുനകൊണ്ട് നാവിൽ ഹരിശ്രീകുറിച്ചതും ആ

ദർശനപുണ്യം കൊണ്ട് ഉജ്ജയിനിയിലെ കൊട്ടാരംകവിയായി ഉയിർത്ത പ്പെട്ടതും. അങ്ങനെ പോകുന്നു ആ കഥാവൈഭവം."

"സത്യത്തിൽ ഇരുന്ന കൊമ്പ് മുറിക്കുകതന്നെയാണ് അങ്ങ് ചെയ്തത്. സുന്ദരിയും സമ്പന്നയുമായ വിദ്യുല്ലതയെ ഉപേക്ഷിച്ചതിലൂടെ. അതും ഒരിക്കലും സംഭവിക്കാത്ത ഒരു മായികസ്വപ്നത്തിനുവേണ്ടി-" അത്രയും പറഞ്ഞ് അവൾ കാളിദാസനെ ഒന്ന് നോക്കി. അവളുടെ കണ്ണുകളിൽ നീർമണികൾ അടർന്നുവീഴുന്നത് അയാൾ കണ്ടു.

"മാളു എന്തിനാണ് കരയുന്നത്-?"

"മാളു- അവളൊന്നു മന്ത്രിച്ചു" മാളവിക.- അത് അങ്ങയുടെ സങ്കല്പത്തിലെ മാത്രം ഒരു കഥാപാത്രമാണ്. അതൊരിക്കലും ഞാനല്ല. ഞാൻ വിലാസിനിയാണ്. അടുത്ത വസന്തപൗർണമിയോടെ പുരുഷ സമാഗമത്തിന് മുഹൂർത്തം നിശ്ചയിക്കപ്പെടുന്ന വെറുമൊരു വാരസ്ത്രീ മാത്രം-"

"വിവാഹം - കുട്ടികൾ - അങ്ങനെയുള്ള സ്വപ്നങ്ങൾ ഒരിക്കലും പാടില്ലാത്തവരാണ് ഞങ്ങൾ. അഥവാ അങ്ങനെ സ്വപ്നം കണ്ടാലും അതൊരിക്കലും നടക്കില്ല. നടക്കാൻ അനുവദിക്കില്ല."

"അങ്ങയെ വിശ്വാസമില്ലാത്തതുകൊണ്ടല്ല. പഴയസ്നേഹം അല്പ മെങ്കിലും കുറഞ്ഞുപോയതുകൊണ്ടുമല്ല. നമുക്കൊരിക്കലും ഒരുമിക്കു വാൻ കഴിയില്ലെന്ന സത്യം ഞാൻ മനസ്സിലാക്കുന്നു. നിറഞ്ഞ സ്നേഹ ത്തോടെ ഞാൻ പറയാം. എന്നെ മറന്നേയ്ക്കുക- അങ്ങേയ്ക്ക് തിരിച്ചു തരാൻ കഴിയാത്ത സ്നേഹം എനിക്ക് താങ്ങാനാവാത്ത ഒരു ബാദ്ധ്യത യാക്കരുത്-?" അവളുടെ കവിളിലൂടെ കണ്ണുനീർ മുത്തുകൾ ധാരധാര യായി ഒഴുകി. ഒന്നും പറയാനാകാതെ ഒരു കരിങ്കൽ പ്രതിമപോലെ നിൽക്കുകയായിരുന്നു കാളിദാസൻ...

"കന്യാധനം കാഴ്ച വെച്ചാൽ ഒരു നിശ്ചിതകാലം ഞങ്ങൾ വാര സ്ത്രീകൾ കന്യാധനം നൽകിയവരുടെ കൂടെ കഴിയണം. എനിക്ക് കന്യാ ധനം നിശ്ചയിക്കപ്പെട്ടു കഴിഞ്ഞു. എന്റെ അമ്മ അത് ഏറ്റ് വാങ്ങുകയും ചെയ്യും. അദ്ദേഹത്തിന്റെ സമ്മതമില്ലാതെ എനിക്ക് വേറെ ഒരാളെ വരി ക്കാൻ കഴിയില്ല. അയാളുടെ കൂടെ എത്രകാലമെന്ന് അയാളുടെ തീരു മാനമാണ്. നൽകാനിരിക്കുന്ന പണത്തിന്റെ കാലാവധി തീർന്നാൽ അയാൾക്കെന്നെ ഉപേക്ഷിക്കുകയോ കൂടുതൽ പണം നൽകി വീണ്ടും കുറച്ച് കാലം കൂടെ സ്വന്തമാക്കുകയോ ചെയ്യാം. അടുത്ത വസന്ത പൗർണമി ദിനത്തിൽ ഞാൻ മറ്റൊരാളുടേതായി മാറും."

"ഞങ്ങൾ വെറും അറവുമാടുകളെപ്പോലെയാണ്. ചന്തയിൽ വില്ക്ക പ്പെടുന്ന വെറും ശരീരങ്ങൾ. അങ്ങനെയുള്ള ഞാൻ അങ്ങയെ മോഹി ക്കുന്നതിൽ എന്താണ് അർത്ഥം- അങ്ങ് ഇരുന്ന കൊമ്പുതന്നെയാണ് മുറിച്ചത്-!"

“ഇന്ന് നാം ആസ്ഥാന കവിയാണ്. പഴയ ദരിദ്രനായ കാളിദാസനല്ല. നിനക്ക് നിശ്ചയിക്കുന്ന കന്യാധനത്തേക്കാൾ എത്രമടങ്ങുവേണമെങ്കിലും കൂടുതൽ കൊടുത്ത് നിന്നെ നാം സ്വന്തമാക്കും. എന്നിട്ട് എന്നും നീ നമ്മുടെ മാളവികയാകും. നമ്മുടെ മാത്രം-” വികാരതീവ്രതയോടെ കാളിദാസൻ പറഞ്ഞതു കേട്ടപ്പോൾ വിഷാദനിർഭരമെങ്കിലും അവളുടെ മുഖത്ത് ഒരു പുഞ്ചിരി വിരിഞ്ഞു. ആത്മനിന്ദ സ്ഫുരിക്കുന്നതായിരുന്നു ആ ചിരി.

“എനിക്കുവേണ്ടി കന്യാധനം നൽകാൻ കാത്തിരിക്കുന്നത് ആരാണെന്നറിയാത്തതുകൊണ്ടാണ്” - അവൾ പൂർത്തിയാക്കിയില്ല. അതിനിടയിൽത്തന്നെ കാളിദാസൻ തുടർന്നു. “ആസ്ഥാന കവി എന്ന അധികാരം- അതിൽ നിന്നും ലഭിക്കുന്ന സമ്പത്ത് - അതു മുഴുവനും നൽകിയിട്ടാണെങ്കിലും നിന്നെ നാം സ്വന്തമാക്കും...”

“ഒരിക്കലും കഴിയില്ല. ഇനിയും വെറുതെ പകൽക്കിനാവുകൾ കാണരുത്. ഒരിക്കലും നടക്കാത്ത സ്വപ്നങ്ങൾ... വെറുതെ വേദനിക്കുവാൻ എന്തിന് നടക്കാത്ത സ്വപ്നം കണ്ട് ജീവിതം തകർക്കണം?”

“ആരാണ് നിനക്കുവേണ്ടി കന്യാധനം നൽകാമെന്നേറ്റത്. പറയൂ. നാം അദ്ദേഹത്തെ നേരിട്ടു കണ്ട് പറയാം. അദ്ദേഹം ആവശ്യപ്പെടുന്നത് നൽകാം. ആരാണയാൾ?”

ചോദ്യം കേട്ടതും അവൾ മുഖമുയർത്തി. ഇപ്പോൾ അവളുടെ മുഖത്തുണ്ടായിരുന്ന ഭാവം സഹതാപത്തിന്റെയായിരുന്നോ- അതോ പരിഹാസത്തിന്റേയോ?

“അതു മറ്റാരുമല്ല. അങ്ങയുടെ സുഹൃത്ത്. അങ്ങയ്ക്ക് ആസ്ഥാന കവിപ്പട്ടം കല്പിച്ചുതന്ന സാക്ഷാൽ മഹാരാജാവ് - ഭോജരാജ വിക്രമാദിത്യൻ - അദ്ദേഹത്തിന്റെ സ്വപ്നത്തിലിപ്പോൾ ഞാനുണ്ടെന്നാണ് തോഴിമാർ കളി പറയുന്നത് -”

പിന്നെ അവൾ പറഞ്ഞതൊന്നും കാളിദാസൻ കേട്ടില്ല. അദ്ദേഹത്തിന്റെ കണ്ണിൽ ഇരുട്ടുകയറുകയായിരുന്നു. ഭൂമി മുഴുവൻ കറങ്ങുന്നതുപോലെ. എല്ലാ സൂര്യനും അസ്തമിക്കുന്നതുപോലെ-

ഏഴ്

ആക്രോശങ്ങൾക്കു നടുവിൽ

കൊട്ടാരത്തിലെ സഭാമണ്ഡപം ശൂന്യമായിരുന്നു. പണ്ഡിതന്മാരും കവികളുമൊന്നുമെത്തിയിട്ടില്ല. അതിന് നിശ്ചയിച്ച സമയവുമായിട്ടില്ല. ആദ്യമായിട്ടാണ് ഇത്രനേരത്തെ മഹാരാജൻ തന്നെ കാണണമെന്ന് കല്പിച്ചത്.

ഒഴിഞ്ഞുകിടക്കുന്ന കനകസിംഹാസനം സാക്ഷാൽ വിക്രമാദിത്യ മഹാരാജാവ് ഇരുന്നതാണെന്നാണ് സങ്കല്പം പടികളിൽ സാലഭഞ്ജികമാരുടെ പ്രതിമകൾ. ആദ്യമായി ഭോജമഹാരാജാവ് ഈ സിംഹാസനത്തിന്റെ പടവുകൾ കേറിയപ്പോഴാണത്രെ ഈ സാലഭഞ്ജികമാർ ഓരോ കഥ പറഞ്ഞത്. കൊട്ടാരം കവികൾ എത്രമാത്രം ഭാവനകൾ നെയ്യണം. കഥപറഞ്ഞ സാലഭഞ്ജികമാർ കഥാകഥനശേഷം അപ്രത്യക്ഷമായെന്നും കേട്ടിരുന്നു. ഇപ്പോഴും ഈ സിംഹാസനത്തിന്റെ ഓരോ പടവിലും അതിസുന്ദരികളായ സ്ത്രീശില്പങ്ങളുണ്ട്.

ഈ സിംഹാസനത്തിലിരുന്നാൽ പിന്നെ രാജാവിന് അനീതിയൊന്നും ചെയ്യാൻ കഴിയില്ലത്രെ. ശങ്കരകവിയോട് മറ്റാരോ പറഞ്ഞതാണ്. അദ്ദേഹത്തോട് വേറെയാരെങ്കിലും പറഞ്ഞിട്ടുണ്ടാകാം. കഥകളങ്ങനെയാണല്ലോ. ഒരുവൻ പറയുന്ന ഒരു സൂചകം അടുത്തയാൾ തന്റെ ഭാവന ചേർത്ത് വേറെ ഒരാൾക്ക് കൈമാറും. അയാൾ അടുത്തയാൾക്ക്, അങ്ങനെയങ്ങനെ...

ആദ്യം പറഞ്ഞയാൾ പിന്നീടെപ്പോഴെങ്കിലും ഈ കഥകേട്ടാൽ അയാൾ പറഞ്ഞതുമായി അതിനു പുലബന്ധം പോലുമുണ്ടാവില്ല. അത്രമാത്രം ഗതിവിഗതികൾ പൂർവകഥയ്ക്കു സംഭവിച്ചിരിക്കും. എങ്കിലും കഥകൾ എന്നും കേൾക്കാൻ സുഖമുള്ള ഒന്നാണല്ലോ. ഏത് ഹൃദയത്തെയും ദ്രവീകരിക്കുവാനുള്ള മാസ്മരശക്തി എന്നും അതിനുണ്ട്. അതുകൊണ്ടായിരിക്കാം ഭാഗവതകാരൻ 'ക്വ കഥാ ക്വസുധാരാജൻ ക്വ കാച: ക്വമണിർമഹാൻ' എന്ന് പറഞ്ഞത്. കഥയെവിടെ രാജാവെ അമൃത് എവിടെ. കുപ്പിച്ചില്ലെവിടെ രത്നമെവിടെ? കഥകളുടെ വശീകരണശക്തി അപാരം തന്നെയാണ്. തന്നെക്കുറിച്ചും പലർ കൈമാറി രാജാവിന്റെ

മുന്നിലെന്തെങ്കിലും കഥ എത്തിയിട്ടുണ്ടാവാം. അതിന്റെ തീർപ്പ് കല്പി ക്കാനാണ് രാജാവ് തന്നെ കാണണമെന്ന് കല്പിച്ചത്.

നോക്കാം. ഈ സിംഹാസനത്തിലാണല്ലോ രാജാവ് ഇരിക്കുന്നത്. ഇതിൽ ഇരുന്നാൽ അനീതി ഒന്നും തന്നെ ചെയ്യാൻ കഴിയില്ലെന്നല്ലെ ശങ്കരകവി പറഞ്ഞത്.

ആരുമില്ലാതെ ഒറ്റയ്ക്കിരിക്കേണ്ടി വന്നതുകൊണ്ടാവാം ആ കഥ പെട്ടെന്ന് മനസ്സിലേക്ക് ഓടിവന്നു. പ്രജാക്ഷേമതത്പരനായ ഭോജമഹാ രാജാവ് വേഷപ്രച്ഛന്നനായി ഇടയ്ക്കിടയ്ക്ക് ജനങ്ങൾക്കിടയിൽ സഞ്ചരി ക്കാറുണ്ടായിരുന്നുവത്രേ. അന്നൊരിക്കൽ അങ്ങനെ സഞ്ചരിക്കുമ്പോൾ അദ്ദേഹത്തിന് എന്തെന്നില്ലാതെ ദാഹം തോന്നി. കടുത്ത ചൂടായിരുന്നു. കൊടുംവെയിലിൽ ഒരിറ്റുവെള്ളം കിട്ടാൻ ഒരു വഴിയുമില്ലാതെ രാജാവ് നന്നായി വിഷമിച്ചു. അപ്പോഴാണ് അല്പദൂരെ ഒരു കൃഷിയിടം കണ്ടത്. അവിടെ ആരെങ്കിലും ഉണ്ടാകുമെന്ന പ്രതീക്ഷയിൽ അങ്ങോട്ടു ചെന്നു. വിളഞ്ഞുകിടക്കുന്ന തണ്ണീർമത്തൻ കണ്ട് ദാഹം അതിക്രമിച്ചു. ചുറ്റും

നടന്നുനോക്കുമ്പോൾ ഒരു മണൽത്തറയ്ക്കുമേലെ ഒരാൾ ഇരിക്കുന്നുണ്ട്. രാജാവ് അയാളോട് ചോദിച്ചു. "ഹേയ് വല്ലാതെ ദാഹിക്കുന്നു. എവിടേയും വെള്ളം കിട്ടാനില്ല. ഇതിൽ ഒരു തണ്ണീർമത്തൻ എനിക്ക് തരാമോ."

"അതിനെന്താ എടുത്തോളൂ എത്രവേണമെങ്കിലും എടുത്തോളൂ. ദാഹിക്കുന്നവർക്ക് വെള്ളം കൊടുക്കുന്നതിനേക്കാൾ എന്ത് പുണ്യമാണ് ലോകത്തുള്ളത്. ദാഹം തീരുന്നതുവരെ തണ്ണീർമത്തൻ താങ്കൾക്ക് ഉപയോഗിക്കാം."

"എത്ര ഉദാരനായ മനുഷ്യൻ" എന്ന് ചിന്തിച്ചുകൊണ്ട് ഏറ്റവും പാകമായ ഒരു തണ്ണീർമത്തൻ പൊട്ടിക്കുവാൻ തുടങ്ങിയതേയുള്ളു. അയാൾ അരികിൽ എത്തി.

"എന്താഹേ, മറ്റുള്ളവരുടെ അധ്വാനം എന്താണെന്ന് താങ്കൾക്ക് അറിയുമോ? കഷ്ടപ്പെട്ട് ഞാനുണ്ടാക്കിയത് നിങ്ങൾക്ക് വെറുതെ എടുത്ത് തിന്നാനുള്ളതാണോ? ഇവിടെ എന്താ നീതിയും നിയമവുമില്ലേ." അയാൾ വല്ലാത്ത ദേഷ്യത്തിലായിരുന്നു. അയാൾക്ക് എന്തുപറ്റി എന്നു ചിന്തിച്ചു

കൊണ്ട് അടക്കാനാവാത്ത ദാഹം ഒരു വിധം നിയന്ത്രിച്ചുകൊണ്ട് രാജാവ് മെല്ലെ നടന്നു. പത്തടി നടന്നേയുള്ളു ആ കൃഷിക്കാരൻ താൻ ആദ്യമിരുന്ന മണൽത്തറയിൽ എത്തിയിരിക്കുന്നു. അവിടെ നിന്ന് ഉറക്കെ ചോദിക്കുന്നു. "ഹേയ് പോവുകയാണോ? ഈ കൃഷിയിടത്തിലെ എന്ത് വേണമെങ്കിലും അങ്ങേയ്ക്ക് ഉപയോഗിക്കാവുന്നതാണ് ഒന്നും കഴിക്കാതെ ഇവിടെനിന്ന് പോവരുത്. ദാഹിച്ചുവലഞ്ഞ് ഇവിടെവന്ന് ഒന്നും കഴിക്കാതെ പോയാൽ അതിന്റെ പാപം എനിക്കാണ്." അയാൾ പറഞ്ഞപ്പോൾ അദ്ഭുതം തോന്നി. ഇത് എന്ത് വിചിത്രം! തന്റെ അവശതകണ്ട് മനസ്സലിഞ്ഞതുകൊണ്ടാവാം അനുവദിച്ചത്, എന്ന പ്രതീക്ഷയിൽ വീണ്ടും തണ്ണിമത്തൻ എടുക്കാൻ കുനിഞ്ഞതേയുള്ളു. അതാവരുന്നു ആ കൃഷിക്കാരൻ പൂർവ്വാധികം ക്രുദ്ധനായി. "തന്നോട് അല്ലെഹേ പറഞ്ഞത് എന്റെ തണ്ണിമത്തൻ പൊട്ടിക്കരുത്." രാജാവ് തിരിച്ചുനടന്നു. അപ്പോഴേക്കും കൃഷിക്കാരൻ വീണ്ടും തന്റെ മണൽത്തിട്ടയിലെത്തി "ഏയ് നിൽക്കു, ഒന്നും കഴിക്കാതെ ദയവായി പോകരുത്. താങ്കൾ അങ്ങനെ പോയാൽ എന്തു സമാധാനമാണുണ്ടാകുക." രാജാവ് വല്ലതായി.

മണൽത്തിട്ടയിൽ എത്തുമ്പോൾ കൃഷിക്കാരൻ വല്ലാതെ ഉദാരനാകുന്നു. അവിടെ നിന്ന് പുറത്തിറങ്ങിയാൽ വല്ലാതെ സ്വാർത്ഥനും. എന്താണ് ഇതിന് കാരണം. രാജാവ് അതാണ് ചിന്തിച്ചതുമുഴുവൻ. കൊട്ടാരത്തിൽ തിരിച്ചെത്തിയ മഹാരാജൻ പരിവാരങ്ങളേയും കൂട്ടി ആ കൃഷിയിടത്തിലെത്തി. മണൽത്തിട്ട നിന്നിരുന്ന ഭാഗം കുഴിച്ചുനോക്കി. അവിടെ നിന്ന് കിട്ടിയതാണത്രെ ഈ സിംഹാസനം. സിംഹാസനത്തിന്റെ മഹത്ത്വം കൊണ്ടാണ് സ്വാർത്ഥനായ വ്യക്തി മണൽത്തിട്ടയിൽ എത്തുമ്പോൾ ഉദാരനാകുന്നതെന്നാണ് കഥ.

സിംഹാസനം സാക്ഷാൽ വിക്രമാദിത്യമഹാരാജാവ് രാജ്യം ഭരിച്ച അതേ സിംഹാസനമാണെന്നാണ് ശ്രുതി. വിക്രാമാദിത്യമഹാരാജാവിന്റെ പരമ്പരയിൽ ജനിച്ചതായി വിശ്വസിക്കുന്ന ഭോജമഹാരാജാവിന് ആ സിംഹാസനം കൂടി ലഭിച്ചതോടെ പേരുതന്നെ മാറി. ഭോജവിക്രമാദിത്യൻ, കവികളിൽ ചിലരാകട്ടെ അദ്ദേഹത്തെ വെറും വിക്രമാതിദിത്യൻ എന്നും വിളിച്ചു. ഒഴിഞ്ഞുകിടക്കുന്ന ആ സിംഹാസനം നോക്കി കാളിദാസൻ ഒന്നു നെടുവീർപ്പിട്ടു.

സദസ്സ് കൂടാൻ ഇനിയും സമയമുണ്ടല്ലോ. എത്രനേരം ഇങ്ങനെയിരിക്കും. കാളിദാസൻ ഒന്നു പുറത്തുപോയി വരാമെന്ന് വിചാരിച്ച് എഴുന്നേറ്റ് നടന്നതാണ്.

ക്ഷേത്രദർശനം കഴിഞ്ഞ് നടന്നുവരുന്ന രാജ്ഞിയും പരിവാരങ്ങളും.

ഒരു ഭാഗത്ത് പരമാവധി ഒഴിഞ്ഞുനിന്നെങ്കിലും രാജ്ഞി തന്നെ കണ്ട് അടുത്തേക്ക് വന്നു. രാജ്ഞി ലീലമണി അതിസുന്ദരിയാണ്. വെണ്ണക്കല്ലിൽ വാർത്തെടുത്തപോലെ.

"കവി കാളിദാസനല്ലേ?"

"അടിയൻ."

"മഹാകവികൾക്ക് ഭോജസദസ്സിൽ ഉപചാരങ്ങളൊന്നും ആവശ്യമില്ലെന്ന് അറിയില്ലേ. ഞാൻ കാണണമെന്ന് കരുതിയിരിക്കുകയായിരുന്നു. മഹാരാജൻ പറഞ്ഞത് അനുസരിച്ച് അങ്ങയുടെ ഋതുസംഹാരം അദ്ഭുതകരമാണ്. അതിലെ പ്രകൃതി വർണ്ണനം ഗംഭീരം. അപ്പോൾ മുതൽ വിചാരിച്ചതാണ് അങ്ങയെ നേരിട്ടുകണ്ട് അഭിനന്ദനം അറിയിക്കണമെന്ന്." മുമ്പൊരിക്കലും ഒരു മഹാരാജ്ഞിയോട് ഇങ്ങനെ അടുത്തു നിന്ന് സംസാരിച്ചിട്ടില്ല. എന്തുപറയണം എങ്ങനെ പറയണമെന്ന് അറിയില്ലായിരുന്നു.

"കൊട്ടാരത്തിൽ ഒരു ചിത്രകാരൻ വന്നിട്ടുണ്ട്. നമ്മുടെ ചിത്രം എഴുതാൻ. ഇന്ന് ചിത്രത്തിന്റെ പണി പൂർത്തിയാകും. അങ്ങ് വന്ന് കാണണം. കലാകാരന്മാർക്ക് കലയുടെ മൂല്യം കൂടുതൽ തിരിച്ചറിയാനാകുമല്ലോ."

"അടിയൻ വരാം."

അവർ പിരിഞ്ഞുപോയപ്പോൾ കാളിദാസന്റെ മനസ്സ് വീണ്ടും കലുഷിതമായി. ഇത്ര സുന്ദരിയായ, രാജ്ഞി എന്ന അഹങ്കാരവുമില്ലാത്ത ഒരു സ്ത്രീരത്നത്തെ അന്തഃപുരത്തിലിരുത്തിയിട്ടാണല്ലോ, മഹാരാജൻ മറ്റൊരാളെ മനസ്സിൽ കൊണ്ടുനടക്കുന്നത്. ഇവർക്കെങ്ങനെ അംഗീകരിക്കുവാൻ കഴിയും. അതൊ ഇവരുടെ പ്രേമവും സത്യമല്ലെന്ന് വരുമൊ? വെറും നാട്യമായിരിക്കുമോ? ഹേയ്! അല്ല. ആ മഹാരാജ്ഞിയെ കണ്ടാലറിയാം. യാതൊരു നാട്യവുമില്ലാത്ത നിഷ്കളങ്കയായ ഒരു സ്ത്രീ...

ഇനി ചിലപ്പോൾ രാജാവ് രണ്ടാം വിവാഹത്തെക്കുറിച്ച് ചിന്തിക്കുന്നത് അവർ അറിഞ്ഞിട്ടില്ലെന്ന് വരുമോ. അറിഞ്ഞിരുന്നുവെങ്കിൽ ആ മുഖത്ത് ഒരു വിഷാദച്ഛായയെങ്കിലും നിഴലിക്കേണ്ടതാണ്. അങ്ങനെ എന്തെങ്കിലും തരത്തിലുള്ള ദുഃഖം അവരുടെ മുഖത്തുള്ളതായി തോന്നിയില്ല. അപ്പോൾ ഈ വസ്തുതകളൊന്നും അവർ അറിഞ്ഞില്ലെന്ന് വരുമോ? കൊട്ടാരം മുഴുക്കെ ആ തീരുമാനം അറിയാം. തോഴിമാർക്ക് കിട്ടുന്ന രഹസ്യങ്ങൾ ഒരിക്കലും രാജ്ഞി അറിയാതിരിക്കില്ല. അപ്പോൾ അതിനർത്ഥം അതിലൊന്നും അവർക്ക് യാതൊരു വിരോധവുമില്ലെന്നല്ലേ. അല്ലെങ്കിലും കൊട്ടാരങ്ങളിൽ താമസിക്കുന്നവരുടെ മാനസികഗതികൾ സാധാരണക്കാർക്ക് വായിച്ചെടുക്കുവാൻ കഴിയില്ലല്ലോ. അല്ലെങ്കിലും സാധാരണക്കാരന്റെ മാനസികാവസ്ഥകൾ കൊട്ടാരവാസികൾക്ക് പരിഹാസവും പുച്ഛവുമാണല്ലൊ...

കുറച്ചുനേരം കൊട്ടാരത്തിൽ അലഞ്ഞുതിരിഞ്ഞു.

വിക്രമാദിത്യനിൽ നിന്ന് തുടങ്ങി ഭോജനിൽ അവസാനിക്കുന്ന ഒരു രാജവംശത്തെക്കുറിച്ചല്ല, താനെഴുതുന്നത്. ദിലീപമഹാരാജനിൽനിന്ന് തുടങ്ങി അഗ്നിവർണ്ണനിൽ അവസാനിക്കുന്ന സൂര്യവംശ പരമ്പരയെക്കുറിച്ചാണ്. എങ്കിലും കൊട്ടാരവും അവിടത്തെ ജീവിതാവസ്ഥകളും ഒരുപോലെതന്നെ. അധികാരത്തിന്റെ ഉന്നതശൃംഗങ്ങളിൽ വിരാജിക്കുന്നവർക്ക് പുറന്തോടിലേ മാറ്റം വരൂ. ആന്തരികമായി എല്ലാം ഒന്നുതന്നെ.

മുമ്പിലുള്ള കൊട്ടാരത്തെ കണ്ടറിയുന്നത്, ഭാവനയിലെ കൊട്ടാരത്തിന് വർണ്ണഭംഗിയേകാൻ നല്ലതാണ്.

കണ്ണിൽ കണ്ടതൊക്കെ മനസ്സിൽ നട്ടുപിടിപ്പിച്ചുകൊണ്ടായിരുന്നു ചുറ്റിത്തിരിഞ്ഞത്. സഭാമണ്ഡപത്തിലെത്തിയപ്പോൾ പല പണ്ഡിതന്മാരും വന്നിട്ടുണ്ട്. പലരുടേയും കൈയിൽ വലിയ വലിയ ഗ്രന്ഥങ്ങൾ. ആരും ഒന്നും സംസാരിക്കുന്നില്ല. പഠിച്ചുകൊണ്ടുവന്ന പലതും നഷ്ടപ്പെട്ടുപോയാലോ. എന്തൊരു നാട്യം. ആലോചിക്കുമ്പോൾ ചിരിക്കണോ കരയണോ എന്ന് സംശയം തോന്നും.

ബാണേശ്വരൻ എത്തിക്കഴിഞ്ഞിരിക്കുന്നു. അദ്ദേഹത്തിന്റെ സമീപത്ത് ചെന്ന് നമസ്കാരം എന്ന് അഭിവാദ്യം ചെയ്തു. എന്നാൽ അത് അത്ര സുഖമായി അദ്ദേഹത്തിന് തോന്നിയിട്ടുണ്ടാവില്ല. പ്രത്യഭിവാദനം ചെയ്യാനുള്ള സാമാന്യമര്യാദകൂടി അദ്ദേഹം കാണിച്ചില്ല. ഒന്നമർത്തി മൂളുക മാത്രം ചെയ്തു.

എന്താണ് അദ്ദേഹത്തിന് ഇത്രമാത്രം ദേഷ്യം. എത്ര ആലോചിച്ചിട്ടും മനസ്സിലായില്ല. ശങ്കരകവി പറഞ്ഞതുപോലെ അസൂയയാകുമോ? അതിന് അസൂയപ്പെടുവാൻ മാത്രം തന്നിൽ എന്തുണ്ട്. രാജകവിപട്ടം അതോ... ആർക്ക് വേണം അത്... കാലാകാലങ്ങളായി ഓരോ രാജക്കന്മാരും പതിച്ചു നല്കിയ രാജകവിപട്ടവുമായി എത്ര പേർ മരണത്തിലേക്ക് കടന്നുപോയിരിക്കുന്നു. ആരെങ്കിലും അവരെക്കുറിച്ച് ഓർക്കുന്നുണ്ടോ? ഒരു ഭാസൻ, ഒരു മാഘൻ, ദണ്ഡി, ഭാരവി ഇങ്ങനെ കുറച്ചുപേരുകളേ പൂർവ്വസൂരികളായി മുന്നിലുള്ളു. ഇവരിലാരും തന്നെ ആസ്ഥാനകവികളായിരുന്നുവെന്ന് കേട്ടിട്ടില്ല. ദാരിദ്ര്യത്തിന്റെ പടുകുഴിയിലായിരുന്നുവത്രെ മാഘൻ പട്ടിണിച്ചൂളയിൽ പുകഞ്ഞുകൊണ്ടാണ് അദ്ദേഹം തന്റെ ശിശുപാലവധം പൂർത്തിയാക്കിയതെന്നും കേട്ടിട്ടുണ്ട്. പക്ഷേ, അവരൊക്കെ ഇന്നും സഹൃദയമനസ്സുകളിൽ അമരൻമാരായി വാഴുന്നുണ്ട്. നന്മയും തിന്മയും തിരിച്ചറിയാതെ അന്നം തന്ന രാജാവിനെ വാഴ്ത്തിപ്പാടി കടന്നുപോയ നൂറു കണക്കിന് കവികൾ മറവിയുടെ ചിതൽപ്പുറ്റിന് അകത്ത് ദ്രവിച്ചു കഴിഞ്ഞു. ആരേയും അനശ്വരൻമാരാക്കാത്ത ഒരു സ്ഥാനം മാത്രമാണ് ആസ്ഥാനകവിപ്പട്ടം. അതിന് വേണ്ടിയിട്ടാണോ ഈ അസൂയ...

ശങ്കരകവി പറഞ്ഞിരുന്നു അങ്ങനെയൊരു സ്ഥാനം ഏറെ മോഹിച്ചിരുന്നുവത്രേ ബാണേശ്വരൻ. പക്ഷേ, താൻ ഇവിടെ വരുന്നതിന് മുമ്പ് അങ്ങനെയൊരു പദവി രാജാവ് ആർക്കും കല്പിച്ചുനൽകിയിരുന്നില്ല. അപ്പോൾ താൻ വന്നതുകൊണ്ടല്ലെ അദ്ദേഹത്തിന് ആ സ്ഥാനം കിട്ടാതെ പോയത്. വർഷങ്ങൾക്കു മുമ്പ് തന്നെ ബാണേശ്വരൻ ഭോജസദസ്സിലെ കവിപുംഗവനാണ്.

എന്തോ ആവട്ടെ. ഇത്തരം നിസ്സാരകാര്യങ്ങളെക്കുറിച്ച് കൂടുതൽ ചിന്തിക്കുന്നത് നല്ലതല്ല. നിർഭയനാവുക – അതാണല്ലോ ഉപനിഷത്ത് ഋഷികൾ ആവർത്തിച്ചു പറഞ്ഞിരിക്കുന്നത്.

സദസ്സ് ആരംഭിച്ചതും കാളിദാസന്റെ പ്രവൃത്തികളെക്കുറിച്ചായിരുന്ന ചർച്ച. കവി സദസ്സ്, പണ്ഡിതസദസ്സ് എന്നൊക്കെപറയും. പക്ഷേ, താൻ വന്ന് ഇത്ര ദിവസമായിട്ടും ഇവിടെ കവിതയോ സാഹിത്യമോ ആരെങ്കിലും ചർച്ച ചെയ്യുന്നത് കേട്ടിട്ടില്ല. ഒരാളെ കീറിമുറിക്കുവാനുള്ള അവസരം ശരിയായി ഉപയോഗിക്കുന്നുമുണ്ട്.

"രാജകല്പനയെ ധിക്കരിക്കുവാൻ മാത്രം ഒരു കവിയും വളരാൻ പാടില്ല. ആസ്ഥാനകവി പണ്ഡിതസദസ്സിലാണ് ഉണ്ടായിരിക്കേണ്ടത്. അല്ലാതെ വാരസ്ത്രീകളുടെ വാസസ്ഥലങ്ങളിലല്ല. അങ്ങ് കല്പിച്ച് ആളയച്ചിട്ടും സദസ്സിൽ പങ്കെടുക്കാത്ത കവി ശിക്ഷാർഹനാണ്." ബാണേശ്വരന് എന്തൊരാവേശമായിരുന്നു. ഉള്ളിൽ തടഞ്ഞുനിർത്തിയ ഒരു പ്രവാഹം പൊട്ടിയൊഴുകുന്നത് പോലെ.

"ആസ്ഥാനകവിക്ക് എന്തെങ്കിലും പറയാനുണ്ടോ." മഹാരാജന്റെ ചോദ്യത്തിലും എന്തോ പരിഹാസമുണ്ടോ ആവോ.

"ഉണ്ട് തിരുമേനി, അടിയൻ പണ്ട് എവിടെയും ചക്രവർത്തിമാരുടെ പണ്ഡിതസദസ്സിൽ അംഗമായിട്ടില്ല. പണ്ഡിതന്മാരുടേയും കവികളുടേയും സദസ്സ് എന്നാൽ അറിവുകൾ ചർച്ചയിലൂടെ പരസ്പരം പങ്കുവെയ്ക്കുന്ന വേദിയായിരിക്കുമെന്നാണ് അടിയൻ സങ്കല്പിച്ചത്. ഇവിടെ വ്യക്തികളുടെ കുറ്റവും കുറവും വിചാരണ ചെയ്യുന്നതല്ലാതെ മറ്റൊന്നും അടിയാൻ കാണുകയോ കേൾക്കുകയോ ചെയ്തില്ല. അതുകൊണ്ട് തന്നെ ചില ദിവസം സദസ്സിൽ ഞാൻ പങ്കെടുത്തില്ല. അതാണോ തെറ്റ്."

"വാരസ്ത്രീ ഗൃഹങ്ങളിൽ പോയി എന്നതാണ് അടുത്ത ആക്ഷേപം. അവിടെ പോകാത്തവരാണ് ആക്ഷേപിക്കുന്നതെങ്കിൽ അതിന് മറുപടി പറയുന്നതിലർത്ഥമുണ്ട്. അവിടേക്ക് അടിയൻ പോയി എന്ന് അറിയുന്നവർ അവിടുത്തെ നിത്യസന്ദർശകരായിരിക്കുമല്ലോ."

"പരസ്ത്രീസംഗമത്തിന് വേണ്ടി ഒരു ഗണികാഗൃഹത്തിലും അടിയൻ പോയിട്ടില്ല. ഇനി അതിനല്ലാതെ ആരും അങ്ങോട്ട് പോകുന്നില്ലെന്നാണ് വിശ്വാസമെങ്കിൽ അടിയനും പറയാനുള്ളത് മറ്റൊന്നാണ്. കവികൾക്ക് രതി പാടില്ലെന്ന് നിയമമുണ്ടോ? അചഞ്ചലമായ സന്ന്യാസത്തിന്റെ ഉടമയായ വാത്സ്യായനമഹർഷിയാണ് കാമസൂത്രം എഴുതിയത്. ഇതിഹാസങ്ങളിലും പുരാണങ്ങളിലും രതിവർണ്ണനകൾ ഉണ്ട്. ഭാരതീയ സംസ്കാരം രതി പാപമാണെന്ന് പറഞ്ഞിട്ടില്ല. പക്ഷേ, അതാണ് സർവ്വം എന്നു കരുതി അതിൽ സ്വയം മുഴുകി ജീവിക്കുന്നത് നാശമാണെന്ന് ബോധിപ്പിച്ചിട്ടേയുള്ളു."

പിന്നെയും വാദങ്ങൾ തുടർന്നു.

മഹാരാജൻ അധികമൊന്നും സംസാരിച്ചില്ല. രണ്ട് ഭാഗത്തും പറഞ്ഞത് കേട്ടിരിക്കുകയാണ് ചെയ്തത്. സദസ്സ് പിരിയുമ്പോഴും രാജാവിൽനിന്ന് ചിലരെങ്കിലും ആഗ്രഹിച്ചപോലെ ഒരു ഉഗ്രശാസനം ഉണ്ടായില്ല. പലരും നിരാശരാണെന്ന് അവരുടെ മുഖം പറഞ്ഞിരുന്നു.

സദസ്സ് പിരിഞ്ഞതിനു ശേഷം രാജാവ് പറഞ്ഞു. "കാളിദാസൻ, അങ്ങ് വരൂ. കൊട്ടാരത്തിൽ ഒരു ചിത്രകാരൻ വന്നിട്ടുണ്ട്. മഹാറാണിയുടെ ചിത്രം വരച്ചുകഴിഞ്ഞു. അതൊന്നു കാണാം. എന്താണ് അങ്ങയുടെ അഭിപ്രായം എന്ന് അറിയാമല്ലോ?" രണ്ടുപേരും കൂടി ചിത്രശാലയിലേക്ക് നടക്കുകയായിരുന്നു. പെട്ടെന്ന് രാജാവ് ചോദിച്ചു. "അങ്ങ് വിലാസവതിയുടെ വസന്തമാളികയിലേക്ക് നിത്യം പോകുന്നുണ്ടെന്നാണ് പണ്ഡിത സദസ്സിന്റെ ആക്ഷേപം. അങ്ങ് പോകുന്നുണ്ടെന്നത് സത്യം. ഇങ്ങനെ ഒരാക്ഷേപമുണ്ടാകുവാൻ വെറുതെ കാരണക്കാരനാകണോ? അങ്ങോട്ടുള്ള നിത്യസന്ദർശനം ഒഴിവാക്കിക്കൂടെ." രാജാവ് കാര്യത്തിലേക്ക് കടക്കുകയാണെന്ന് കാളിദാസന് മനസ്സിലായി. "സ്വാമി, മനസ്സിന് സ്വസ്ഥത കിട്ടുന്നിടത്തേക്കല്ലേ ആരും പോകുവാൻ ആഗ്രഹിക്കുന്നത്."

"ശരിയാവാം പക്ഷേ, പലരും പറയുന്നുണ്ട്. അങ്ങ് വിലാസവതിയെ തേടിയല്ല അവിടെ പോകുന്നതെന്നാണ്. അവരുടെ മകൾ വിലാസിനിയെ തേടിയെന്നാണ് കൊട്ടാരത്തിലെത്തിയ വാർത്ത. അത് നമുക്ക് അത്ര പ്രിയങ്കരമായ ഒന്നല്ല. അങ്ങയുടെ പ്രതിഭയേയും കഴിവിനേയും ആദരിക്കുന്നു. പക്ഷേ, വിലാസിനി നമുക്ക് മാത്രം അവകാശപ്പെട്ടതാണ്. അവളെ തേടി ഇനി അങ്ങോട്ട് പോകരുത്"

പറഞ്ഞത് സൗഹൃദഭാവത്തിലായിരുന്നുവെങ്കിലും അതിൽ ഒരു കല്പനയുണ്ടെന്ന്. ഏത് മന്ദബുദ്ധികൾക്കും മനസ്സിലാക്കാം.

ആ കല്പന അംഗീകരിക്കുവാനാണെങ്കിൽ തനിക്ക് ഈ കൊട്ടാരത്തിൽ താമസിക്കേണ്ടതില്ലല്ലോ. പക്ഷേ, എതിർത്ത് പറയുന്നത് ഉചിതമല്ലെന്നു തോന്നി.

"അങ്ങേയ്ക്ക് അറിയില്ല..." രാജാവ് തുടർന്നു "അവൾ ഏറെക്കാലമായി നമ്മുടെ മോഹമാണ്. അവൾ നമ്മുടെ ഉറക്കം നശിപ്പിക്കുന്നു. അടുത്ത വസന്തോൽസവത്തിന് അവൾ നമ്മുടേതാകും. അതിന് മുമ്പ് അവൾക്കൊരു പേരുദോഷം ഉണ്ടാക്കരുത്. അങ്ങ് അവിടെ പോയി എന്നതുകൊണ്ട് നമുക്ക് വിരോധമൊന്നുമില്ല. പക്ഷേ, അവളെക്കുറിച്ച് ആരെങ്കിലും മോശമായി പറയുന്നത് നമുക്ക് സഹിക്കില്ല. ചക്രവർത്തിയായ നമ്മെ വരിക്കാമെന്ന് പാവം അവളും മോഹിച്ചിരിക്കുകയാവും. അതിനിടയിൽ താങ്കൾ വെറുതെ......"

മോഹിച്ചിരിക്കുന്നു! ചക്രവർത്തിയാണെന്നുമാത്രം കേട്ടാൽ സ്വജീവിതം കാഴ്ചവെയ്ക്കുവാൻ മത്സരിച്ചിരുന്ന വാരസ്ത്രീകളെ കുറിച്ച് മാത്രമേ ഇദ്ദേഹത്തിന് അറിയൂ.

"മഹാരാജൻ അങ്ങ് വിവാഹിതനല്ലേ?" പതിവ്രതാരത്നമായ രാജ്ഞിക്ക് അങ്ങയുടെ തീരുമാനം അംഗീകരിക്കുവാൻ കഴിയുമോ?

"രാജാവിന്റെ തീരുമാനം അംഗീകരിക്കുകയെന്നത് ഏത് പ്രജയുടേയും ധർമ്മമാണ്. സ്വയം അംഗീകരിച്ചില്ലെങ്കിൽ അംഗീകരിപ്പിക്കുവാനുള്ള കഴിവ് രാജാവിനുണ്ട്. അതുണ്ടെങ്കിലേ രാജാവ് എന്ന്

പറയുകയുള്ളു. മഹാറാണിയും ഒരു പ്രജയാണ്. മഹാറാണി എന്നത് രാജാവ് കല്പിച്ചുനൽകിയ ഒരു സ്ഥാനം മാത്രമാണ്. ആസ്ഥാന കവി യെന്ന് പറയുന്നത് പോലെ...'' പുഞ്ചിരിച്ചുകൊണ്ട് മഹാരാജൻ കാളിദാസനെ ഒന്ന് നോക്കി.

"ക്ഷത്രിയർക്ക് ബഹുഭാര്യാത്വം നിഷിദ്ധമല്ലെന്ന് അങ്ങേയ്ക്ക് അറി യില്ലേ. പുരാണ ചക്രവർത്തിമാർക്കൊക്കെ എത്ര ഭാര്യമാരുണ്ട്. തന്റെ ഭർത്താവ് മറ്റൊരു വിവാഹം കഴിക്കുന്നതിന് എതിർത്ത എത്ര പത്നി മാരുണ്ട് പുരാണത്തിൽ? അതെന്തോ ആകട്ടെ രാജാവ് ഒന്നു തീരുമാനി ച്ചാൽ അത് നടപ്പിലാകും. അതിന് തടസ്സം നിൽക്കുന്നതും നല്ലതല്ല. എല്ലാ തടസങ്ങളേയും വെട്ടിമാറ്റി മുന്നോട്ട് കുതിക്കുക എന്നതാണ് ചക്രവർത്തി മാരുടെ രീതിയും മാർഗ്ഗവും.

പരോക്ഷമായി രാജാവ് ഉപയോഗിക്കുന്ന ഭീഷണിയുടെ സ്വരം മനസ്സി ലാകാഞ്ഞിട്ടല്ല. അതറിയാത്ത ഭാവം നടിക്കുയായിരുന്നു. എന്തു സംഭ വിച്ചാലും മാളവിക തന്റേതാണ്. അത് ആർക്കും വിട്ടുകൊടുക്കില്ലായെന്ന് മനസ്സ് ആവർത്തിക്കുന്നു.

ചിത്രശാലയിൽ അതിമനോഹരമായി ചിത്രം പൂർത്തിയാക്കികഴിഞ്ഞി രിക്കുന്നു. രാജ്ഞിയുടെ അർദ്ധനഗ്നമായ ആ ചിത്രം പരപുരുഷന്മാരെ കാണിക്കുന്നത് ശരിയോ എന്ന് ഒരു നിമിഷം ചിന്തിച്ചു. അത്തരം ചിന്ത കൾക്ക് യാതൊരു പ്രസക്തിയുമില്ലെന്ന് പെട്ടെന്ന് തിരിച്ചറിയുകയും ചെയ്തു.

"എങ്ങനെയുണ്ട് ചിത്രം-?" രാജാവ് ചോദിച്ചു

"അതിമനോഹരം. അടിയനാണ് വരയ്ക്കുന്നതെങ്കിൽ ആ കാൽത്തുട യിൽ ഒരു കറുത്ത മറുക് കൂടി വരയ്ക്കും. അടിയന് വാക്കുകൾകൊണ്ടേ വരയ്ക്കാനാകു. ഈ രൂപത്തിന് അതുകൂടിയുണ്ടെങ്കിലേ പൂർണ്ണതവരൂ എന്ന് അടിയന് തോന്നി."

കാളിദാസന്റെ വാക്കുകൾ കേട്ടതും രാജാവിന്റെ മുഖത്ത് ക്രോധം ഇരച്ചുകയറി. എന്താണ് പറഞ്ഞത് - അപ്പോൾ ഞാൻ വിചാരിച്ചതു പോലെയല്ല. താങ്കൾ വസന്തമാളികയിൽ മാത്രമല്ല അന്തഃപുരത്തിലും...?"

"കടന്നുപോകൂ, എനിക്ക് കാണണ്ട. നല്ലൊരു സുഹൃത്തായി ഞാൻ താങ്കളെ ഹൃദയത്തിൽ വച്ച് ആരാധിച്ചു. അല്ലായിരുന്നുവെങ്കിൽ ഇപ്പോൾ താങ്കളുടെ അന്ത്യമാവുമായിരുന്നു!"

എന്തുപറ്റിയെന്ന് ഒന്നും മനസ്സിലായില്ല.

രാജാവ് ക്രോധത്തോടെ പിന്നെയും പിന്നെയും എന്തൊക്കെയോ പറഞ്ഞുകൊണ്ടിരുന്നു. ഭടൻമാർ നിർബ്ബന്ധിച്ചതിനനുസരിച്ച് കാളി ദാസൻ അവിടെ നിന്ന് പിന്മാറി.

പക്ഷേ, അപ്പോഴും മനസ്സിലൊരു ചോദ്യം ബാക്കിനിന്നു. എന്താണ് ഒരു കാര്യവുമില്ലാതെ രാജാവ് ക്രുദ്ധനാകാൻ.

"കടന്നുപോകു എനിക്ക് കാണണ്ടാ." രാജാവിന്റെ ആക്രോശം കാതുകളിൽ മുഴങ്ങി. ബാണേശ്വരാ, നിനക്ക് ആശ്വസിക്കാം. കാളിദാസന്റെ കൊട്ടാരംപൊറുതിക്ക് തിരശ്ശീല വീണിരിക്കുന്നു. എന്നായാലും പോകേണ്ടിവരുമെന്ന് അറിയാം. ഇത്രപെട്ടെന്ന് ആവുമെന്ന് വിചാരിച്ചില്ല...

നല്ലത്, എല്ലാം നല്ലതിന് അങ്ങനെ മാത്രം കരുതുക. അപ്പോൾപിന്നെ അധികം വിഷമിക്കേണ്ടിവരില്ല...

എട്ട്

പൂരണം കിട്ടാത്ത സമസ്യ

കൊട്ടാരത്തിൽനിന്ന് ഇറങ്ങി നേരെ പോന്നത് തന്റെ വാസസ്ഥല ത്തേക്കായിരുന്നു. രാജാവിന് തന്നെ കാണണ്ട എന്ന് പറഞ്ഞ സ്ഥിതിക്ക് രാജകൊട്ടാരത്തിന്റെ അതിഥി മന്ദിരത്തിൽ താമസിക്കുന്നത് ശരിയല്ല. കെട്ടും ഭാണ്ഡവും എടുത്ത് എഴുതിത്തീരാറായ രഘുവംശം കാവ്യം ഒരു തുണിയിൽ പൊതിഞ്ഞുകെട്ടി നേരെ ഇറങ്ങി.

പോരുമ്പോൾ ഒന്നു തീരുമാനിച്ചു. മാളവികയെ കാണണം. സംഭവി ച്ചത് അവളെ അറിയിക്കണം. നേരെ നടന്നത് വസന്തമാളികയിലേ ക്കായിരുന്നു. വിലാസവതി അവിടെ ഉണ്ടായിരുന്നില്ല. ദൈവം എത്ര വലിയവൻ.

മാളവികയോട് എല്ലാം പറഞ്ഞു. അവൾ ഒരു ദീർഘനിശ്വാസം വിട്ടു. "ഇനി എങ്ങോട്ടാണ്?"

"തീരുമാനമൊന്നുമായില്ല. പക്ഷേ, നാം വരും വസന്തപൗർണ്ണമിക്ക് മുമ്പ് നിന്നെ കൊണ്ടുപോകുവാൻ. എന്താ നാം വിളിച്ചാൽ നീ വരില്ലേ?"

"വരും, പക്ഷേ, നമുക്ക് ഒന്നിച്ചുജീവിക്കുവാൻ കഴിയുമോ എന്ന് എനിക്കറിയില്ല. എന്നാലും ഞാൻ വരും."

"മതി, ഒന്നിച്ചുജീവിക്കാൻ ആരും സമ്മതിച്ചില്ലെങ്കിൽ ഒരുമിച്ച് മരിക്കാം; അതിന് ആരുടേയും സമ്മതം വേണ്ടല്ലോ?"

"ഞാനൊരുക്കമാണ്. ഒരു സ്ത്രീക്ക് ഒരു പുരുഷനേയെ മനസ്സു കൊണ്ടു വരിക്കുവാൻ കഴിയൂ. എന്നോ ഞാനങ്ങയെ മനസ്സിൽ വരിച്ചു കഴിഞ്ഞു. ശരീരംകൊണ്ട് എത്ര പേരെയുമാവാം. എനിക്ക് ഒരു വാരസ്ത്രീ യാവേണ്ട. ഒരു പതിവ്രതയായ ഭാര്യയായാൽ മതി - ഒരു ദിവസമെങ്കിൽ ഒരു ദിവസം - അതുമതി. അതിനുവേണ്ടി എന്തും ഉപേക്ഷിക്കുവാൻ ഞാനൊരുക്കമാണ്"

തന്റെ മോഹങ്ങൾ പാഴ്മോഹങ്ങളല്ലെന്ന് കാളിദാസന് തോന്നി. മുല്ല വള്ളി തേൻമാവിനെ വരിച്ചുകഴിഞ്ഞു. സന്തോഷത്തോടെ പോകാം. പോയ്വരട്ടെ എന്ന് പറഞ്ഞുകൊണ്ട് കാളിദാസൻ പടിയിറങ്ങി. കണ്ണിൽ

നിന്ന് ആ രൂപം മറയുംവരെ അവൾ അവിടെതന്നെ നിന്നു. അയാൾക്ക് അറിയാമായിരുന്നു. ഭാവസ്ഥിരമായ ഏതോ ജന്മാന്തരസൗഹൃദം അവർ തമ്മിലുണ്ടെന്ന്. അവരെ വേർപിരിക്കാൻ ആരു വിചാരിച്ചാലും കഴിയില്ലെന്ന്.

ആരുടേയും കണ്ണിൽപ്പെടാതെ എത്ര ദൂരം നടന്നുവെന്ന് അറിയില്ല. ഉജ്ജയിനിയുടെ അതിർവരമ്പുകൾക്ക് ഇപ്പുറത്താണ് ഇപ്പോൾ നിൽക്കുന്നതെന്ന് അറിയാം. തൊട്ടടുത്ത് ഒരു ദേവീക്ഷേത്രം കണ്ടു ഒന്നു ക്ഷീണം മാറ്റണം വല്ലതും കഴിക്കുകയും വേണം. ക്ഷേത്ര പരിസരത്തുള്ളവരൊന്നും പരിചയക്കാരല്ലാത്തത് നന്നായി. പക്ഷേ, ഭക്ഷണം ചോദിക്കുവാൻ മനസ്സ് അനുവദിക്കുന്നില്ല. വിശക്കുന്നു എന്ന് പറഞ്ഞ് യാചിക്കുക - അയ്യോ വേണ്ട - ക്ഷേത്രത്തിനു മുമ്പിലെ വലിയ പേരാൽമരത്തിന്റെ തണലിൽ ഇരിക്കാം... നല്ല തണുത്തകാറ്റ്... അറിയാതെ മയങ്ങിപ്പോയി.

എത്ര നേരം കിടന്നുവെന്ന് അറിയില്ല. ഒരു ശബ്ദം കാതിൽ കേട്ടപ്പോഴാണ് ഉണർന്നത് കാളിദാസകവിയല്ലേ. എന്താ ഇവിടെ? സൂര്യൻ ചാഞ്ഞുതുടങ്ങിയിരിക്കുന്നു. സ്വർണ്ണവെളിച്ചത്തിലേക്കാണ് കണ്ണ് മിഴിച്ചത്. അദ്ഭുതം! മഹാനായ ഭർത്തൃഹരി മുമ്പിൽ നിൽക്കുന്നു...

മെല്ലെ എഴുന്നേറ്റ് ആ പാദങ്ങളിൽ വീണു അദ്ദേഹം വല്ലാത്ത സ്നേഹത്തോടെ പിടിച്ചെഴുന്നേല്പിച്ചു. എന്തുപറ്റി? മുഖത്ത് നോക്കിയാൽ വല്ലാത്ത ക്ഷീണം തോന്നുമല്ലോ. കൊട്ടാരത്തിലെ സുഖസൗകര്യങ്ങളൊക്കെ വേണ്ടെന്നുവച്ചോ?

യാത്രയെക്കുറിച്ച് ചുരുക്കിപ്പറഞ്ഞു. പക്ഷേ, മുഴുവൻ പറഞ്ഞില്ല,.

“വരു താമസിക്കാനൊരിടം നാം ഏർപ്പാടാക്കാം. ഭക്ഷണവും കിട്ടും കൊട്ടാരത്തിലെ ഭക്ഷണത്തോട് അതിനെ താരതമ്യപ്പെടുത്തരുത്. ഇത് ഒരു സാധാരണക്കാരന്റെ ഗൃഹമാണ് അവിടത്തെ പരിമിതികൾ മനസ്സിലാക്കണം.”

അല്പദൂരം ഭർത്തൃഹരിയുടെ കൂടെ നടന്നതേയുള്ളു ഒരു ബ്രാഹ്മണ ഗൃഹത്തിന്റെ പടിവാതിൽക്കലെത്തി അകത്തുനിന്ന് ഏതോ കുട്ടികൾ വേദപാഠങ്ങൾ ഉരുവിടുന്നുണ്ട്. അതുകൊണ്ടാണ് അതൊരു ബ്രാഹ്മണ ഗൃഹമാണെന്ന് കാളിദാസൻ വിചാരിച്ചത്.

വീട്ടിന്റെ പടിവാതിൽ സ്വയം തള്ളിത്തുറന്ന് ഭർത്തൃഹരി ഉമ്മറതിണ്ണയിൽ കയറിയിരുന്നു. ചുമരിനോട് ചാരിവെച്ചിരുന്ന ഒരു പുൽപ്പായ ചൂണ്ടിപ്പറഞ്ഞു അത് എടുത്തുവിരിച്ച് അവിടെ ഇരുന്നോളു പേടിക്കേണ്ട ഇതും നമ്മുടെ വീട് തന്നെ. നമ്മുടെ എന്ന് പറയുമ്പോൾ തെറ്റിദ്ധരിക്കണ്ട. ഭർത്തൃഹരിക്ക് സ്വന്തമായി ഒന്നുമില്ല പക്ഷേ, എല്ലാം സ്വന്തമാണ്. യത്രവിശ്വം ഭവത്യേകനീഢം... ലോകം ഒരു പക്ഷിക്കൂട് പോലെ...

അദ്ദേഹം പറഞ്ഞുകൊണ്ടിരിക്കെ പുറത്തു നിന്ന് ഒരു ബ്രാഹ്മണൻ വന്നു. "ഇതാര് പുതിയൊരാളുണ്ടല്ലോ, അങ്ങയുടെ സുഹൃത്താണോ?"

"സുഹൃത്തും ശത്രുവുമൊന്നുമല്ലടോ. ഇപ്പോൾ ഇദ്ദേഹത്തിന് അങ്ങയെക്കൊണ്ട് ഒരു സഹായം വേണം. കുറച്ച് ദിവസം ഇവിടെ കഴിയണം. ഭക്ഷണവും വേണം."

"സഹായം എന്ന് കേട്ടപ്പോൾ നാമൊന്ന് അന്ധാളിച്ചു. അതിനെന്താ ഉള്ളതുപോലെ ആവാമല്ലോ." ആ ബ്രാഹ്മണൻ വിനീതനായി.

ഭർത്തൃഹരി ആഗതനെ കാളിദാസന് പരിചയപ്പെടുത്തി "ഇത് ഹരിശർമ്മാവ്. ദേവീക്ഷേത്രത്തിലെ ശാന്തിക്കാരനാണ്. കൂടും കുടുംബവുമൊന്നുമില്ല. ഒറ്റത്തടി. താമസിക്കാൻ ക്ഷേത്രവക മഠവുമുണ്ട്. ഇവിടെ വേറെ ഒരാളുകൂടി താമസിച്ചതുകൊണ്ട് ക്ഷേത്രത്തിനോ ശാന്തിക്കോ ബുദ്ധിമുട്ടില്ല. പിന്നെ കുറച്ച് കുട്ടികൾ ഓത്തിനുവരും. അത് കുറച്ചു നേരം മാത്രം." ഹരിശർമ്മാവ് അകത്തു ചെന്ന് ഒരു പാത്രത്തിൽ കുറച്ച് ഗോതമ്പ് ചോറും അല്പം തൈരും കൊണ്ടുവന്നു.

ഒരാൾക്കു മാത്രം കൊണ്ടുവന്നതുകൊണ്ട് കഴിക്കുവാൻ ഒരു ജാള്യം വന്നു. അത് മനസ്സിലാക്കീട്ടായിരിക്കണം ഭർത്തൃഹരി

"ഒന്നും കരുതേണ്ട സ്വന്തം വീടാണെന്ന് വിചാരിച്ചാൽ മതി. കഴിച്ചോളൂ." ഭക്ഷണം കഴിയുന്നതുവരെ ആരും ഒന്നും സംസാരിച്ചില്ല.

"കൊട്ടാരത്തിൽ എന്തോ സംഭവിച്ചു അല്ലേ. നാം പ്രതീക്ഷിച്ചിരുന്നു - എന്താണെങ്കിലും പറയണ്ട - ഒന്നു മാത്രം പറയാം. സ്വസ്ഥത മോഹിക്കുന്ന സ്വതന്ത്ര ബുദ്ധിയുള്ളവർക്ക് കൊട്ടാരത്തിൽ സ്ഥിരമായി താമസിക്കുവാൻ കഴിയില്ല. പണം മാത്രം മോഹിക്കുന്നവർക്ക് അവിടെ നിന്ന് വിട്ടുപോരാനും കഴിയില്ല."

പിന്നെ കുറേനേരം മഹാഭാരതത്തെക്കുറിച്ചായിരുന്നു സംസാരം ഹരിശർമ്മാവും സംസാരത്തിൽ പങ്കാളിയായി. സംസാരം കൊണ്ടു ആളൊരു സാത്വകനായ പണ്ഡിതനാണെന്നും വ്യക്തം. ആ സംസാരം മനസ്സിനെ പൊടുന്നനെ മറ്റൊരു ലോകത്തെത്തിച്ചു.

ചർച്ച വന്നുമുട്ടിയത് ശകുന്തളോപാഖ്യാനത്തിലായിരുന്നു. ഗർഭിണിയായ ശകുന്തളയെ ദുഷ്യന്തൻ ഉപേക്ഷിച്ചത് ശരിയോ എന്നായിരുന്നു വാദം. രാജധർമ്മം വെച്ചുനോകുമ്പോൾ പ്രജകൾക്കുമുമ്പിൽ രാജാവിന് അതല്ലാതെ മറ്റു മാർഗമില്ലെന്നാണ് ഹരിശർമ്മാവിന്റെ വാദം. പ്രജാധർമ്മം, രാജധർമ്മം എന്നിങ്ങനെ ധർമ്മത്തെ വ്യവച്ഛേദിക്കുന്നതിൽ തെറ്റില്ല എങ്കിലും അതിലും മകുളിൽ നിൽക്കുന്നത് മനുഷ്യധർമ്മമാണ്. മാനുഷിക ധർമ്മത്തിന് വിരുദ്ധമാണെങ്കിൽ മറ്റൊരുധർമ്മവും ആശാസ്യമല്ല. രാജാവ് ഗർഭിണിയായ തന്റെ ഭാര്യയെ ഉപേക്ഷിക്കുക എന്ന് പറഞ്ഞാൽ അത് തെറ്റു തന്നെയാണെന്നായിരുന്നു. ഭർത്തൃഹരിയുടെ അഭിപ്രായം

'യദ്യതാചരതിശ്രേഷ്ഠ
സ്തത് ദേവതരോ ജനഃ
സയൽ പ്രമാണം കുരുതേ
ലോകാസ്തദനുവർത്തതേ'

എന്ന ഗീതാശ്ലോകം ചൊല്ലിയശേഷം രാജാവായാലും തെറ്റ് തെറ്റുതന്നെയാണെന്നും ഭർത്തൃഹരി സമർത്ഥിച്ചു. പക്ഷേ ഹരിശർമ്മാവിന് എതിരഭിപ്രായമുണ്ടായിരുന്നു.... രാജാവ് അപരാധിയൊ നിരപരാധിയൊ? മനസ്സിൽ ആ ചോദ്യം ശക്തമായി. രാജാവ് നിരപരാധിയാണെന്ന് മനസ്സു പറഞ്ഞു. കാമുകിയെ ഉപേക്ഷിച്ചു പോരേണ്ടിവന്ന ആ കാമുകൻ സദസ്സിൽവെച്ച് അവളെ തള്ളിപ്പറയണമെങ്കിൽ ഒരു കാരണമുണ്ടായിരിക്കും. പറഞ്ഞില്ല.

പക്ഷേ, മനസ്സിൽ അതെന്തെന്ന ചിന്ത ഘനീഭവിച്ചു.

നാലഞ്ച് ദിവസമായിട്ടും കൊട്ടാരം സദസ്സിലേക്ക് ആസ്ഥാനകവി രംഗപ്രവേശം ചെയ്യാത്തതുകൊണ്ട്, അതും അവിടെയൊരു ചർച്ചയായി. കേട്ടകഥകൾ കെട്ടുകഥകളെ പോലെ പ്രചരിച്ചു. രാജാവ് സദസ്സിൽ നിന്ന് കവിയെ പുറത്താക്കി എന്ന് ഒരു മുറുമുറുപ്പ്. രാജപത്നി ലീലാമണിയുടെത്തുടയിൽ കറുത്ത പാടുണ്ടെന്ന് ചിത്രകാരനോട് കവി പറഞ്ഞുവെന്നും അതെങ്ങനെ കാളിദാസനു മനസ്സിലായി എന്നോർത്ത് രാജാവ് ക്രുദ്ധനായി കവിയെ കൊട്ടാരത്തിൽ നിന്നിറങ്ങിവിട്ടു എന്നുമാണ് പ്രചരിച്ചത്.

ബാണേശ്വരൻ കുറച്ചൊക്കെ സന്തോഷവാനായിരുന്നു. രാജാവ് സദസ്സിലെത്തുന്നതിനുമുമ്പുള്ള ചർച്ചയിൽ അദ്ദേഹം പറഞ്ഞു. ഇതുവരെ വേശ്യാഗൃഹങ്ങളിൽ പോകുന്നുവെന്നേ പറഞ്ഞുകേട്ടൊള്ളു. അന്തഃപുരത്തിലും ചെന്നുതുടങ്ങി എന്ന് കേട്ടപ്പോൾ രാജാവിന് സഹിച്ചിട്ടുണ്ടാവില്ല. ഇത് കേട്ട് ശങ്കരകവി പറഞ്ഞു. അങ്ങനെ രാജാവ് ആസ്ഥാനകവിയെ കൊട്ടാരത്തിൽ നിന്നു പുറത്താക്കിയിട്ടുണ്ടെങ്കിൽ കല്പന പുറത്തറിയിക്കാതെയിരിക്കില്ല. രാജകല്പനകൾ വിളംബരം ചെയ്യാതിരിക്കലില്ല. വെറുതെ ഓരോന്ന് കെട്ടിച്ചമച്ചിരിക്കുകയാണ്. സത്യമിതൊന്നുമല്ല!

കേട്ടകഥകൾ കെട്ടുകഥകളായി പരിണമിക്കുന്നത് വളരെ എളുപ്പമാണല്ലോ. ആ കഥകൾക്കിടയിൽ കെട്ടിവരിയപ്പെടുന്നത് കഥാനായകനാണ്. നായകൻ നാലാളറിയുന്ന ഒരാളാണെങ്കിൽ കെട്ടുകൾക്ക് മുറുക്കം കൂടും. വരിഞ്ഞുമുറുക്കിയ അത്തരം കെട്ടുപാടുകളിൽ നിന്ന് ഒരാൾക്ക് പുറുത്തുകടക്കുവാൻ എളുപ്പം സാധിക്കില്ല.

അക്ഷോഭ്യനെങ്കിലും അന്ന് രാജാവ് അസ്വസ്ഥനാണെന്ന വസ്തുത ശങ്കരകവി ശ്രദ്ധിച്ചു. എന്തുപറ്റി എന്ന് ചോദിക്കുവാൻ സ്വാതന്ത്ര്യമില്ലാത്തതുകൊണ്ട് ചോദിച്ചില്ലെന്നുമാത്രം.

നാം കേട്ടു നിങ്ങളുടെ ചർച്ച. കാളിദാസകവിയെക്കുറിച്ചാണല്ലോ അദ്ദേഹം രഘുവംശം എഴുതുകയാണെന്ന് പറഞ്ഞിരുന്നു. തീരാറായി

എന്നും പറഞ്ഞു. അത് തീർന്നിട്ട് സദസ്സിൽ പങ്കെടുക്കാമെന്ന് കരുതിയിട്ടുണ്ടാവാം. അല്ലാതെ അതിനെക്കുറിച്ച് ഇല്ലാത്തതും വല്ലാത്തതുമായ കഥകൾ സൃഷ്ടിക്കേണ്ട. രാജാവിന്റെ നാവിൽനിന്നു തന്നെ അങ്ങനെ കേട്ടപ്പോൾ ബാണേശ്വരനെപ്പോലുള്ള ചിലരുടെ മുഖം പെട്ടെന്നു വാടി. ശങ്കരകവിക്ക് എന്തെന്നില്ലാത്ത സന്തോഷം തോന്നി.

"എന്തായാലും നിങ്ങളുടെ സംശയം തീർക്കുവാൻ ഇന്നദ്ദേഹത്തെ സദസ്സിലേക്ക് ക്ഷണിക്കാം." രാജാവ് പറഞ്ഞു. "ആരെവിടെ." രാജാവ് ചുറ്റും നോക്കി. അല്പസമയത്തിനുള്ളിൽ ഒരുവൻ അവിടെയെത്തി ഓച്ഛാനിച്ചുനിന്നു. രാജാവ് കല്പിക്കുവാൻ തുടങ്ങുന്നതിനു മുമ്പുതന്നെ ശങ്കരകവി എഴുന്നേറ്റു.

"മഹാരാജൻ - അതിഥി മന്ദിരത്തിൽ കാളിദാസകവിയില്ല. അദ്ദേഹം സ്ഥലത്തില്ലെന്ന് മാത്രം അടിയനറിയാം"

"എന്ത് സ്ഥലത്തില്ലെന്നോ - നമ്മോടൊന്നും പറയാതെ പോയി എന്നോ? എവിടേയ്ക്ക്?" രാജാവിന്റെ ചോദ്യം കേട്ട് ആരുമാരും ഒന്നും മിണ്ടിയില്ല. "സദസ്സ് പിരിച്ചു വിട്ടിരിക്കുന്നു. നാളെ തുടരാം." എന്ന് പറഞ്ഞ് രാജാവ് ഉടൻതന്നെ പണ്ഡിതന്മാരെ പറഞ്ഞയച്ചു. എങ്കിലും ശങ്കരകവി മാത്രം അവിടെ തന്നെയിരുന്നു.

രാജാവ് ചിന്തിക്കുകയായിരുന്നു. രാജപത്നി ലീലാമണിയുടെ ചിത്രം നോക്കി തുടയിൽ ഒരു കറുത്ത മറുക് വേണമെന്ന് അദ്ദേഹം പറഞ്ഞപ്പോൾ മനസ്സ് ചഞ്ചലമായി എന്നത് സത്യം. ലീലാമണിക്ക് തുടയിൽ സാമാന്യം വലിയ ഒരു കറുത്ത മറുകുണ്ടെന്ന സത്യം അദ്ദേഹമെങ്ങനെയറിഞ്ഞു? ആ ഒരു നിമിഷം അദ്ദേഹത്തെ ശാസിച്ചു എന്നത് നേരാണ്. അദ്ദേഹം കൊട്ടാരം വിട്ടുപോകുമെന്ന് പ്രതീക്ഷിച്ചില്ല. ആർക്കും രാജാവാകാം. പക്ഷേ, ആർക്കും കവിയാകുവാൻ പറ്റില്ല. രാജാവിനെ സ്വന്തം പ്രജകൾ മാത്രമേ ആദരിക്കുകയുള്ളു. കവിയെയാകട്ടെ ലോകം മുഴുവൻ ആദരിക്കും. ജീവിച്ചിരിക്കുമ്പോഴേ രാജാവിനെ സ്വന്തം പ്രജകൾ പോലും ആദരിക്കുകയുള്ളു. കവിയാകട്ടെ തന്റെ കൃതി നിലനിൽക്കുന്നിടത്തോളം ആദരിക്കപ്പെടും. "ഇറങ്ങിപോകു എനിക്കു കാണണ്ട" എന്ന് ഞാൻ പറഞ്ഞത് അദ്ദേഹത്തിന്റെ മനസ്സിൽ തട്ടിയിട്ടുണ്ടായിരിക്കും. ആ മറുകിന്റെ രഹസ്യം എങ്ങനെ അറിഞ്ഞു എന്ന് ചോദിക്കുവാനുള്ള ഒരു സാമാന്യ മര്യാദ കൂടി കാണിക്കാതിരുന്നത് ശരിയായില്ല.

സദസ്സിൽ നിന്ന് മിക്കവരും പിരിഞ്ഞുപോയിരുന്നു. ശങ്കരകവി മാത്രമാണ് അവിടെയുള്ളത്. രാജാവ് ആദ്ദേഹത്തോട് ചോദിച്ചു. "കാളിദാസ കവി എവിടെയുണ്ടെങ്കിലും നമുക്കദ്ദേഹത്തെ കണ്ടുപിടിച്ചേ കഴിയൂ."

"അടിയൻ എന്തുപറയാൻ. ഭടൻമാരെ നാലുദിക്കിലും അയച്ച് തിരയാൻ പറയാം. അല്ലെങ്കിൽ കാളിദാസ കവി ഉടൻ കൊട്ടാരത്തിൽവന്ന് തിരുമനസ്സിനെ മുഖം കാണിക്കണമെന്ന് നാടൊട്ടുക്കും വിളംബരം ചെയ്യാം."

“അതുകൊണ്ടെന്തുകാര്യം? കൊട്ടാരവും ഇവിടെയുള്ള സർവ്വസുഖങ്ങളും പരിത്യജിച്ച് പടിയിറങ്ങിയപ്പോയതാണെങ്കിൽ ഇതുകൊണ്ടൊന്നും അദ്ദേഹം വരുമെന്ന് തോന്നുന്നില്ല. മറ്റെന്തെങ്കിലും ഒരു മാർഗ്ഗം കണ്ടെത്തിയേ പറ്റൂ.”

ശങ്കരകവി ഒന്നും മിണ്ടിയില്ല.

രാജാവ് പറഞ്ഞു കൊണ്ടിരുന്നു. “നമുക്കദ്ദേഹത്തോട് വല്ലാത്തൊരടുപ്പം തോന്നിയിരുന്നു. അദ്ദേഹം നമ്മെ ഉപേക്ഷിച്ചു എന്നറിഞ്ഞപ്പോൾ സഹിക്കുന്നില്ല. എന്തും ഉപേക്ഷിക്കാനെളുപ്പമാണ്. ഉപേക്ഷിക്കപ്പെടുന്നവരാണ് സർവ്വദുഃഖങ്ങളും അനുഭവിക്കുന്നത്. നാം എത്രയോ പേരെ ഈ സദസ്സിൽ നിന്ന് ഒഴിവാക്കിയിട്ടുണ്ട് അന്നൊന്നും തോന്നാത്ത ഒരു മാനസിക വ്യഥ.”

ശങ്കരകവിക്ക് എന്തെന്നില്ലാത്ത ആഹ്ലാദം തോന്നി. തനിക്കറിയാവുന്നിടത്ത് എവിടെയെങ്കിലും കാളിദാസനുണ്ടായിരുന്നുവെങ്കിൽ ഈ നിമിഷം അവിടെ ഓടിയെത്തുമായിരുന്നു. എന്നിട്ട് അഭിമാനത്തോടെ പറയുമായിരുന്നു. “അങ്ങയെ പിരിഞ്ഞിരിക്കുവാൻ രാജാവിന് കഴിയില്ല. ഉടൻ കൊട്ടാരത്തിലെത്തണം.” പക്ഷേ, യാത്രയാകും മുമ്പ് തന്നോടു പോലും ഒന്നും പറഞ്ഞില്ലല്ലോ.

മാളവത്തിലെ മഹത്തായ മുത്താണ് കാളിദാസൻ എന്ന് ശങ്കരകവിക്കുതോന്നി. അത് മഴയത്തു കുതിരുകയോ വെയിലിൽ കരിഞ്ഞു പോവുകയോ ഇല്ല. ഋതുസംഹാരത്തിലെ എല്ലാ ഋതുക്കളിലും നിറഞ്ഞ സൗന്ദര്യമാണ് കവി കണ്ടത് ഏതെങ്കിലും ഋതുവിനെ ശപിക്കപ്പെട്ടതായി അദ്ദേഹം കാണുന്നില്ല വസന്തവും ഗ്രീഷ്മവും ഹേമന്തവും വർഷവുമെല്ലാം ആ മനസ്സിൽ ഒരുപോലെ ആനന്ദമുണ്ടാക്കുന്നു. കാടെന്നോ മലയെന്നോ കൊട്ടാരമെന്നോ കുടിലെന്നോ അദ്ദേഹത്തിന് വകഭേദമില്ല. ഹൃദയത്തിൽ നിറഞ്ഞുതുളുമ്പുന്ന കവിതയുമായി അലയുകയാവണം എവിടെയങ്കിലും.

അന്തഃപുരത്തിന്റെ ജാലകത്തിരശ്ശീല നീക്കി രാജാവ് പുറത്തേയ്ക്കു നോക്കി പൗർണമിത്തിങ്കൾ ജാലകത്തിലൂടെ എത്തിനോക്കുന്നു.

ശരദി കുമുദ സംഗാദ്വായവോവാന്തി ഗീതാ
വിഗത ജലദവൃന്ദാ ദിഗ്വിഭാഗോ മനോജ്ഞാഃ
വിഗത കലുഷ മംഭഃശ്യാനപങ്കഗാധരത്രീ
വിമലകിരണ ചന്ദ്രം വ്യോമതാരാവിചിത്രം...

മുകിലിൻ നിരയൊഴിയുന്ന നേരം എട്ടുദിക്കുകളും മനോഹരമാകുന്നു. ആകാശം ചന്ദ്രനോടും നക്ഷത്രങ്ങളോടുമൊത്തു വിലസുന്നു. ഋതുസംഹാരത്തിലെ ഹേമന്ത വർണനത്തിലെ ശ്ലോകം മഹാരാജൻ വെറുതെ മനസ്സിലുരുവിട്ടു.

"മഹാരാജൻ." രാജപത്നി ശബ്ദം താഴ്ത്തി വിളിച്ചു. "അങ്ങയുടെ ദുഃഖം എനിക്കറിയാം. മനസ്സിൽ കൂടുതൽ ഇഷ്ടപ്പെട്ട ഒരാൾ അകന്നു പോകുമ്പോഴുള്ള ദുഃഖം സഹിക്കണം മറക്കണം - ഓന്നോർത്തുനോക്കൂ പതിവ്രതയായ നമ്മെയും അങ്ങ് സംശയിച്ചില്ലേ - എത്രമാത്രം ഈ മനസ്സ് നൊന്തിരിക്കണം? അങ്ങേയ്ക്കദ്ദേഹത്തെ കണ്ടെത്തുകയല്ലേ വേണ്ടത്. നല്ലൊരു സമസ്യ. അങ്ങേയ്ക്കു ഭാഗ്യമുണ്ടെങ്കിൽ സമസ്യയുടെ പൂരണം ഇവിടെയെത്തും. കൊണ്ടുവരുന്നതാരാണെങ്കിലും ആ കവിയുടെ തൂലികയിൽ നിന്നുണ്ടാകുന്ന ശ്ലോകം തിരിച്ചറിയാൻ അങ്ങേയ്ക്ക് കഴിഞ്ഞാൽ കവിയെ കണ്ടെത്താം."

കാളിദാസൻ കൊട്ടാരത്തിൽ വന്ന ഉടനെ കുറച്ചു സമസ്യകൾ അദ്ദേഹത്തിനു നൽകിയിരുന്നു. മറ്റുള്ളവരിൽ നിന്ന് തികച്ചും വ്യത്യസ്തമായ അദ്ദേഹത്തിന്റെ പൂരണത്തെ ഒരു നേരംപോക്ക് എന്നേ അദ്ദേഹം കരുതായിട്ടുള്ളു. കവിത ഉദാത്തമായ കവിഹൃദയത്തിൽ നിന്നുണ്ടാകുന്നതാണ്. സമസ്യാപൂരണങ്ങൾക്ക് നിമിഷശ്ലോകങ്ങളുടെ ആയുസ്സാണ് എന്ന അഭിപ്രായമാണദ്ദേഹത്തിന്. ഒരിക്കൽ അദ്ദേഹം പറഞ്ഞത് രാജാവ് ഓർത്തു. സമസ്യ പൂരിപ്പിക്കുവാൻ സർഗാത്മകത വേണ്ട. വ്യുത്പത്തിയും പദസമ്പത്തും കാവ്യ മീമാംസയിലുള്ള സാമാന്യ പരിജ്ഞാനവുമുണ്ടായാൽ മതി. എന്നാൽ യഥാർത്ഥമായ ഒരു കാവ്യമുണ്ടാകാൻ ഇതൊന്നും വേണമെന്നില്ല. വേണ്ടത് ജന്മസിദ്ധിയാണ്.

കവിയെ കണ്ടെത്തുവാനുള്ള ഒരു വഴി തുറന്നുകാട്ടിയതിൽ അദ്ദേഹത്തിന് അല്പം ആശ്വാസം തോന്നി.

കാളിദാസൻ ഹരിശർമ്മാവുമായി സംസാരിച്ചു കൊണ്ടിരിക്കുന്നതിനിടയിൽ ഭർത്തൃഹരി അങ്ങോട്ട് കയറി വന്നു.

വിശേഷങ്ങളെന്തെല്ലാമുണ്ട്? കൊട്ടാരത്തിൽ ഭോജരാജാവിനോടൊത്ത് താമസിക്കുന്നതാണോ ഇവിടെ ഹരിശർമ്മനോടൊത്തു താമസിക്കുന്നതാണോ സുഖം? യഥാർത്ഥത്തിൽ കുറച്ചു കാലത്തെ ബന്ധമേ ഉണ്ടായിരുന്നുള്ളുവെങ്കിലും രാജാവിനോടൊത്താണെങ്കിൽ സംസാരിക്കുവാൻ ഇഷ്ടംപോലെ വിഷയം. തന്റെ മാനസികാവസ്ഥ തിരിച്ചറിഞ്ഞുള്ള പെരുമാറ്റം. ഏതാണ് പ്രിയങ്കരം - ഭാസമഹാകവി ഉദയനമഹാരാജാവിനോട് ചോദിച്ച ചോദ്യം - വാസവദത്തയെയാണൊ പത്മാവതിയെയാണൊ പ്രിയങ്കരം - ഉദയന്? അങ്ങനെ ഒരു ഉത്തരം പറയാൻ കഴിയാത്തതു കൊണ്ട് വെറുതെ ചിരിച്ചു.

പക്ഷേ, ഭർത്തൃഹരി വിടാനുള്ള ഭാവമാണെന്നു തോന്നുന്നില്ല. അദ്ദേഹം ചോദ്യം ആവർത്തിച്ചു. ഹരിശർമ്മനാകട്ടെ യാതൊരു ഉത്കണ്ഠയുമില്ലാതെ അവരെത്തന്നെ നോക്കി. അപ്പോൾ കാളദാസൻ പറഞ്ഞു.

പണ്ടേ പറഞ്ഞുകേട്ട ഒരു കഥയുണ്ട്. ഒരു സിംഹം അനാഥനായ ഒരു കുറുക്കൻകുട്ടിയെ എടുത്തു വളർത്തി. തന്റെ സിംഹക്കുട്ടികളുടെ

കൂടെ അവനും വളർന്നു. അവൻ തങ്ങളുടെ സഹോദരനല്ല എന്ന് സിംഹ ക്കുട്ടികൾക്ക് ഒരിക്കലും തോന്നിയില്ല. അവർ ജ്യേഷ്ഠനെപോലെ ആ കുറുക്കൻ കുട്ടിയേയും സ്നേഹിച്ചു. സിംഹം തന്റെ മൂത്ത മകനോടെന്ന പോലെ അവനെ പ്രത്യേകം പരിഗണിച്ചു. ഒരിക്കൽ സിംഹക്കുട്ടികളും കുറുക്കൻകുട്ടിയും കളിച്ചുകൊണ്ടിരിക്കുകയായിരുന്നു. ഒരാന ആ വഴി കടന്നുപോയി സിംഹക്കുട്ടികൾ ആനയെ ആക്രമിക്കുന്നതിനെക്കുറിച്ച് ചർച്ചയായി. അവരെ അതിൽനിന്ന് പിൻതിരിപ്പിക്കുവാൻ കുറുക്കൻകുട്ടി ശ്രമിച്ചു. അവർ അതിന് തയ്യാറാവാത്തതുകൊണ്ട് കുറുക്കൻകുട്ടി അമ്മ സിംഹത്തോട് പോയി പരാതി പറഞ്ഞു. അപ്പോൾ സിംഹം പറഞ്ഞു. മകനേ നീ ജനിച്ച കുലത്തിന് ഒരാനയെ കൊല്ലാൻ കഴിവില്ല. അന്ന് ആ കുറുക്കൻകുട്ടി തന്റെ കുലമായ കുറുക്കൻ കൂട്ടത്തിലേക്ക് മാറി. ആ കുറുക്കനോട് ഒരു ചോദ്യം ചോദിക്കുക നിനക്ക് സിംഹത്തിന്റെ കൂടെ ജീവിക്കാനാണോ കൂടുതൽ ഇഷ്ടം? അതോ...

കാളിദാസന്റെ ചോദ്യം കേട്ട് ഭർത്തൃഹരി ചിരിച്ചു.

ഭർത്തൃഹരി പറഞ്ഞു. “കുറുക്കന് സിംഹത്തോട് സ്നേഹവും തന്നെ നോക്കി വളർത്തിയതിൽ കടപ്പാടുമുണ്ടായിരിക്കും. എങ്കിലും മനസ്സമാ ധാനവും ധൈര്യവും കുറുക്കൻമാരുടെ കൂടെ താമസിക്കുമ്പോഴായി രിക്കും.”

“ഇപ്പോൾ നാം വന്നത് ഒരു പുതിയ വാർത്തയുമായിട്ടാണ്. അങ്ങയെ പിരിയാൻ രാജാവിന് കഴിയില്ലെന്ന് വ്യക്തം. എന്തോ തെറ്റിദ്ധാരണ കൊണ്ട് അങ്ങയെ ശാസിച്ചുവെങ്കിലും അങ്ങയെ തിരിച്ചെത്തിക്കുവാൻ രാജാവ് തീരുമാനിച്ചിരിക്കുന്നു.”

“ഹേയ്! അങ്ങനെ ഒരു വിളംബരം രാജാവ് ചെയ്യുമോ? കഷ്ടം അതിന്റെ മാനക്കേടോർക്കാണ്. ബുദ്ധിമാനായ രാജാവ് മറ്റൊരുവഴിയാണ് തെരഞ്ഞെടുത്തത്. കഖഗഘ എന്നൊരു സമസ്യയുണ്ടാക്കി അതിന് അനുയോജ്യമായ പൂരണം ഉണ്ടാക്കുന്നവർക്ക് ആയിരം വരാഹൻ സമ്മാനം പ്രഖ്യാപിച്ചിരിക്കുന്നു. പത്ത് ദിവസത്തിനകം അത്തരം ഒരു സമസ്യാപൂരണം ആരും കൊണ്ടുവന്നില്ലെങ്കിൽ കൊട്ടാരം പണ്ഡിതസ ദസ്സ് പിരിച്ചു വിടുമെന്നും കൊട്ടാരം കവികളെ നാടുകടത്തുമെന്നും കല്പ നയുണ്ടത്രേ.”

“ആഹാ! വിചിത്രം തന്നെ. ആ കല്പനകൊണ്ട് കുടുങ്ങിപ്പോയത് കവിതയെന്തെന്നറിയാത്ത കൊട്ടാരം കവികളാണല്ലോ. ബാണേ ശ്വരനെപ്പോലെയുള്ള ആസ്ഥാനം പണ്ഡിതന്മാർ ശീർഷാസനത്തിൽ നിന്നാലും അതിന് അനുയോജ്യമായ ഒരു പൂരണമുണ്ടാകില്ലെന്ന് രാജാ വിനറിയാമായിരിക്കും. അങ്ങയുടെ കഴിവിനും പ്രതിഭയ്ക്കുമുള്ള ഒരം ഗീകാരമാണ് രാജകല്പന എന്ന് തോന്നുന്നു.” ഹരിശർമ്മാവ് പറഞ്ഞത് ശരിയാണെന്ന് കാളിദാസനും തോന്നി.

പക്ഷേ, രാജാവിന് അപ്പോഴും മനസ്സിലാകാത്ത ചിലതുണ്ട്. ആയിരം വരാഹൻ എന്നു കേട്ടാൽ ഓടിയെത്തുന്നവരാണ് കവികൾ എന്ന ചിന്ത. അതിൽ രാജകീയമായ ഒരു വിഡ്ഢിത്തമുണ്ട്. എന്തിനേയും പണത്തിന്റെ തുലാസുകൊണ്ട് അളന്നു ശീലിച്ചുതുകൊണ്ടാവാം.

ഭർത്തൃഹരി പറഞ്ഞത് കാളിദാസന്റെ മനസ്സിൽ ചിന്തിച്ചതുതന്നെയാണ്. എന്തു തീരുമാനിച്ചു. ഭർത്തൃഹരി ചോദിച്ചു. സമസ്യാപൂരണവുമായി കൊട്ടാരത്തിലേക്ക് പോകുന്നുണ്ടോ. ഭർത്തൃഹരിയുടെ ചോദ്യം കേട്ടതും ഒന്നും ആലോചിക്കാതെ തന്നെ കാളിദാസന്റെ മറുപടി വന്നു. ഇല്ല ആയിരം വരാഹന് നാം നമ്മെ വില്ക്കുന്നില്ല.

"നല്ലത്. പക്ഷേ, സമസ്യ അങ്ങ് പൂരിപ്പിക്കണം. പൂരണം കൊട്ടാരത്തിലെത്തുകയും വേണം അല്ലെങ്കിൽ കവിതയുടെ പേരിൽ ജീവിക്കുന്ന കുറച്ചു പേർക്ക് അന്നം നഷ്ടപ്പെടും. അത് വേണ്ട! എന്തായാലും പത്ത് ദിവസമുണ്ടല്ലോ?"

കാളിദാസൻ മനസ്സിൽ പറഞ്ഞു, കഖഗഘ വിചിത്രമായ സമസ്യ തന്നെ. അതിനെക്കാളും വലിയ ഒരു സമസ്യയാണ് മഹാരാജാവ്. അദ്ദേഹത്തിന്റെ ഓരോ പ്രവൃത്തികളും ഒരു പൂരണം ആവശ്യപ്പെടുന്നുണ്ട്. അതെങ്ങനെ പൂരിപ്പിക്കാമെന്നറിയാത്തിടത്തോളം കൊട്ടാരത്തിലേക്കുള്ള തിരിച്ചുപോക്ക് ഗുണം ചെയ്യില്ലെന്ന് കാളിദാസനുതോന്നി.

ഒമ്പത്

ആദരങ്ങൾക്കു നടുവിൽ

രാജസദസ്സ് ആകെ പ്രക്ഷുബ്ധമായിരുന്നു. സദസ്സിലെ പലരും പലതരത്തിലുള്ള പൂരണങ്ങളുമായി എത്തിയിരിക്കുന്നു. ശങ്കരകവി മാത്രം ഒരു പൂരണവുമില്ലാതെ എല്ലാം കാണാനും കേൾക്കാനും മാത്രമായി അവിടെ എത്തിയിട്ടുണ്ട്. ഓരോ പൂരണവും നോക്കി നോക്കി അവസാനം രാജാവിന് വല്ലാത്ത ദേഷ്യം വന്നുതുടങ്ങി. ഒരു സമസ്യ കിട്ടിയാൽ അതിന് അർത്ഥവത്തായ ഒരു പൂരണം കൂടി ഒരുക്കുവാൻ കഴിയാത്ത നിങ്ങളാണോ ഉജ്ജയിനിയിലെ പണ്ഡിതപ്രവരന്മാർ. നാണമില്ലേ നിങ്ങൾക്ക് പണ്ഡിതരെന്ന് സ്വയം ഘോഷിച്ചുനടക്കാൻ. കവി എന്നാൽ മനീഷിയാണ്, ഔചിത്യമാണ് അതിന്റെ ഏറ്റവും വലിയ ഗുണം. ഔചിത്യമില്ലാതെ എന്തെങ്കിലും എഴുതി ശ്ലോകം എന്നു പറഞ്ഞാൽ കവിതയാകില്ല.... പണ്ഡിതൻമാരൊക്കെ മുഖം താഴ്ത്തി. ശങ്കരകവിക്കു മാത്രം ചിരിയാണ് വന്നത്. രാജാവ് ആകെ ക്ഷോഭിച്ചിരിക്കുന്ന സന്ദർഭത്തിൽ ചിരിക്കുന്നത് അപകടമാവുമെന്ന് അദ്ദേഹത്തിനറിയാമായിരുന്നു. ആരും മിണ്ടുന്നില്ലെന്ന് കണ്ടപ്പോൾ രാജാവ് ബാണേശ്വരനോടായി പറഞ്ഞു

"ബാണേശ്വരൻ അങ്ങാണ് കൊട്ടാരത്തിലെ ഏറ്റവും വലിയ കവി എന്ന് അങ്ങേയ്ക്കൊരു നാട്യമുണ്ടല്ലോ- കാളിദാസകവിക്കു കിട്ടുന്ന ബഹുമതികളിൽ ഏറ്റവും കൂടുതൽ അസൂയ പ്രകടിപ്പിച്ചിട്ടുള്ളതും അങ്ങാണ്. സദസ്സിൽ വച്ചും അല്ലാതെ ഒറ്റയ്ക്ക് നമ്മുടെ സമീപത്ത് വന്നും അദ്ദേഹത്തിന്റെ കുറവുകളെ കുറിച്ച് എപ്പോഴും അങ്ങ് പറഞ്ഞിട്ടുണ്ട്. എന്തിന് ഋതുസംഹാരം എന്ന കാവ്യത്തിലെ ചില വരികൾ പൂർവ്വകവികളുടെ അനുകരണമാണെന്നുവരെ!"

"അദ്ദേഹത്തോടുള്ള താങ്കളുടെ വാശി തീർക്കേണ്ടത് ഇപ്പോഴാണ്. അദ്ദേഹത്തേക്കാളും മഹത്തായ നാല് വരികളെഴുതൂ." അതിനു കഴിയില്ലെങ്കിൽ ഇനി എപ്പോഴെങ്കിലും അദ്ദേഹത്തെക്കുറിച്ച് എന്തെങ്കിലും പറഞ്ഞു എന്ന് കേട്ടാൽ.... വേണ്ട ഇപ്പോഴൊന്നും നാം പറയുന്നില്ല. അപ്പോഴറിയാം, എന്താണ് സംഭവിക്കുന്നതെന്ന്..."

ശങ്കരകവി കേൾക്കാനിഷ്ടപ്പെട്ട എന്തോ കേട്ടിട്ടെന്നപോലെ, വല്ലാതെ സന്തോഷവാനായി. തന്റെ പ്രിയമിത്രത്തെ ഇതൊന്നറിയിക്കുവാൻ കഴിഞ്ഞില്ലല്ലോ.

രാജാവ് സിംഹാസനത്തിൽ നിന്ന് എഴുന്നേല്ക്കും അങ്ങോട്ടുമിങ്ങോട്ടും നാലടി നടക്കും പിന്നെ എല്ലാവരേയുമൊന്നു നോക്കും. അമർഷവും സങ്കടവും അദ്ദേഹത്തിന്റെ ഓരോ പ്രവൃത്തിയിലും നിഴലിച്ചിരുന്നു.

സമയം കുറച്ചു കഴിഞ്ഞപ്പോൾ രാജാവ് പറഞ്ഞു. "ഇന്ന് സഭ പിരിച്ചുവിടുകയാണ്. നമ്മുടെ വിളംബരം കഴിഞ്ഞിട്ട് ഇന്നേയ്ക്ക് ഒമ്പത് ദിവസമായി. നാളെ പത്താം ദിവസം നാളെ സൂര്യനസ്തമിക്കുന്നതിനു മുമ്പ്, നാമാഗ്രഹിച്ച രീതിയിലുള്ള അർഥവും ഔചിത്യവും നിറഞ്ഞ ഒരു പൂരണം കണ്ടെത്തിയില്ലെങ്കിൽ മറ്റന്നാൾമുതൽ ഇത്തരം ഒരു കവിസദസ്സ് ഉജ്ജയിനിയിലുണ്ടാവില്ല. ഉണ്ടാവുകയാണെങ്കിൽ അത് യഥാർത്ഥകവികളും കലാകാരന്മാരും പണ്ഡിതരുമടങ്ങുന്നതായിരിക്കും."

അത്രയും പറഞ്ഞ് രാജാവ് എഴുന്നേറ്റു അന്തഃപുരത്തിലേക്കു പോയി. ശങ്കരകവിയാകട്ടെ, എന്തു ചെയ്യണമെന്നറിയാതെ വെറുതെ ഇറങ്ങി നടന്നു. എതിരെ വരുന്നത് - അത് കവിയുടെ പ്രിയ മാളവികയാണല്ലോ - ഒരു നിമിഷം അദ്ദേഹം അവിടെത്തന്നെ നിന്നു. അവൾ അടുത്തെത്തിയപ്പോൾ വിനയാന്വിതനായി പറഞ്ഞു.

"ഒരു കാര്യം അന്വേഷിക്കണമെന്നുണ്ടായിരുന്നു. ചോദ്യഭാവത്തിൽ മാളവിക അദ്ദേഹത്തെ ഒന്നു നോക്കി.

സംശയിക്കേണ്ട. നാമറിഞ്ഞെന്നതുകൊണ്ട് കുട്ടിക്കോ കവിക്കോ, ഒരപകടവും വരില്ല. എവിടെയുണ്ട് കാളിദാസൻ?"

വാടിയ താമരമൊട്ടുപോലെ തലകുമ്പിട്ടു നില്ക്കുകയായിരുന്നു അവൾ. ദുഃഖം അവളുടെ മുഖത്ത് ഒരു മുഖപടംപോലെ കിടക്കുന്നതു മനുഷ്യാവസ്ഥയെ പിൻതുടരുന്നവർക്ക് പെട്ടെന്ന് വെളിപ്പെടും. അവൾ പറഞ്ഞു.

"ഒന്നുമെന്നോട് പറഞ്ഞിട്ടില്ല പോവുകയാണെന്ന് പറഞ്ഞു. തിരിച്ചു വരുമെന്നും പറഞ്ഞു. എപ്പോൾ വരുമെന്നോ എങ്ങോട്ട് പോകുമെന്നോ പറഞ്ഞില്ല. - വരുമെന്ന് മാത്രമെനിക്കറിയാം."

അതുമതിയായിരുന്നു ശങ്കരകവിക്ക്.

വരും! ആ കുട്ടിയോടിങ്ങനെ പറഞ്ഞിട്ടുണ്ടെങ്കിൽ എന്തായാലും വരും. അത് അദ്ദേഹത്തിനുറപ്പായിരുന്നു.

അങ്ങനെ ഓരോന്നാലോചിച്ചുകൊണ്ട് വെറുതെ കിടക്കുമ്പോഴാണ് ഒരു രാജഭടൻ അകത്തേക്കു കയറിവന്നത്. "താങ്കളെ കാണാൻ വേണ്ടി ഒരു സ്ത്രീയും കുട്ടിയും കൊട്ടാരം വാതിൽക്കലെത്തിയിരിക്കുന്നു. അവരെ ഇങ്ങോട്ട് പറഞ്ഞയയ്ക്കട്ടെ!" ഇത്രകാലമായിട്ടും തന്നെ അന്വേഷിച്ച്

ഈ കൊട്ടാരത്തിലാരും വന്നിട്ടില്ല. താൻ ആരെയും അന്വേഷിച്ച് പോയിട്ടുമില്ല. ഇക്കാലം വരെയില്ലാത്ത ഒരു സംഭവം വിചിത്രം തന്നെ.

“എന്നെ തന്നെയാണോ അന്വേഷിച്ചത്?’

“അതെ, അങ്ങയെത്തന്നെയാണ്. അടിയനിപ്പോൾ അവരെ പറഞ്ഞു വിടാം” കാവൽക്കാരൻ കടന്നുപോയി അല്പം കഴിഞ്ഞപ്പോൾ അവർ വന്നു. വെളുത്തുമെലിഞ്ഞ ഒരു പാവം സ്ത്രീ. വളരെ ദരിദ്രയാണെന്ന് അവരുടെ ശരീരം തന്നെ പറയുന്നുണ്ട്. ഏഴോ എട്ടോ വയസ്സുതോന്നിക്കുന്ന മെലിഞ്ഞ ഒരു പെൺകുട്ടിയും, രണ്ട് പേരുടെയും മുഖത്ത് വല്ലാത്ത ക്ഷീണം.”

“എവിടെ നിന്നുവരുന്നു” ശങ്കരകവി ചോദ്യങ്ങളുടെ ഒരു ഭാണ്ഡക്കെട്ട് അഴിച്ചുതുടങ്ങുകയായിരുന്നു. അവർ അടുത്തുവന്ന് തൊഴുതു കൊണ്ട് പറഞ്ഞു. “ഇത് അങ്ങേയ്ക്ക് തരുവാൻ പറഞ്ഞു...”

“ആര്?”

അതൊരു ഭൂർജ്ജ പത്രമായിരുന്നു. എന്തോ എഴുതിയ ഒരു കുറിപ്പ്. “ആരാണ് പറഞ്ഞത്?”

“അറിയില്ല, എല്ലാം അതിലുണ്ടെന്ന് പറയാൻ പറഞ്ഞിരുന്നു”

കൗതുകത്തോടെ അതിലേറെ അദ്ഭുതത്തോടെ ആ സന്ദേശം തുറന്നു. കൈപ്പട കണ്ടപ്പോഴേ അനിർവചനീയമായ ഒരു സന്തോഷം അദ്ദേഹത്തിലേക്കൊഴുകിയെത്തി. അത് കാളിദാസന്റെ കുറിപ്പായിരുന്നു. ഒരു വെമ്പലോടെയാണ് വായിച്ചത്.

“ധന്യാത്മൻ, ഇതെഴുതുന്നത് അങ്ങയുടെ ദേശക്കാരനായ കാളിദാസനാണ്. ഈ കുറിപ്പുമായി വരുന്നവർ വളരെ ദരിദ്രരാണ്. ഭർത്താവ് മരിച്ച് അന്നന്നത്തെ അഷ്ടിക്ക് വകയില്ലാത്ത ഒരു പാവം സ്ത്രീയും അവരുടെ കുഞ്ഞും. രാജാവ് ഒരു സമസ്യ വിളംബരം ചെയ്തിരുന്നുവല്ലോ. അതിന്റെ ലക്ഷ്യം എന്താണെന്ന് നമുക്ക് മനസ്സിലായിട്ടുണ്ട്. എങ്കിലും ഇപ്പോൾ കൊട്ടാരത്തിലേക്കില്ല. അതിന്റെ പുരണം ഇവരുടെ കൈവശമുണ്ട്. രാജാവിനിഷ്ടപ്പെടുകയാണെങ്കിൽ അതിനു കിട്ടാവുന്ന സമ്മാനത്തുക ഇവർക്ക് വാങ്ങിക്കൊടുക്കണം. വിശക്കുന്നവർക്കാണല്ലോ ഭക്ഷണം വേണ്ടത്. ഇവർക്കിപ്പോൾ പണം ആവശ്യമാണ്. എനിക്കാകട്ടെ പണം വെറും ആഡംബരം മാത്രം. അതുകൊണ്ട് ഇവരുടെ ആവശ്യം തീരട്ടെ” സസ്നേഹം സ്വന്തം സ്നേഹിതൻ കാളിദാസൻ.

കുറിപ്പ് വായിച്ച് ഒന്നു നെടുവീർപ്പിട്ടു. പണം കൊണ്ട് വിലയ്ക്ക് വാങ്ങാൻ കഴിയുന്ന ഒന്നല്ല കാളിദാസകവിയുടെ ആത്മാഭിമാനം എന്ന് രാജാവിനെ ബോധിപ്പിക്കുവാൻ ഇതിൽ കൂടുതലെന്തുവേണം.

കവി ആ സ്ത്രീയോടു ചോദിച്ചു. “എങ്ങനെയാണ് പരിചയം... എവിടെയുണ്ട് ഈ കുറിപ്പെഴുതിയ ആൾ.”

"ഒരു പരിചയവുമില്ല. എവിടെയുണ്ടെന്ന് ചോദിച്ചാൽ ഉത്തരം പറയരുതെന്നാണ് പറഞ്ഞിട്ടുള്ളത്"

"ഒരു പരിചയവുമില്ലെന്നോ? അദ്ഭുതമായിരിക്കുന്നു. എങ്ങനെയാണ് കണ്ടത്?"

"ദൂരെ ഒരു ക്ഷേത്രത്തിനു സമീപത്ത് ഭിക്ഷ യാചിക്കുകയായിരുന്നു ഞങ്ങൾ. അപ്പോൾ പടുവൃദ്ധനായ ഒരാളും അദ്ദേഹത്തിന്റെ കൂടെ തേജസ്വിയായ ഒരാളും അങ്ങോട്ടുവന്നു. മകൾ ഒരോലയിൽ എഴുതിക്കൊണ്ട് എന്റെ സമീപത്തുണ്ടായിരുന്നു. അവളെ കണ്ട് ആ യുവാവ് ചോദിച്ചു. "നീ ആരാണ് കുട്ടി" മകൾ "കാഞ്ചനമാല" എന്ന് പറഞ്ഞു. "ആരുടെ പുത്രി?" "കനകലതയുടെ" എന്നവൾ "കൈയിലെന്താണ്" എന്നയാൾ- "താളിപത്രം" എന്ന് കുട്ടി പറഞ്ഞപ്പോൾ അതിലെന്താണെഴുതിയതെന്ന് അയാൾ. അതിലൊന്നും എഴുതിയിട്ടുണ്ടായിരുന്നില്ല. അവൾ എന്തെങ്കിലും എഴുതാൻ തുടങ്ങുന്നതേയുണ്ടായിരുന്നുള്ളൂ. അവൾ പറഞ്ഞു. "ഒന്നുമില്ല." ഉടൻ അയാൾ പറഞ്ഞു. "ഉണ്ടല്ലോ കഖഗഘ" എന്നിട്ട് ചിരിച്ചുകൊണ്ട് ആ വൃദ്ധനോട് പറഞ്ഞു. "സമസ്യയ്ക്ക് ഇത്രയും അനുയോജ്യമായ ഒരു പൂരണം വേറെയുണ്ടാകില്ല. ഇത് രാജസദസ്സിൽ എത്തിക്കുന്നതെങ്ങനെ?"

"ദാരിദ്ര്യം കൊണ്ടാണല്ലോ അവർ ഇവിടെ ഭിക്ഷയ്ക്കിരിക്കുന്നത്. എന്തായാലും ആയിരം വരാഹൻ കിട്ടിയാൽ ഇവർക്ക് സുഖമായി ജീവിക്കാം. ഇവർ തന്നെ കൊണ്ടുപോയി കൊടുക്കട്ടെ." അതുകേട്ടപ്പോൾ അദ്ദേഹം രണ്ട് ഭൂർജപത്രങ്ങളെടുത്തു ഒന്നിൽ നാല് വരി എഴുതി അവരുടെ കൈയിൽ കൊടുത്തു. ഒന്നിൽ ഒരു കുറിപ്പെഴുതി അങ്ങയെ കാണിക്കുവാൻ എന്നെയും ഏല്പിച്ചു. മറ്റത് മകളുടെ കൈയിൽ കൊടുത്തു.

ശങ്കരകവി മകളുടെ കൈയിലുള്ള ഓല വാങ്ങി അതിലെഴുതിയ ശ്ലോകം വായിച്ചു.

"കാത്വംബാലേ കാഞ്ചനമാല
കസ്യാപുത്രി കനകലതയാ
കിംതേഹസ്തേ താളിപത്ര
കാവരേഖാ കഖഗഘ"

രാജാവ് സദസ്സിൽ പറഞ്ഞ ആ ഔചിത്യബോധം ഇതിൽ കൂടുതൽ വ്യക്തമാക്കുവാൻ ഈ ലോകത്ത് മറ്റാർക്കും കഴിയില്ല.

ഉടൻ തന്നെ വസ്ത്രം മാറി അവരുടെ കൂടെ കൊട്ടാരത്തിലേക്കു നടന്നു. രാജാവ് നൃത്തശാലയിലായിരുന്നു. ദക്ഷിണേന്ത്യയിൽനിന്ന് ഏതോ പേർകേട്ട നർത്തകികൾ വന്നിട്ടുണ്ടത്രെ. അവരുടെ നൃത്തമുണ്ടാകുമെന്ന് പറഞ്ഞിരുന്നു.

"നൃത്തം തുടങ്ങിയോ" കാവൽക്കാരനോട് ചോദിച്ചു. "ഇല്ല അവരണിഞ്ഞൊരുങ്ങുന്നതേയുള്ളൂ" ഭാഗ്യം നൃത്തം തുടങ്ങിയിരുന്നുവെങ്കിൽ രാജാവിനെ മുഖം കാണിക്കുവാൻ കഴിയുമായിരുന്നില്ല.

"മഹാരാജൻ ഈ പിഞ്ചുബാലിക അങ്ങയുടെ സമസ്യയ്ക്ക് ഒരു പൂരണവുമായി വന്നതാണ്. അടിയൻ വായിച്ചപ്പോൾ അദ്ഭുതം തോന്നി. അങ്ങയുടെ അഭിപ്രായമറിയാൻ..." ഓല അദ്ദേഹത്തിന് നല്കി. മഹാരാജാവ് ഒന്ന് ചിരിക്കുകയാണ് ചെയ്തത്. കൊട്ടാരത്തിലെ മഹാപണ്ഡിതന്മാർക്ക് കഴിയാത്തത് എട്ടും പൊട്ടും തിരിയാത്ത ഒരു പെൺകുട്ടി ചെയ്തെന്നോ? പക്ഷേ, അതു വായിച്ചതും അദ്ദേഹത്തിന്റെ കണ്ണുകൾ വിടർന്നു. "അസാധ്യം ഇത് നമ്മെ അദ്ഭുതപ്പെടുത്തുന്നു. ശങ്കരകവി നാമെന്താണ് ചെയ്യേണ്ടത്? സംശയം നിഴലിച്ചുനിൽക്കുന്ന ഒരു ബോധത്തോടെ രാജാവ് ശങ്കരകവിയോട് ചോദിച്ചു."

"അടിയനെന്താണ് പറയേണ്ടത് തിരുമനസ്സേ. പൂരണം അങ്ങേയ്ക്ക് ബോധ്യപ്പെട്ടെങ്കിൽ സമ്മാനം ആ കുട്ടിക്ക് നൽകണമെന്നെ അടിയന് പറയുവാനൊള്ളൂ" ഉടൻ തന്നെ രാജാവ് ഉത്തരവിട്ടു. "ഖജനാവിൽ നിന്ന് ആയിരം വരാഹൻ കൊണ്ടുവരൂ. ഇപ്പോൾ തന്നെ ഈ സദസ്സിൽ വച്ച് നാമത് ഈ ബാലികയ്ക്ക് നൽകാം" അത്രയും പറഞ്ഞതിന് ശേഷം രാജാവ് ശങ്കരകവിയെ അടുത്തേക്കു വിളിച്ചു. സ്വകാര്യമായി ചോദിച്ചു "എവിടെയുണ്ട് കാളിദാസൻ?"

"തിരുമനസ്സേ അടിയനറിയില്ല?"

"നമ്മെ കബളിപ്പിക്കുവാൻ നോക്കരുത്. കാളിദാസനല്ലാതെ ഇത്ര ഔചിത്യത്തോടെ ആ സമസ്യ പൂരിപ്പിക്കുകയില്ല. ശങ്കര കവിക്കറിയാം. എവിടെയുണ്ട്?"

ശങ്കര കവി ഒന്നും മറച്ചുവെച്ചില്ല. തനിക്ക് കാളിദാസൻ കൊടുത്തയച്ച ആ കുറിപ്പ് നേരെ രാജാവിന് നീട്ടി

രാജാവ് പിന്നെ അവരോടായി ചോദ്യം. എവിടെവെച്ചാണ് അവരെ കണ്ടത്? എപ്പോഴാണ് കണ്ടത്? അങ്ങനെ പലതും

ശങ്കരകവിയോട് മാത്രമായി രാജാവ് പറഞ്ഞു. "കാളിദാസകവിയുടെ കൂടെയുള്ളത് ഭർത്തൃഹരിയായിരിക്കണം. പ്രതിഭകൾ പ്രതിഭകളെ തിരിച്ചറിയും. ഏതായാലും ഇനിയദ്ദേഹത്തെ കണ്ടെത്തുവാൻ അത്ര ബുദ്ധിമുട്ടുള്ളതായി തോന്നുന്നില്ല."

ആയിരം വരാഹൻ സമ്മാനമായി കിട്ടിയ സന്തോഷത്തോടെ സ്ത്രീയും കുട്ടിയും പുറത്തിറങ്ങി. വൈകാതെ ശങ്കരകവിയും കൊട്ടാരത്തിൽ നിന്നുപോന്നു.

അദ്ദേഹത്തിനു വല്ലാത്ത സന്തോഷം തോന്നി. എന്തായാലും വൈകാതെ കാളിദാസൻ കൊട്ടാരത്തിൽ തിരിച്ചെത്തുമെന്ന് അദ്ദേഹത്തിനറിയാം. ഒന്നു കാണണമെന്നുണ്ടായിരുന്നു. എങ്ങനെ കാണാൻ. എവിടെച്ചെന്നന്വേഷിക്കാൻ. രാജാവ് അദ്ദേഹം എവിടെയുണ്ടെന്ന് ഇപ്പോൾ തന്നെ തിരിച്ചറിഞ്ഞിട്ടുണ്ടായിരിക്കും. സ്ത്രീയോടും കുട്ടിയോടും മാറിമാറി ചില ചോദ്യങ്ങൾ ചോദിച്ചിരുന്നതെന്തിനാണ്.

തിരിച്ചറിഞ്ഞില്ലായിരുന്നുവെങ്കിൽ ഒരിക്കലും അവരെ പോകാനനുവദി ക്കില്ല. ചിലപ്പോൾ അവരുടെ പിറകെ തന്നെ ചാരൻമാരെയും വിട്ടിട്ടു ണ്ടായിരിക്കും. എന്തായാലും അവർ കാളിദാസനെ കണ്ട് നന്ദി പറയാ തിരിക്കില്ല അത് രാജാവിനും അറിവുണ്ടാകുമല്ലോ.

എന്തായാലും ഈ വിവരം മാളവികയെ ഒന്നറിയിക്കണമെന്ന് തോന്നി. നേരെ വസന്തമാളികയിലേക്ക്. ഇതുവരെ വാരസ്ത്രീ ഗൃഹ ങ്ങൾ സന്ദർശിക്കാത്ത തനിക്കും ഒരു പേരുദോഷം വരുമോ എന്ന് അദ്ദേഹം ചിന്തിച്ചതേയില്ല. മനസ്സിൽ കളങ്കമില്ലെങ്കിൽ പിന്നെ ഒന്നിനേയും ഭയപ്പെടേണ്ടതില്ലല്ലോ?

അവിടെ വിലാസവതിയും പ്രഭുക്കന്മാരെപ്പോലെ തോന്നുന്ന രണ്ടു പേരും എന്തോ സംസാരിച്ചിരിക്കുകയായിരുന്നു. എന്തായാലും അവർ ക്കിടയിൽ നിന്ന് മാളവികയെ കണ്ട് കാര്യം പറയുവാൻ കഴിയില്ല.

"അല്ല," കുറച്ചുറക്കെ ശങ്കരകവി വിലാസവതിയോടായി ചോദിച്ചു. "അറിഞ്ഞില്ലേ രാജാവിന്റെ സമസ്യയ്ക്ക് പൂരണമായി"

"ഉവ്വോ - രാജസദസ്സിലെ പണ്ഡിതന്മാർ രക്ഷപ്പെട്ടല്ലോ - അവരി ലാരെങ്കിലും തന്നെയാണോ?"

"അല്ല, ഒരു ചെറുപെൺകുട്ടി പൂരണവുമായി വന്ന് രാജാവിനെ മുഖം കാണിക്കുകയായിരുന്നു. കാളിദാസന്റെ വരികളാണെന്നാണ് രാജാ വിന്റെ അഭിപ്രായം. അദ്ദേഹത്തെ കണ്ടെത്തുവാൻ രാജാവ് ശ്രമമാരംഭി ച്ചിട്ടുണ്ട്"

അത്രയും പറഞ്ഞ് അവിടെ നിന്ന് വേഗം തിരിച്ചു.

ഭർത്തൃഹരി പറഞ്ഞു "രാജദൂതൻ ഇന്നോ നാളയോ ഇവിടെയെത്തും. സർവാദരങ്ങളോടെ കാളിദാസകവിയെ കൊട്ടാരത്തിലേക്കാനയിക്കും."

കാളിദാസൻ ഒന്നും പറഞ്ഞില്ല. വെറുതെ ചിരിച്ചു. കൊട്ടാരത്തിൽ നിന്നിറങ്ങുമ്പോൾ അങ്ങ് വെറും കവിയായിരുന്നുവെങ്കിൽ തിരിച്ചുചെല്ലു മ്പോൾ മഹാകവി എന്ന് വാഴ്ത്തപ്പെടും. ഏതായാലും ഈ അജ്ഞാത വാസം അങ്ങേയ്ക്ക് മാത്രമല്ല ഭാരതീയ സാഹിത്യത്തിനുതന്നെ വലിയ മുതൽക്കൂട്ടായി. അല്ലെങ്കിൽ ഇത്രപെട്ടെന്ന് ചിലപ്പോൾ രഘുവംശം തീരു മായിരുന്നില്ല.

"രഘുവംശം അസ്സലായി. ഇവിടെയായതുകൊണ്ട് ആ മഹാകൃതി വായിക്കുവാൻ ആദ്യം അവസരം കിട്ടിയത് നമുക്ക് രണ്ടുപേർക്കുമാണ്." ഭർത്തൃഹരി ഹരിവർമ്മനോട്.

"ഈ അജ്ഞാതവാസം നമുക്ക് കുറച്ചൊന്നുമല്ല ഉപകരിച്ചിട്ടുള്ളത്. കൊട്ടാരത്തെക്കാൾ കൂടുതൽ കാവ്യരചനയ്ക്ക് ഇവിടെയാണനുകൂലം."

"രഘുവംശം തീർന്നതിനുശേഷവും നാം വെറുതെയിരുന്നിട്ടില്ല. ഒരു നാടകത്തിന്റെ നാലങ്കങ്ങൾ കഴിഞ്ഞു. ശാകുന്തളം എന്ന നാമകരണവും

ചെയ്തു. വിസ്മയത്തോടെ ഭർത്തൃഹരി. "ഓഹോ അങ്ങനയുമുണ്ടായോ. കാവ്യസിദ്ധിയുടെ പാരമ്യതയാണല്ലോ നാടകരചനയും..."

കഥാതന്തുരൂപം കൊണ്ടത് ഇവിടന്നുതന്നെയാണ്. അന്ന് മഹാഭാരതത്തെക്കുറിച്ച് നമ്മൾ തമ്മിലൊരു സംവാദനം നടന്നില്ലേ. ദുഷ്യന്തമഹാരാജാവ് ശകുന്തളയെ ഉപേക്ഷിച്ചത് ശരിയോ തെറ്റോ എന്ന് നമ്മൾ ചർച്ച ചെയ്തതോർമ്മയില്ലേ. അന്നു തോന്നി. ആ ദുഷ്യന്തനെ തെറ്റുകാരനാക്കാൻ വയ്യ എന്ന്. ദുര്യോധനന്റെ മാനസികാവസ്ഥ പൂർവ്വകവി ഭാസൻ ഊരുഭംഗത്തിൽ അവതരിപ്പിച്ചതോർത്തപ്പോൾ, ശാകുന്തളോപാഖ്യാനം ഒരു പുതിയ കാഴ്ചപാടിലൂടെ അവതരിപ്പിക്കണമെന്നു തോന്നി."

പടിഞ്ഞാറെ ആകാശത്ത് സൂര്യൻ ഒരു സ്വർണക്കുടമായി രൂപാന്തരം പ്രാപിച്ചപ്പോഴാണ് അവർ ശാകുന്തളം ചർച്ച നിറുത്തിയത്. സന്ധ്യാവന്ദനത്തിനു വേണ്ടി മൂന്നുപേരും എഴുന്നേറ്റു.

ഉജ്ജയിനിയിൽ ഒരുത്സവത്തിന്റെ ആഘോഷമുണ്ടായിരുന്നു. കൊട്ടും കുരവയും വാദ്യമേളങ്ങളും ആനയും അമ്പാരിയുമെല്ലാമുണ്ടായിരുന്നു. നഗരകവാടത്തിൽ കവിയെ സ്വീകരിക്കുവാൻ മന്ത്രിമുഖ്യൻ നേരിട്ട് പോകുന്നുണ്ട്. ആ നഗരി അന്നുവരെ കാണാത്ത ഒരു സ്വീകരണമായിരുന്നു അത്.

എന്തിനാണിത്ര വലിയ സ്വീകരണം. കാളിദാസൻ പല ആവൃത്തി മനസ്സിൽ ചോദിച്ചതാണ്. ഉത്തരം ഒന്നും തന്നെ തോന്നിയില്ല. പക്ഷേ, രാജാവിന്റെ ഇംഗിതം ഭർത്തൃഹരിക്കറിയാമായിരുന്നു. തന്റെ പെരുമാറ്റംകൊണ്ട് കവിക്ക് ഏതെങ്കിലും തരത്തിലുള്ള അപമാനമുണ്ടായിട്ടുണ്ടെങ്കിൽ അത് ഈ സ്വീകരണത്തിലൊലിച്ചുപോകണം. പണ്ഡിതന്മാരെയും കവികളെയും എന്നും ആദരിച്ച പാരമ്പര്യമാണ് വിക്രമാദിത്യ രാജവംശത്തിന്റേത്. താനും ആ പാരമ്പര്യത്തിന്റെ ഏറ്റവും തിളക്കമാർന്ന കണ്ണിയാണെന്ന് സാമാന്യജനങ്ങളെ ബോധിപ്പിക്കുവാനും ഈ സ്വീകരണംകൊണ്ട് കഴിയും.

പ്രൗഢഗംഭീരമായ സ്വീകരണത്തിനു ശേഷം രാജാവ് രാജസദസ്സിൽ വെച്ച് കവിയെ വാനോളം വാഴ്ത്തിക്കൊണ്ട് പ്രസംഗം നടത്തി. അദ്ദേഹത്തിന്റെ ഋതുസംഹാരത്തിലെ ചില ശ്ലോകങ്ങൾ ഉദ്ധരിച്ച് അതിലെ വർണ്ണനാപാടവത്തെ, ഒരു കാവ്യമീമാംസകനെപ്പോലെ വിശദീകരിച്ചു. അതിനുശേഷം ഭർത്തൃഹരിയെ പ്രസംഗപീഠത്തിലേക്ക് ക്ഷണിച്ചു. അദ്ദേഹം അധികമൊന്നും പറഞ്ഞില്ല. പക്ഷേ, കാച്ചിക്കുറുക്കിയ ചിലത് അദ്ദേഹം പറയാതിരുന്നതുമില്ല. "കാളിദാസൻ ഒരു കവിയാണ് - ഒരു മഹാകവി. ഏതെങ്കിലും കൊട്ടാരത്തിനുള്ളിൽ അധികാരത്തിന്റെ വാൾമുന കാണിച്ച് ഒരു കവിയേയും തളച്ചിടുവാൻ കഴിയില്ല. സാമ്രാജ്യങ്ങൾ കാലത്തെ അതിജീവിച്ചിട്ടുണ്ടെങ്കിൽ അത് കവികളുടെ സർഗവൈഭവങ്ങളിലൂടെയാണ്. സാമ്രാജ്യങ്ങളെ കാലാതിവർത്തിയാക്കുവാൻ

കഴിയുന്ന അസാമാന്യപ്രതിഭയുള്ള കവി..." ആരെയും കുറിച്ച് മുഖ സ്തുതി പറയാത്ത ആരേയും പരിഹസിക്കുകയും ചെയ്യാത്ത ഭർത്തൃ ഹരി കാളിദാസനെക്കുറിച്ച് അത്രയൊക്കെ പറഞ്ഞത് സദസ്സിനും അദ്ദേ ഹത്തെ അറിയുന്നവർക്കും അദ്ഭുതമായിരുന്നു.

സ്വീകരണത്തിന്റെ അന്ത്യത്തിൽ രാജാവ് കാളിദാസനെ അടുത്തു വിളിച്ചു. രത്നംപതിച്ച ഒരു മോതിരം ആ വിരലിലണിയിച്ചു. ഇത് രാജ മുദ്രയുള്ളതാണ്. ഇത് കാണിച്ചാൽ നമ്മുടെ രാജ്യത്ത് തുറക്കാത്ത വാതിലുകളോ അനുസരിക്കാത്ത ഭടജനങ്ങളോ ഉണ്ടാകില്ല." പിന്നീട് അദ്ദേഹത്തെ കെട്ടിപ്പിടിച്ചു.

കാളിദാസൻ രാജ്യം തന്നോട് കാണിച്ച ആദരവിന് ഹൃദ്യമായി നന്ദി പറഞ്ഞു. "എല്ലാം നല്കുന്നതിലല്ല ഔദാര്യം, ഏറ്റവും ഇഷ്ടപ്പെട്ട ആ ഒന്ന് നൽകുന്നതിലാണ്. അങ്ങനെ നമുക്കേറ്റവും ഇഷ്ടപ്പെട്ട ഒന്ന് എന്നെ ങ്കിലും നാം ചോദിക്കുകയാണെങ്കിൽ മഹാരാജൻ നല്കുമെന്ന് അടി യൻ പ്രതീക്ഷിക്കുന്നു. ഈ സ്വീകരണത്തിന് അടിയന്റെ നന്ദി അറിയി ക്കുവാൻ ഈ കൃതി രഘുവംശം എന്ന പേരിൽ ഈയുള്ളവൻ എഴു തിയ ഈ മഹാകാവ്യം തൃപ്പാദങ്ങളിൽ സമർപ്പിക്കുകയും ചെയ്യുന്നു."

പ്രസംഗം നിറുത്തി മുമ്പിലിരിക്കുന്ന ആ വലിയ ആൾക്കൂട്ടത്തെ നോക്കി അദ്ദേഹം നമസ്കരിച്ചു. പെട്ടെന്ന് അദ്ദേഹത്തിന്റെ കണ്ണുകൾ സദസ്സിലെ ഒരു ഒഴിഞ്ഞ കോണിലിരിക്കുന്ന അവളെ കണ്ടു. വല്ലാത്ത ഒരു ആനന്ദത്തോടെ അതുല്യമായ നിർവൃതിയോടെ എല്ലാം ആസ്വദിച്ചി രിക്കുകയാണവൾ.

അപ്പോഴാണയാൾക്ക് തോന്നിയത്. ഈ സ്വീകരണം അർത്ഥവത്താ യിരിക്കുന്നു എന്ന്. തന്റെ ഉയർച്ച കാണുമ്പോൾ ആർക്കാണോ ഹൃദയം ആനന്ദനിർഭരമാകുന്നത്, അത് അവൾ തന്നെയാണ്.

തന്റെ മാളവിക-

അവളെ നോക്കി ഒന്നു പുഞ്ചിരിച്ചു. അത് അവൾക്ക് മാത്രമേ മനസ്സി ലാക്കുവാൻ കഴിഞ്ഞുള്ളൂ. അവളും ചിരിച്ചു. ഇപ്പോൾ അവളുടെ മുഖത്ത് എപ്പോഴും കാണാറുള്ള ആ വിഷാദമുണ്ടായിരുന്നില്ല. വർഷ ങ്ങൾക്കു മുമ്പ് മാളവത്തിലെ മഹാകാലക്ഷേത്രത്തിൽ വെച്ച് കാണു മ്പോഴുണ്ടായിരുന്ന ആ കുസൃതി അതേപോലെ അവളിലേക്ക് തിരിച്ചു വരുന്നതുപോലെ.

വരുന്ന ഓരോ ദുഃഖവും വരാനിരിക്കുന്ന ഒരു വലിയ സന്തോഷ ത്തിന്റെ സന്ദേശവാഹകരാണെന്ന് അപ്പോൾ കവിക്കു തോന്നി.

ദുഃഖപർവ്വം അവസാനിച്ചിരിക്കണം ഇനി സന്തോഷത്തിന്റെ നാളു കളായിരിക്കും.

എല്ലാം അയാളുടെ പ്രതീക്ഷകളായിരുന്നു. പ്രതീക്ഷകൾ മാത്രം.

പത്ത്

പ്രേമം ധീരമാണ്; ദുഃഖവും

മാസങ്ങൾ കടന്നുപോയത് വളരെ വേഗത്തിലായിരുന്നു.

ഭോജരാജാവിന്റെ ആത്മാർത്ഥ സുഹൃത്തുക്കളിലൊരാളായി കവി മാറുന്നത് ആത്മാഭിമാനത്തോടെയാണ് ശങ്കരകവി കണ്ടത്. കൊട്ടാരത്തിൽ കാളിദാസന് പ്രത്യേകം താമസസൗകര്യം ഏർപ്പെടുത്തിയതുകൊണ്ട് അതിഥിമന്ദിരത്തിൽ വച്ച് സ്ഥിരമായി കാണുവാൻ അദ്ദേഹത്തിന് കഴിയാറില്ല. സഭാമണ്ഡപത്തിൽ വെച്ചു കണ്ടാലും അവിടത്തെ ചർച്ചകൾക്കിടയിൽ ഒന്നും സംസാരിക്കുവാനും കഴിയില്ല. കൊട്ടാരത്തിലെ തന്റെ മുറിയിലേക്ക് കാളിദാസൻ ക്ഷണിച്ചുവെങ്കിലും അവിടെയിരുന്ന് സ്വസ്ഥമായി സംസാരിക്കുവാനും കഴിയില്ല. കാളിദാസൻ ശങ്കരകവിയെ ത്തേടി അതിഥി മന്ദിരത്തിലെത്തുന്നതാണ് ആകെയൊരാശ്വാസം. അപ്പോൾ മാത്രമാണ് അവർക്ക് പരസ്പരം കൂടുതലിടപഴകുവാൻ കഴിയുന്നത്.

ഇന്ന് കാളിദാസന്റെ ശാകുന്തളം നാടകം കൊട്ടാരത്തിലരങ്ങേറുന്നു. നാടകം ശങ്കരകവി വായിച്ചതാണ്. നാട്യശാസ്ത്രത്തിൽ അസാമാന്യ പാടവം തെളിയിച്ച ചിലരാണ് അതവതരിപ്പിക്കുന്നത് എന്ന് കേട്ടപ്പോൾ തന്നെ ആകെ കോരിത്തരിച്ചുപോയി.

സമാനതകളില്ലാത്തവിധം അത്യപൂർവ്വമായ രംഗാവിഷ്ക്കാരം. നാടകം വൻവിജയമായിരുന്നു. കാളിദാസനും രാജാവും തൊട്ടുതൊട്ടിരുന്നാണ് നാടകം കണ്ടത്. ബാണേശ്വരനും മറ്റു പണ്ഡിതന്മാരും വന്നിരുന്നു. ഇപ്പോൾ ബാണേശ്വരൻ കാളിദാസനെക്കുറിച്ച് ഒരെതിരഭിപ്രായവും പറയാറില്ല. അദ്ദേഹത്തെ പുകഴ്ത്തുന്നതും കേൾക്കാം. കളം മാറിച്ചവിട്ടുന്നതാണ് തന്റെ നിലനില്പിന് നല്ലതെന്ന് തോന്നിയിരിക്കണം. അത് കാലം നടത്തുന്ന നാടകം!

നാടകം കഴിഞ്ഞപ്പോൾ കാളിദാസനും ശങ്കരകവിയും കൂടി അഭിനന്ദനങ്ങളുടെ ആവർത്തനവിരസത ഒഴിവാക്കാൻ വേണ്ടി മാറിനിന്നതായിരുന്നു. കാര്യകാരണങ്ങൾ മനസ്സിലാക്കിയിട്ടുള്ള വിമർശനങ്ങൾ എന്നും

കാളിദാസന് പ്രിയങ്കരങ്ങളാണ്. പക്ഷേ, അസ്സലായി, അപാരം, ഇത്രയും നല്ല നാടകം ഞാൻ കണ്ടിട്ടേയില്ല എന്നിങ്ങനെ ഒരേ വാക്കുകൾ കൊണ്ട് മുഖസ്തുതി മാത്രമാകുന്ന അഭിനന്ദങ്ങളോട് അദ്ദേഹത്തിന് അത്ര പഥ്യ മൊന്നുമില്ല. എങ്കിലും കുറേനേരം നിന്നു കൊടുത്തു. പലരോടും നന്ദി പറഞ്ഞു. അവിടെത്തന്നെ നിന്നാൽ അത് തീരില്ലെന്ന് മനസ്സിലായ പ്പോഴാണ് രണ്ടുപേരും കൂടി ഒന്ന് മാറിനിന്നത്.

പക്ഷേ, അവരൊരിക്കലും പ്രതീക്ഷിക്കാത്ത ഒരതിഥിയാണ് അവ രെത്തേടി അവിടെയെത്തിയത്. സാക്ഷാൽ ഭോജമഹാരാജാവ് - നാടകം ഗംഭീരമായി. ശകുന്തള യാത്ര പറയുന്ന ആ രംഗം വളരെ വികാരഭരിത മായിരുന്നു. ഉരുക്കി തൂക്കിയെടുത്ത വാക്കുകൾ. ഒരു കാര്യം നമുക്ക് മനസ്സിലായി ഇത് അങ്ങയുടെ ആദ്യനാടകമല്ല. ശില്പത്തിന്റെ സൗന്ദര്യം കണ്ടാലറിയില്ലേ തച്ചന്റെ കരവിരുത്!

“ഇതിനുമുമ്പ് രണ്ട് നാടകങ്ങൾ അടിയൻ എഴുതിയിട്ടുണ്ട്. ഒന്ന് മാള വികാഗ്നിമിത്രം, മറ്റൊന്ന് വിക്രമോർവ്വശീയം. ഒന്നുമാത്രം ഇതിനുമുമ്പ് രംഗത്തവതരിപ്പിച്ചിട്ടുണ്ട്. മാളവികാഗ്നിമിത്രം പല സദസ്സുകളിൽ വായി ച്ചിട്ടുണ്ട്. വാരാണസിയിൽ വെച്ചാണ് രണ്ടും എഴുതിയത്. അവിടെയുള്ള കവികളും പണ്ഡിതന്മാർ പലരും മുക്തകണ്ഠം പ്രശംസിച്ചിട്ടുണ്ട്. അതു കൊണ്ടുണ്ടായ ഒരു ധൈര്യത്തിലാണ് ശാകുന്തളം എഴുതുന്നതു തന്നെ.”

“നാം ചിന്തിച്ചത് ശരിയാണ്. എഴുതിത്തഴക്കം വന്ന കൈകൾക്കേ ഇത്ര മികവുറ്റ രീതിയിൽ പാത്രസൃഷ്ടി സാധ്യമാകൂ. അപ്പോൾ ഋതു സംഹാരത്തിന് മുമ്പ് വേറെ കാവ്യങ്ങളുമുണ്ടോ?”

“അങ്ങനെ ചോദിച്ചാൽ ഉണ്ടെന്നും പറയാം ഇല്ല എന്നും പറയാം. ഒറ്റ ശ്ലോകങ്ങൾ മുക്തകങ്ങൾ അങ്ങനെ ഏറെയുണ്ട്. കാവ്യം എന്നു പറയാൻ ആദ്യത്തേത് ഋതുസംഹാരം - പിന്നെ രഘുവംശവും.”

“ഏതായാലും നേരം വൈകി. ഏറെ സംസാരിക്കുവാനുണ്ട്. നാളെ രാജസദസ്സിൽ വച്ചാവാം. നാം അന്തഃപുരത്തിലേക്ക് ചെല്ലട്ടെ!” രാജാവ് യാത്ര പറഞ്ഞപ്പോൾ ശങ്കരകവിയും കാളിദാസനും കൂടി പുറത്തുകടന്നു. വിശാലമായ രാജവീഥിയിൽ ഇരുട്ട് വീണു തുടങ്ങിയിരുന്നു. രണ്ടുപേരും കൂടി കുറച്ച് നടന്നപ്പോൾ ശങ്കരകവി പറഞ്ഞു. “നാം മാളവികയെ കണ്ടി രുന്നു. ഇപ്പോൾ അങ്ങയെ കാണാൻ കഴിയുന്നില്ലെന്ന് പരിഭവം പറഞ്ഞു. കണ്ടാൽ തന്നെ ഒന്നും മിണ്ടാനാകുന്നില്ലെന്നാണ് പരാതി. കുറച്ച് മാസ ങ്ങൾകൂടി കഴിഞ്ഞാൽ വസന്തോത്സവമാണെന്ന് പറയാൻ പറഞ്ഞു. എന്തെങ്കിലും ഒരു തീരുമാനമെടുക്കുന്നതിന് വളരെ വൈകിക്കൂടാ.”

“അറിയാം സുഹൃത്തെ, രാജാവിനോട് പറയണം എന്ന് പല പ്രാവശ്യം കരുതിയതാണ്. അദ്ദേഹത്തിന് അവളോടുള്ള താല്പര്യം പല പ്രാവശ്യം എന്നോട് സൂചിപ്പിക്കുകയും ചെയ്തു. എന്തായാലും നമുക്ക വളെ ഉപേക്ഷിക്കുവാൻ കഴിയില്ല. എങ്ങനെ രാജാവിനെ അറിയിക്കും എന്നതിന് ഒരു വഴിയും കാണുന്നുമില്ല”

"ഈ സൗഹൃദവും സ്നേഹവുമൊക്കെ അതറിയുമ്പോൾ ഉടഞ്ഞു പോകുമോ?" ശങ്കരകവി സംശയിച്ചു.

"ആവോ? അദ്ദേഹത്തെ മനസ്സിലാക്കിയതു ശരിയാണെങ്കിൽ അതിനാണ് നാം കൂടുതൽ സാധ്യത കാണുന്നത്. ഇത്രകാലം അവൾക്കായി കാത്തിരുന്നു എന്ന് അദ്ദേഹത്തിനു പറയാൻ ഒരു ന്യായമുണ്ട്. ഇത്രകാലം അവൾക്കായി ജീവിച്ചു എന്ന നമ്മുടെ വാദത്തെ അദ്ദേഹം അംഗീകരിക്കുമോ ആവോ?"

"അറിയിക്കാൻ വൈകരുത്. ഇപ്പോൾതന്നെ ചിലർക്കൊക്കെ ചില സംശയങ്ങളുണ്ട്. അങ്ങയുടെ നാവിൽ നിന്നല്ലാതെ മറ്റാരിൽ നിന്നെങ്കിലും ഈ വാർത്ത രാജാവറിഞ്ഞാൽ അപകടമായിരിക്കും. നല്ല സമയം നോക്കി വേണ്ടവിധത്തിൽ കാര്യം അവതരിപ്പിക്കണം. ആദ്യം അംഗീകരിക്കുവാനൊരു പ്രയാസം കാണുമായിരിക്കും. പിന്നെ രാജാവ് അംഗീകരിക്കും എന്നാണ് നമ്മുടെ പ്രതീക്ഷ."

"ക്ഷിപ്രകോപമാണ്! കേട്ട ഉടനെ എങ്ങനെ പ്രതികരിക്കുമെന്നോർത്താണ് നമുക്ക് ആശങ്ക. രാജപത്നിയുടെ കാലിൽ മറുകുള്ളത് കൊട്ടാരത്തിലെല്ലാവർക്കുമറിയാം. രാജവൈദ്യൻ ആ കല മായ്ക്കുവാൻ മരുന്ന് പരീക്ഷണം നടത്തുന്നതും നാട്ടിൽ പാട്ടാണ്. എന്നിട്ടും കണ്ടില്ലേ ആ മറുക് ഒരു സൗന്ദര്യമാണെന്ന് ബോധിപ്പിക്കാനാണ് അന്ന് താൻ ശ്രമിച്ചത്. അതുകൊണ്ട് രാജപത്നിക്ക് വല്ലാത്ത അപകർഷതയുണ്ടെന്ന് വൈദ്യന്റെ തിടുക്കം കണ്ടാലറിയാം. മറുകിന്റെ ഭാഗ്യമുദ്ര രാജാവ് തിരിച്ചറിഞ്ഞില്ലെന്നു മാത്രമല്ല, അതുകൊണ്ട് നമുക്ക് കൊട്ടാരം തൽക്കാലത്തേയ്ക്കാണെങ്കിലും ഉപേക്ഷിക്കേണ്ടതായും വന്നു. നമുക്കുണ്ടായ നഷ്ടം മാളവികയെ കാണാൻ കഴിഞ്ഞില്ല എന്നു മാത്രമേയുള്ളു. രാജാവിനോട് എങ്ങനെ അവതരിപ്പിക്കണമെന്ന് ഒരു നിശ്ചയവുമില്ല."

"തിടുക്കപ്പെടേണ്ട. കഴിയുമെങ്കിൽ മാളവികയെ ഒന്നു കാണണം. ആ കുട്ടിക്ക് അത് വലിയ സമാധാനമാകും."

"കാണാം നാളെത്തന്നെ!" അവർ പിന്നെയും പലതും പറഞ്ഞു. കൊട്ടാരത്തിന്റെ വൻമതിലുകൾക്ക് പുറത്തായിരുന്നു അവർ. അപ്പോൾ അവരുടെ വാക്കുകളെ നിയന്ത്രിക്കുവാൻ അവിടെ ചെങ്കോലിന്റെ ധാർഷ്ട്യമോ വാൾത്തലപ്പിന്റെ ഭീതിയോ ഉണ്ടായിരുന്നില്ല. കാളിദാസൻ തന്റെ സ്വപ്നങ്ങളുടെ മഹാഭാണ്ഡം ഇറക്കിവെയ്ക്കാനൊരിടം തേടുകയായിരുന്നു. അദ്ദേഹത്തിന്റെ മനോദുഃഖം പകുത്തുവാങ്ങാൻ ശങ്കരകവിക്കാകട്ടെ സന്തോഷമേ ഉണ്ടായിരുന്നുള്ളൂ.

അന്ന് രാജസദസ്സ് തുടങ്ങിയത് അല്പം താമസിച്ചാണ്. എന്നിട്ടും കാളിദാസനെത്തിയിരുന്നില്ല. രാജാവ് ചോദിച്ചു. "എന്തേ കാളിദാസമഹാകവി ഇനിയും എത്തിയില്ലേ?" ആരുമാരും ഒന്നും പറഞ്ഞില്ല. രാജാവ് വീണ്ടും

ചോദിച്ചു. "അദ്ദേഹത്തിനെന്തെങ്കിലും അസുഖമോ മറ്റോ?" എല്ലാവരും പരസ്പരം നോക്കി. പിന്നെ ആരോ പറഞ്ഞു. "അസുഖമൊന്നുമില്ല തിരുമേനി. അടിയൻ വരുമ്പോൾ അദ്ദേഹം വസന്തമാളികയിലേക്ക് കയറിപ്പോകുന്നതു കണ്ടു." സദസ്സിൽ ഒരു പരിഹാസച്ചിരി പടർന്നു. രാജാവ് പെട്ടെന്ന് വിഷയം മാറ്റി. "ബാണേശ്വരൻ ഒരു കാവ്യം എഴുതിക്കഴിഞ്ഞു എന്ന് പറഞ്ഞിരുന്നുവല്ലോ? ഇന്ന് സദസ്സിൽ വായിക്കാമെന്ന് പറഞ്ഞിരുന്നു. കൊണ്ടുവന്നിട്ടുണ്ടോ?"

"ഇല്ല തിരുമേനി. ചില ശ്ലോകങ്ങൾ ഒന്നു മാറ്റിയെഴുതണമെന്ന് തോന്നി. അവസാനത്തെ ഒരു മിനുക്കുപണി കഴിഞ്ഞിട്ടില്ല. അടുത്ത സദസ്സിൽ കൊണ്ടുവരാമെന്ന് കരുതുന്നു."

പിന്നെ ഓരോരുത്തരും ചില ഒറ്റ ശ്ലോകങ്ങൾ വായിച്ചു. അതിനെക്കുറിച്ചായി ചർച്ച. പക്ഷേ, രാജാവിന്റെ ശരീരം മാത്രമേ അവിടെയുണ്ടായിരുന്നുള്ളൂ. വന്നുവന്ന് കാളിദാസന് ഒരു ഉത്തരവാദിത്വവുമില്ലാതായിരിക്കുന്നു. എപ്പോഴന്വേഷിച്ചാലും വസന്തമാളികയിലാണ്. ഇത് കേട്ട് കേട്ടു മടുത്തു. കൊട്ടാരം ആസ്ഥാനകവിക്ക് രാജകൊട്ടാരത്തിലെ പണ്ഡിത സദസ്സിനേക്കാൾ പ്രിയം വാരസ്ത്രീ ഗൃഹങ്ങളാണെന്നുവന്നാൽ എന്തു ചെയ്യും? എങ്ങനെയും അദ്ദേഹത്തെ അതിൽനിന്ന് വിലക്കണം - അതിനെന്താണൊരു മാർഗ്ഗം?

സദസ്സ് പിരിയുന്നതിന് മുമ്പേ കാളിദാസനെത്തി. രാജാവ് ഒന്നും പറഞ്ഞില്ല. കാളിദാസനാകട്ടെ താൻ അല്പം വൈകിയതിന്റെ കാരണം ബോധിപ്പിച്ചുമില്ല. സദസ്സ് പിരിയുന്നതിനുമുമ്പ് രാജാവ് കാളിദാസനെ നോക്കിപ്പറഞ്ഞു. "നാമൊരു സംഭവം പറയാം. വാരാണസിയിൽ ഒരു രാജാവുണ്ടായിരുന്നു. മഹാപണ്ഡിതൻ സഹൃദയൻ. കവികൾക്കും പണ്ഡിതന്മാർക്കും എന്നും അദ്ദേഹം വേണ്ടതിലേറെ പ്രോത്സാഹനം നല്കി. ആസ്ഥാനകവിയും അദ്ദേഹവും തമ്മിൽ അഗാധമായ സ്നേഹത്തിലായിരുന്നു. പണ്ഡിതപ്രതിഭയായ ആസ്ഥാനകവിക്ക് തൊട്ടടുത്ത വാരസ്ത്രീഗൃഹവുമായി ഒഴിവാക്കാനാവാത്ത ബന്ധം. രാജാവിനും പ്രിയപ്പെട്ട ഒരു ഗൃഹമായിരുന്നു അത്. അല്ലെങ്കിൽ കവിയെ രക്ഷിക്കുവാൻ ആ ഗൃഹം പൊളിച്ചു മാറ്റാനും അവരെ നാടുകടത്താനും പറയാമായിരുന്നു. രാജാവിന് അതിന് കഴിയാതായി. രാജാവ് കവിയെ ഒന്നു പരിഹസിക്കുവാൻ വാരാംഗനയെ ചട്ടംകെട്ടി. അവരോട് പറഞ്ഞു. അടുത്ത വെളുത്തവാവിൻദിവസം എങ്ങനെയാണെങ്കിലും കവിയെകൊണ്ട് തല മുണ്ഡനം ചെയ്യിക്കണം. മുണ്ഡനകർമ്മത്തിന് വെളുത്തവാവ് നിഷിദ്ധമാണല്ലോ. അത് ചെയ്യിക്കണം. അവരതിനു സമ്മതിച്ചു. എന്തിനേക്കാളും വലുത് വാരസ്ത്രീയാണെന്ന് വിശ്വസിക്കുന്ന കവിയാകട്ടെ അങ്ങനെ ചെയ്യുകയുമുണ്ടായി. കവിസദസ്സ് കൂടിയപ്പോൾ മുണ്ഡിതശിരസ്കനായി ആസ്ഥാനകവി - രാജാവ് ചോദിച്ചു കസ്മിൻ പാർവണി മുണ്ഡനം?"

രാജാവ് തുടർന്നുകൊണ്ടിരിക്കുന്നതിനിടയിൽ കാളിദാസൻ പറഞ്ഞു. "മഹാരാജൻ ഈ കഥ അടിയനും കേട്ടിട്ടുണ്ട്." രാജാവ് തന്നെ മാത്രം ഉദ്ദേശിച്ചുകൊണ്ട് ഒരു കഥ മെനെഞ്ഞെടുക്കുകയാണെന്ന് കാളിദാസന് നന്നായി ബോധ്യപ്പെട്ടിരുന്നു. കാളിദാസനുമാത്രമല്ല സദസ്സിലുള്ള പലർക്കും അതു മനസ്സിലായി.

കാളിദാസൻ തുടർന്നു. "വാരാണസിയിലെ രാജാവ് അതിസമർത്ഥനും നല്ലൊരു കലാകാരനുമായിരുന്നു. വാരസ്ത്രീയുടെ നിർബ്ബന്ധം കൊണ്ട് വെളുത്തവാവിന് മുടി മുണ്ഡനം ചെയ്യാമെന്ന് കവി സമ്മതിച്ചുവെങ്കിലും അതിന് നിർബ്ബന്ധിച്ചത് രാജാവാണെന്ന് കവിക്ക് വ്യക്തമായിരുന്നു. കവി വാരസ്ത്രീയോടു പറഞ്ഞു. രാജാവിന്റെ ആവശ്യാർത്ഥം നീ നമ്മോട് വെളുത്തവാവിന് മുണ്ഡനം ചെയ്യാനാവശ്യപ്പെട്ടു. നാമത് സമ്മതിക്കുകയും ചെയ്തു. നിനക്ക് നമ്മോട് സ്നേഹമുണ്ടെങ്കിൽ രാജാവിന്റെ കലാവിരുന്ന് നിന്റെ മുമ്പിലൊന്ന് അവതരിപ്പിക്കുവാൻ പറയണം. അതിനെന്താ അവർ സമ്മതിച്ചു. മൃഗശബ്ദാനുകരണ കലയിൽ സമർത്ഥനാണ് രാജാവ്. കഴുത കരയുന്നതുപോലെ ഒന്നു കരയിക്കണം. വേശ്യാസ്ത്രീ ആവശ്യപ്പെട്ടപ്പോൾ രാജാവ് കഴുതയുടെ ശബ്ദം അനുകരിച്ച് കരയുകയും ചെയ്തു. അതിനൊക്കെ ശേഷമാണ് രാജാവേ രാജസദസ്സിൽ കവിയും രാജാവും തമ്മിൽ കൂട്ടിമുട്ടിയത്!"

"ഓഹോ, അത്രയും വിശദമായി നാം കേട്ടിരുന്നില്ല. ആട്ടെ പിന്നെയെന്താണുണ്ടായത്?" താൻ ഉദ്ദേശിച്ചത് കാളിദാസനു വ്യക്തമായെന്ന് ഭോജരാജാവ് അറിഞ്ഞു. ഇനി അദ്ദേഹത്തിന്റെ വാദം കേൾക്കുക തന്നെ.

കാളിദാസൻ തുടർന്നു.

"കവേ കാളിദാസത്വം

കസ്മിൻ പാർവണിമുണ്ഡനം" കവിയുടെ പേരെന്തെന്ന് ചിലപ്പോൾ അങ്ങ് കേട്ടിട്ടുണ്ടാവില്ല. അതുകൊണ്ടാണ് ചോദ്യം പകുതിയായത്. ആ കവിയും ഒരു കാളിദാസനായിരുന്നു. ഏതോ ഒരു കാളിദാസൻ"

കാളിദാസന്റെ ബുദ്ധിയും സാമാർത്ഥ്യവും ഭോജരാജൻ മനസ്സിലംഗീകരിക്കുക തന്നെ ചെയ്തു. താൻ മനസ്സിൽ കണ്ടത് അദ്ദേഹം മാനത്തു കണ്ടിരിക്കുന്നു. കവിയുടെ മറുപടി എന്തായിരുന്നു? രാജാവിന്റെ കൗതുകം മനസ്സിലാക്കിയ കാളിദാസൻ പുഞ്ചിരിയോടെ പ്രതിവചിച്ചു.

"ഒരു വേശ്യസ്ത്രീയുടെ മുമ്പിൽ കഴുതയെപ്പോലെ തന്റെ പ്രിയപ്പെട്ട രാജാവ് കരഞ്ഞാൽ ആ രാജസദസ്സിലെ ആസ്ഥാനകവി വെളുത്തവാവിന് മുണ്ഡനം ചെയ്തില്ലെങ്കിലല്ലേ അദ്ഭുതം."

രാജോ ഗർദ്ദഭ ദായന്തേ
അസ്മിൻ പാർവണിമുണ്ഡനം"

എന്നായിരുന്നു ഉത്തരം സദസ്സ് പൊട്ടിച്ചിരിച്ചു. രാജാവും എല്ലാം മറന്ന് ആ ചിരിയിൽ പങ്കുകൊണ്ടു.

"അധികാരത്തെ ഭയന്നുകൊണ്ടാണ് രാജാവ് പറയുന്നതെല്ലാം ആരും അനുസരിക്കുന്നത്. കവിയെ ആരും ഭയപ്പെടുന്നില്ല. എന്നിട്ടും അവർ പറയുന്നത് അനുസരിക്കുന്നുണ്ടെങ്കിൽ അതിനുപിന്നിൽ ഒരു കാര്യം മാത്രമേയുള്ളു. സ്നേഹവും ആദരവും",

ആ പറഞ്ഞതിന്റെ പൊരുൾ രാജാവ് മനസ്സിലാക്കിയോ ആവോ?

ഏറെ ദിവസത്തിന് ശേഷമാണ് അന്ന് വസന്തമാളികയിലേക്ക് ചെന്നത്. ശങ്കരകവി പറഞ്ഞത് ഓർമ്മയിലില്ലാത്തതുകൊണ്ടല്ല. മാളവികയോട് ഒറ്റയ്ക്ക് സംസാരിക്കുവാൻ ഒരിക്കലും കഴിയാറില്ല. വിലാസവതിയുണ്ടാകും. താനവിടെ ചെല്ലുന്നത് അവർക്ക് വലിയ കാര്യമാണ്. മറ്റുള്ളവരിൽ നിന്ന് വ്യത്യസ്തമായ ഒരു ആരാധനയോടെത്തന്നെയാണ് അവർ ഇടപഴകാറുള്ളതും. ആദ്യമൊന്നും മാളവികയെ കാണാൻതന്നെ കഴിഞ്ഞിരുന്നില്ല. ഇപ്പോൾ മാളവികയെ കാണാം സംസാരിക്കാം. ഒരു സ്വകാര്യത ഉണ്ടാവില്ലെന്നുമാത്രം.

വിലാസവതി വളരെ സന്തോഷത്തോടെയാണ് സ്വീകരിച്ചത്. മാളവികയും പൂമുഖത്ത് തന്നെ ഉണ്ടായിരുന്നു. കുറേ ദിവസമായി കാണാത്തതിൽ ഏറെ പരിഭവം പറഞ്ഞു. "അല്ലെങ്കിലും നമ്മളെയൊക്കെ കാണാൻ ആർക്കാണ് താത്പര്യം. ഞങ്ങൾ വാരസ്ത്രീകൾക്ക് സമ്പത്തിന് ഒരു ബുദ്ധിമുട്ടുമില്ല. അധികാരവുമുണ്ട്. ഇവിടെ വരുന്നവർക്കൊക്കെ ആ സമയത്തെങ്കിലും വല്ലാത്ത ഇഷ്ടവുമുണ്ട്. അതൊക്കെ കാണുമ്പോൾ മാത്രം! കാണാതിരിക്കുമ്പോൾ അവർക്കൊക്കെ പുച്ഛവും പരിഹാസവുമാണ്. എന്തുചെയ്യാം, ഓരോരുത്തർക്കും ഓരോ വിധിയാണ്."

"വിധിയൊക്കെ ഒരു പരിധിവരെ അവരവർ സൃഷ്ടിക്കുന്നതല്ലേ. മാറ്റാൻ കഴിയാത്തതിനെ മാത്രമേ വിധി എന്ന് പറയൂ."

"അങ്ങേയ്ക്ക് അത് പറയാം. അടുത്തമാസം വസന്തോത്സവമാണ്. വസന്തോത്സവം എന്ന് പറയുന്നത് ഇവിടെ വാരസ്ത്രീകളുടെ ഉത്സവമാണ്. അന്ന് പ്രായപൂർത്തിയായ നിറയൗവനം തുളുമ്പിനിൽക്കുന്ന സ്ത്രീകൾക്ക് രാജാവ് ദേവദാസീസ്ഥാനം കല്പിക്കും. രാജാവും പ്രഭുക്കൻമാരുമുണ്ടാകും. ആ വേദിയിൽ നിന്നുതന്നെ ഓരോരുത്തർക്കും മൂല്യം നിശ്ചയിക്കും. മൂന്നോ ആറോ മാസം ഈ പെൺകുട്ടികൾ അവരുടെ കൂടെ ജീവിക്കണം. ആർക്ക് താത്പര്യമുണ്ടാവും. ആർക്കെങ്കിലും അതിനെ എതിർക്കുവാൻ കഴിയുമോ?" വിലാസവതിയുടെ ഹൃദയം തുറക്കുകയാണോ? എപ്പോഴും പണത്തിനോട് ആർത്തിയുള്ള ഒരു സ്ത്രീയെന്നേ അവരെ കരുതിയിരുന്നുള്ളൂ. "ഇവിടെ അടിയനും ഒരു മകളുണ്ട്. ഈ വസന്തോത്സവം മുതൽ ഒരു കൊല്ലം അവൾ രാജാവിന്റെ കൂടെയായിരിക്കും. അതു കഴിഞ്ഞാലും ഏറെക്കാലം ആ അധികാരവും സൗജന്യവും ഒക്കെ കിട്ടും.. പക്ഷേ..."

അവർ ദയനീയമായി കാളിദാസനെ നോക്കി. "മോളോട് അടിയനാവശ്യപ്പെടുകയായിരുന്നു. അങ്ങയെ ഒന്നു കാണണം എന്ന്. അങ്ങയെ നേരിട്ട് കാണാത്തത് കൊണ്ടാണ് അവൾ ശങ്കരകവിയെ അറിയിച്ചത്. അടിയങ്ങളൊക്കെ ചാരൻമാരുടെ നിരീക്ഷണത്തിലാണ് എല്ലായ്പ്പോഴും. എങ്കിലും പറയട്ടെ. അടിയന്റെ മകൾക്ക് സ്ഥിരമായി ഒരു ഭർത്താവുണ്ടാകുമെങ്കിൽ ആറ് മാസം രാജ്ഞിയായിരിക്കുന്നതിനേക്കാൾ എനിക്കതാണിഷ്ടം. അങ്ങേയ്ക്കതിനാവുമോ?"

കാളിദാസൻ ശരിക്കും ഞെട്ടിപ്പോയി. പണത്തിനുവേണ്ടി മാത്രം ജീവിക്കുന്ന സ്ത്രീ എന്നേ അവരെപ്പറ്റി ചിന്തിച്ചിട്ടുള്ളൂ. പക്ഷേ...

ഇപ്പോൾ അവരോട് അതുവരെ തോന്നാത്ത ഒരാദരവ് തോന്നുന്നു.

"ഹേ മഹാത്മൻ, അങ്ങയോടുള്ള അവളുടെ ഇഷ്ടം അടിയനാദ്യമേ തന്നെ അറിയാം. അവൾ എല്ലാം പറയാറുണ്ട്. അവളുടെ ഇഷ്ടം തെറ്റാണെന്ന് തോന്നിയിട്ടില്ല. എങ്കിലും അടിയൻ ആവുന്ന തരത്തിൽ വിലക്കിയിട്ടുണ്ട്. മറ്റൊന്നുകൊണ്ടുമല്ല ഏറെ ആഗ്രഹിച്ചിട്ട് അതു നടക്കാതെ പോയാലുണ്ടാകുന്ന സങ്കടം അവൾ അനുഭവിക്കാതിരിക്കാൻ..."

അങ്ങ് ആദ്യം ഇവിടെ വന്നപ്പോഴേ ഞാൻ ശ്രദ്ധിച്ചതാണ് അങ്ങയുടെ കണ്ണുകളെ. അറിയാഞ്ഞിട്ടല്ല അറിയാത്ത ഭാവം നടിച്ചതാണ്. രാജാവ് തീരുമാനിച്ച ഒരു കാര്യത്തിനെതിരായി ഒരു വാരസ്ത്രീ പ്രവർത്തിച്ചാൽ എന്തു സംഭവിക്കുമെന്ന് അങ്ങേയ്ക്കറിയാമല്ലോ. അതുകൊണ്ട് കണ്ടതും കേട്ടതും അറിഞ്ഞതും പറഞ്ഞതുമൊക്കെ അപ്പോൾ തന്നെ ഉപേക്ഷിക്കുന്നവരാണ് അടിയങ്ങൾ! ഇപ്പോൾ സമയമടുത്തെത്തി. ഇനിയും ഇങ്ങനെ പോയാൽ എന്തു സംഭവിക്കുമെന്ന് അടിയൻ പറയേണ്ടതില്ലല്ലോ. അങ്ങില്ലാതെ അവൾക്കൊരു ജീവിതമില്ലെന്ന് അവൾ പറയുന്നു. ഒരമ്മ എന്ന നിലയ്ക്ക് അടിയനെന്തു ചെയ്യണം? അവിടുന്ന് ഒരുത്തരം തരണം."

എന്താണുത്തരം കൊടുക്കുക. താനവളെ കൊണ്ടുപോകുമെന്നോ അതോ ഇതോടെ എല്ലാം അവസാനിപ്പിച്ച് അവളെ രാജാവിന് ഏല്പിച്ചു കൊടുക്കുമെന്നോ?

"മഹാകാലക്ഷേത്രത്തിലേക്ക് അവൾ തൊഴാൻ വന്നതും പരസ്പരം കണ്ട് പിരിയാൻ വയ്യാത്ത രീതിയിൽ അടുത്തതുമൊക്കെ മുജ്ജന്മബന്ധം കൊണ്ടാണ്. അതുകൊണ്ട് ഞങ്ങളൊരിക്കലും പിരിയില്ല. പിരിയാൻ ദൈവം സമ്മതിക്കില്ല. എതിർപ്പുകളുണ്ടാവും. ചിലപ്പോൾ ഭീഷണിയും. രണ്ടുപേർ ഒന്നിച്ച് ജീവിക്കുവാൻ ഒരു തീരുമാനമെടുത്താൽ ആ തീരുമാനത്തെ വാളുകൊണ്ട് മുറിക്കുവാനോ അഗ്നികൊണ്ട് ദഹിപ്പിക്കുവാനോ കഴിയില്ല" കാളിദാസൻ പറഞ്ഞു.

"വാരസ്ത്രീകൾക്ക് കല്പിച്ചുകിട്ടിയ ഒരു സ്വാതന്ത്ര്യമുണ്ട്. അവർക്കിഷ്ടമല്ലെങ്കിൽ എത്ര മൂല്യം നിശ്ചയിച്ചാലും ഏത് പുരുഷനേയും അവർക്ക്

നിഷേധിക്കാമെന്ന്. ആ സ്വാതന്ത്ര്യം ഇവിടെ അടിയന്റെ മകൾ ഉപയോഗിച്ചു എന്നു കരുതുക, വലിയ ബുദ്ധിമുട്ടുകൾ അതിന്റെ പിറകെ വരും. എങ്കിലും എല്ലാം സഹിക്കാൻ തയ്യാറായിട്ടു തന്നെ - അങ്ങനെ ചെയ്താൽ രാജാവിനെ എതിർത്തുകൊണ്ട് അവളെ സ്വീകരിക്കുവാനുള്ള ധൈര്യം അങ്ങേയ്ക്കുണ്ടോ? അതാണ് അടിയനറിയേണ്ടത്."

സത്യത്തിൽ കാളിദാസന് എന്തെന്നില്ലാത്ത സന്തോഷമാണ് തോന്നിയത്. വിലാസവതി തന്റെ മകളെ രാജാവ് സ്വീകരിക്കുന്നത് സ്വപ്നം കണ്ടിരിക്കുകയാണെന്ന് ഇത്രയും കാലം കരുതി. അവരുടെ ചില വാക്കുകളിലും അങ്ങനെ തോന്നിയിട്ടുണ്ട്. അതുകൊണ്ടുതന്നെ ഏറ്റവും പേടിക്കേണ്ട ഒരാളുടെ കൂട്ടത്തിലായിരുന്നു അവരെ കണ്ടത്. പക്ഷേ ഇപ്പോൾ അവർ നിറഞ്ഞ മനസ്സോടെ ചോദിക്കുകയാണ് മാളവികയെ സ്വീകരിക്കുവാനുള്ള ധൈര്യമുണ്ടോ എന്ന്.

"നോക്കൂ, ഭോജരാജവിക്രമാദിത്യ മഹാരാജാവിന്റെ ആസ്ഥാന കവി എന്ന സ്ഥാനം മോഹിച്ചിട്ടല്ല കാളിദാസൻ ഉജ്ജയിനിയിലെത്തിയത്. എന്റെ ഏറ്റവും പ്രിയപ്പെട്ടത് ഇവിടെയുണ്ടെന്ന് തിരിച്ചറിഞ്ഞിട്ടാണ്. രാജാവെന്നല്ല, ആരെതിർത്താലും അവളെ സ്വീകരിക്കുവാനുള്ള ധൈര്യവും മനസ്സും നമുക്കുണ്ട്. രാജാവിനോട് നേരിട്ടെതിർത്താലുള്ള വിപത്തുകളെക്കുറിച്ച് അറിയാതെയല്ല... എന്തുവന്നാലും മാളവിക എന്റെ സ്വന്തമാണ്. അവളെ നാമൊരിക്കലും ഉപേക്ഷിക്കില്ല. ഇവിടുത്തെ സമ്മതം കിട്ടിക്കഴിഞ്ഞ സ്ഥിതിക്ക് നാളെ നാമിക്കാര്യം രാജാവിനോട് പറയും. എന്തുതന്നെ സംഭവിച്ചാലും അതിനെ നേരിടുവാൻ നാം തീരുമാനിച്ചു കഴിഞ്ഞു."

വാതിൽപാളിക്ക് പിറകിൽ എല്ലാം കേട്ടുകൊണ്ടുനിൽക്കുന്ന മാളവികയെ കണ്ടു. അവളുടെ കണ്ണുകൾ അപ്പോഴും നനഞ്ഞിരുന്നു. പക്ഷേ ആ മുഖത്ത് അല്പംപോലും വിഷാദച്ഛായ അപ്പോൾ കണ്ടില്ല. എന്തും നേരിടാനുള്ള ഒരുൾക്കരുത്ത് എവിടെനിന്നോ അവൾക്ക് കിട്ടിയപോലെ തോന്നി.

പതിനൊന്ന്

വേർപിരിക്കുന്ന മുറിവുകൾ

വിജനമായ നാടകശാലയിൽ വെറുതെ കുറച്ചുനേരം ഒറ്റയ്ക്കിരുന്നപ്പോൾ മനസ്സിലെന്തെന്നില്ലാത്ത ഒരു സുഖം തോന്നി. ഭാസ, സൗമില്ല, കവിപുത്രൻമാരുടെ നാടകങ്ങൾ പ്രേക്ഷകസമക്ഷം കാഴ്ചവെച്ച ഇതേവേദിയിൽ നിന്നുതന്നെ തന്റെ ശകുന്തളയെയും ജനങ്ങൾ ഹൃദയപൂർവ്വം സ്വീകരിച്ചു. പഴയതെന്നുവെച്ച് എല്ലാ കൃതികളും മഹത്തരമാവില്ല. പുതിയതാണെന്നതുകൊണ്ട് എല്ലാം നിന്ദിതവുമല്ല, വിജ്ഞന്മാർക്ക് വിവേകബുദ്ധികൊണ്ട് തിരഞ്ഞെടുക്കാം. അജ്ഞന്മാർ വല്ലവരും പറയുന്നത് പ്രമാണമായി സ്വീകരിച്ചുകൊള്ളും. അന്ന് മാളവികാഗ്നിമിത്രം എഴുതിത്തുടങ്ങിയപ്പോൾ മനസ്സിലേക്കുവന്ന ആ ശ്ലോകം അന്വർത്ഥമായി.

പുരാണമിത്യേവ ന സാധു സർവ്വം
ന ചാപികാവ്യം നവമിത്യവദ്യം
സന്തഃ പരീക്ഷ്യാന്യതരാൽ ഭജന്തേ
മൂഢഃ പരപ്രത്യയനനേയ ബുദ്ധി: -

ഈ ഒഴിഞ്ഞ വേദിയിൽ വെറുതെ ഇരുന്ന് ചിന്തകളുടെ നാടകം കണ്ടുകൊണ്ടിരിക്കാം. നാട്യഗൃഹത്തിലേക്ക് വരുന്നുണ്ടെന്ന് രാജാവറിയിച്ചിരുന്നു. വസന്തോത്സവത്തിനുവേണ്ടി നാട്യഗൃഹത്തിൽ എന്തൊക്കെയോ മാറ്റങ്ങൾ വരുത്തണമെന്നാണ് രാജാവ് പറഞ്ഞത്. മഹാരാജനെ കുറച്ചു നേരം ഒറ്റയ്ക്ക് കിട്ടുമല്ലോ എന്ന പ്രതീക്ഷയായിരുന്നു കാളിദാസന്. തന്റെ മനോരഥം അദ്ദേഹത്തെ അറിയിക്കണം. അദ്ദേഹം മനസ്സിൽ ആഗ്രഹിക്കുന്ന ഒരു കന്യകയെ താൻ പ്രേമിക്കുന്നു എന്ന് കേട്ടാൽ സാധാരണ ഒരു രാജാവാണെങ്കിൽ തല പോയതു തന്നെ. എന്നാൽ ഭോജരാജാവിനെ പോലെ കുശാഗ്രബുദ്ധിയും സഹൃദയനുമായ ഒരാളിൽ നിന്ന് അത് സംഭവിക്കുമോ? ഒരു വിപത്ശങ്കയില്ലാതില്ല. പറയേണ്ടത് പറയേണ്ട സമയത്ത് പറയാതിരുന്നാൽ പിന്നെ പറഞ്ഞതുകൊണ്ട് ഒരു കാര്യവും ഉണ്ടാകില്ല. ഭീരുത്വം തടസ്സമാവരുത്.

രാജാവിന്റെ ആഗമനം പ്രതീക്ഷിച്ച് ഏറെനേരം അങ്ങനെയിരുന്നു. പിന്നെ മനസ്സ് ഏതോ മനോരാജ്യത്തിലേക്ക് മെല്ലെക്കടന്നുപോയി.

രാജാവ് വന്നു വിളിച്ചപ്പോഴാണ് ഞെട്ടിയെഴുന്നേറ്റത്. താനേതോ ഒരു മായികലോകത്തിലായിരുന്നു.

“ഏതോ മഹാസൃഷ്ടിയുടെ പണിപ്പുരയിലായിരുന്നോ?” രാജാവ് ചോദിച്ചതിന് മറുപടിയൊന്നും പറഞ്ഞില്ല. ചിരിച്ചു. രക്ഷപ്പെടുവാൻ ചിരി പലപ്പോഴുമൊരായുധമാണെന്നത് എത്ര ശരി.

“നാം അങ്ങയോട് ഇങ്ങോട്ട് വരാൻ പറഞ്ഞത് വെറുതയല്ല. ഈ നാട്യഗൃഹം വസന്തോത്സവത്തിന് മുമ്പായി നമുക്കൊന്ന് പുതുക്കിപ്പണിയണം. നാടകരചയിതാവായ അങ്ങേയ്ക്ക് ഒരുപാടാശയങ്ങളുണ്ടാവും. അതുകൂടി പരിഗണിച്ച് പുനഃക്രമീകരണം ചെയ്യാമെന്നുകരുതി.”

“ആ തൂണവിടെ നിന്ന് മാറ്റണം. കാഴ്ചക്കാർക്കത് ചെറിയ തടസ്സമുണ്ടാക്കുന്നുണ്ട്. വേദി കുറച്ചുകൂടി വിസ്താരമുള്ളതാക്കണം.” ഒരാഘോഷം അടുത്തുവരുമ്പോൾ പിഞ്ചുകുട്ടികൾക്കുണ്ടാവുന്ന കൗതുകം അദ്ദേഹത്തിന്റെ മുഖത്ത് നിന്ന് വായിക്കാമായിരുന്നു. ഒരു ഉത്സവത്തോടുള്ള താല്പര്യമല്ല അതിനുകാരണമെന്നും ഉത്സവാനന്തരം മാളവികയെ സ്വന്തമാക്കാമെന്ന പ്രതീക്ഷയാണെന്നും കാളിദാസന് ഊഹിക്കുവാൻ പ്രയാസമില്ല.

തനിക്ക് പറയാനുള്ളത് ഇനിയും വൈകുന്നത് അപകടത്തിന്റെ വ്യാപ്തി കൂട്ടുകയെ ഉള്ളൂ. മുഖവുരയായി കാളിദാസൻ സംസാരിച്ചു തുടങ്ങി.

“തിരുമനസ്സേ, അടിയൻ ഈ രാജ്യത്തിന്റെ ആശ്രിതനായിട്ടു മാസങ്ങൾ കഴിഞ്ഞുവല്ലോ, ഇതിനിടയിൽ അങ്ങേയ്ക്ക് അടിയനോട് എന്തും പറയാനുള്ള സ്വാതന്ത്ര്യവുമായിട്ടുണ്ട്. ഒരു രാജകല്പനയില്ലാതെ സൗഹൃദത്തിൽ തന്നെ എന്തും അങ്ങോട്ടുമിങ്ങോട്ടും പറയുവാൻ കഴിയുന്ന ഒരു ബന്ധം നമുക്കിടയിലുണ്ടെന്ന് അടിയൻ കരുതുന്നു. അങ്ങാണെങ്കിൽ പലപ്രാവശ്യം അതു പറഞ്ഞിട്ടുമുണ്ട്. എങ്കിലും ചോദിക്കട്ടെ. തിരുമനസ്സിനുവേണ്ടി അടിയൻ ചെയ്യേണ്ടുന്ന എന്തെങ്കിലും ഇനി അവശേഷിക്കുന്നുണ്ടോ?” രാജാവ് അദ്ഭുതത്തോടെ കാളിദാസനെ ഒന്ന് സാംഗോപാംഗം വീക്ഷിച്ചു. പിന്നെ ഒരു ചെറുപുഞ്ചിരിയോടെ ചോദിച്ചു. “എന്താ ഇപ്പോൾ ഇങ്ങനെ ഒരു ചോദ്യം. അങ്ങേയ്ക്ക് ഉജ്ജയിനി മതിയായി എന്നു തോന്നുന്നുണ്ടോ? ഒരു വിടവാങ്ങലിന്റെ സൂചന പോലെ”

“ഏയ്, അങ്ങനെയല്ല തിരുമനസ്സേ, അവിടുത്തെ ആശ്രിതനായി എന്നും ഇവിടെ കഴിയണമെന്നാണ് അടിയന്റെ ആഗ്രഹം. എന്നാൽ വിധി എന്താണ് തീരുമാനിക്കുന്നതെന്ന് പറയാനാവില്ലല്ലോ?”

“ശരിയാണ്! എന്നാലും ഒന്നു നമുക്ക് പറയാനുണ്ട്. ഈ കൊട്ടാരത്തിൽ ഇഷ്ടംപോലെ കവികളുണ്ട്. വന്നുപോകുന്നവർ വേറെയും. ഇവരൊക്കെ നമ്മെ പ്രകീർത്തിച്ച് എത്രമാത്രം ശ്ലോകങ്ങളെഴുതിയിരിക്കുന്നു! അവയൊക്കെ ഒന്ന് സമാഹരിച്ചാൽ അങ്ങയുടെ രഘുവംശത്തിന്റെ അഞ്ചോ പത്തോ ഇരട്ടി വലുപ്പം വരും. പക്ഷേ, ഒരു സംശയം

മഹാകവിയായ അങ്ങുമാത്രം ഇതുവരെ നമ്മെക്കുറിച്ച് ഒരു വരിപോലു മെഴുതിയിട്ടില്ല. എഴുതണമെന്ന് നാമൊരിക്കലും നിർബ്ബന്ധിക്കുകയല്ല. പക്ഷേ, എന്തുകൊണ്ട് എന്നറിയാൻ ഒരു താല്പര്യം?"

"മഹാരാജൻ അടിയൻ അങ്ങയെ പറ്റി ഏറെ എഴുതിയിരിക്കുന്നു. അതങ്ങ് തിരിച്ചറിഞ്ഞിട്ടില്ല. ഇവിടെ വന്നതിനുശേഷം നാമെഴുതിയ കൃതി കളിൽ ഏതെങ്കിലും രാജാവിനെ പ്രകീർത്തിച്ച് എന്തെങ്കിലും എഴുതി യിട്ടുണ്ടെങ്കിൽ അതൊക്കെ അങ്ങയെക്കുറിച്ചും കൂടിയാണ്. പിന്നെ അങ്ങേക്കറിയാമല്ലോ മുഖസ്തുതി പോലെ എന്തെങ്കിലും എഴുതി അങ്ങ യുടെ മുമ്പിൽ വായിച്ച് ഇഷ്ടം പോലെ പൊന്നും പവനും സമ്മാനമായി നേടുവാൻ അടിയൻ ഒരുകാലത്തും ആഗ്രഹിച്ചിട്ടില്ല. അങ്ങയെക്കുറിച്ച് ഒരിക്കൽ തോന്നിയപ്പോൾ കുറിച്ചുവച്ച ഒരു ശ്ലോകമുണ്ടായിരുന്നു. അത ങ്ങയുടെ മുമ്പിൽ വായിച്ചിട്ടുമില്ല."

"ഓഹോ അതുശരി, അപ്പോൾ നമ്മെളക്കുറിച്ച് ഒരു ശ്ലോകം എഴുതി യിട്ടുണ്ട്. പിന്നെന്താണ് അത് നമ്മെ കാണിക്കാത്തത്? കാളിദാസൻ നമ്മെ ക്കുറിച്ചൊരു വരി എഴുതുന്നത് മറ്റുള്ളവർ ആയിരം വരികളെഴുതുന്നതിനേ ക്കാൾ നമുക്കഭിമാനമാണ്? കേൾക്കട്ടെ എന്താണാ ശ്ലോകം? "കാളി ദാസൻ ഒന്നുമടിച്ചു. പക്ഷേ രാജാവ് വീണ്ടും വീണ്ടും നിർബ്ബന്ധിച്ചു.

"മഹാരാജൻ, അടിയൻ ചൊല്ലാം. പക്ഷേ പൊന്നോ പവനോ സമ്മാന മായി നേടാനെഴുതിയതാണെന്ന് അങ്ങ് കരുതരുത്. ഇതിനുവേണ്ടി അങ്ങ യിൽ നിന്ന് ഒരു സമ്മാനവും നാം സ്വീകരിക്കുകയുമില്ല. അങ്ങയ്ക്ക് സമ്മ തമാണോ?"

"അങ്ങയുടെ ഇഷ്ടം അങ്ങനെയെങ്കിൽ അങ്ങനെ. എന്തായാലും ശ്ലോകം ചൊല്ലൂ. കേൾക്കുവാൻ നമുക്ക് തിടുക്കമാവുന്നു.

'അദ്യധാര സദാധാര സദാലംബ സരസ്വതി
പണ്ഡിതാ മണ്ഡിതാസർവ്വേ ഭോജരാജേഭുവംഗതേ'

"ഹായ് മനോഹരം! ഇനി പറയൂ, ഇതിന് സമ്മാനമൊന്നും വേണ്ടെന്ന് അങ്ങ് പറഞ്ഞു. ചോദിക്കുന്നതെന്തും നൽകാൻ ഈ മഹാരാജാവ് തയ്യാ റാണ്. അറിഞ്ഞു നല്കിയാലല്ലേ സമ്മാനമാകു. അതുകൊണ്ട് എന്തും ചോദിക്കാം' രാജാവ് പുഞ്ചിരിച്ചു.

കാളിദാസനു തോന്നി. ഇതാണ് തനിക്കു പറയാനുള്ളത് പറയുവാ നുള്ള ഏറ്റവും അനുയോജ്യമായ സമയം. ഇനി വൈകിച്ചു കൂടാ.

'മഹാരാജൻ' അദ്ദേഹം പറഞ്ഞു.

"അടിയൻ ഒരു കന്യകയെ ഇഷ്ടപ്പെടുന്നു. അവളില്ലാത്ത ഒരു ജീവിതം അടിയന് സങ്കല്പിക്കുവാൻകൂടി കഴിയില്ല. അവളെ വിവാഹം കഴിക്കണമെന്നു മാത്രമാണ് അടിയന്റെ ആഗ്രഹം. അത് അങ്ങ് നടത്തി ത്തരുകയാണെങ്കിൽ അതിലും വലുതായി മറ്റൊന്നും നമുക്ക് നേടാനില്ല."

“അത്രയേയുള്ളൂ. ഇത്രയും നിസ്സാരമായ ഒരു കാര്യമാണോ താങ്കളാവശ്യപ്പെട്ടത്. എപ്പോൾ വേണം എന്ന് അങ്ങു തീരുമാനിച്ചാൽ മതി. ആ നിമിഷം വിവാഹം. എന്താ വിശ്വാസമായില്ലേ? ആട്ടെ! ആരാണാ ഭാഗ്യവതി പറയൂ.”

“മഹാരാജൻ, അവളെ അടിയൻ മനസ്സിൽ കൊണ്ടുനടക്കുവാൻ തുടങ്ങിയിട്ട് വർഷങ്ങളായി. മുമ്പൊരിക്കൽ അങ്ങു ചോദിച്ചു കാളിദാസൻ വിവാഹിതനാണോ എന്ന്. ഒരു ദിവസം പോലും ആയുസ്സില്ലാത്ത ഒരു വിവാഹത്തിന് അടിയൻ നിന്നു കൊടുത്തു. അവൾ മാത്രമായിരുന്നു മനസ്സിൽ. അതുകൊണ്ട് അന്നു മുതൽ അന്വേഷിച്ചുകൊണ്ടിരിക്കുകയായിരുന്നു. ഇവിടെയെത്തിയതും അങ്ങനെത്തന്നെ അവളെത്തേടി. ഈ കൊട്ടാരത്തിലെ ആസ്ഥാനകവി പട്ടമോ സുഖസമൃദ്ധമായ ജീവിതമോ അങ്ങെനിക്കു തന്ന ആദരവോ ഒന്നുമല്ല അടിയനെ പിടിച്ചു നിർത്തിയത്. അവൾ ഇവിടെയുണ്ട് എന്ന ആ ഒരു സത്യമാണ്!”

“അതുശരി, അങ്ങയുടെ ഉള്ളിൽ ഇത്രയും തീവ്രമായ ഒരനുരാഗം ഒളിച്ചിരിക്കുന്നുവല്ലോ! അല്ലെങ്കിൽ മാളവികയെ കണ്ട രാജാവിന്റെ ഹൃദയം - ആത്മദുഃഖം, ശകുന്തളയുടെയും ദുഷ്യന്തന്റേയും പുരൂരവസ്സിന്റേയും ഉർവശിയുടെയും പ്രേമദുഃഖം ഇതൊക്കെ അങ്ങവതരിപ്പിച്ചത് സ്വന്തം പ്രേമത്തിന്റെ തീവ്രതയിലായിരുന്നു അല്ലേ. അതുകൊണ്ടു തന്നെയായിരിക്കണം ആ ദുഃഖം ആസ്വാദകരുടെ കൂടി ദു:ഖമായി പരിണമിച്ചത്? ഇവിടെയുണ്ടെന്നല്ലേ പറഞ്ഞത്. അപ്പോൾ നമുക്ക് ഭാരം കുറഞ്ഞു. കാളിദാസമഹാകവിക്കു വേണ്ടി വിവാഹദൂതൻ ദേശദേശാന്തരങ്ങൾ അലഞ്ഞുതിരയേണ്ടതില്ലല്ലോ ആരാണവർ?

“അങ്ങേക്കറിയാം അവളെ. അടിയൻ വിളിക്കുന്നത് മാളവിക എന്നാണ്. മാളവികാഗ്നിമിത്രത്തിലെ മാളവികയെ പോലെ കളങ്കമില്ലാത്ത ഒരുവൾ.”

“മാളവിക... അങ്ങനെയൊരാൾ? നമ്മുടെ പരിചയത്തിലില്ല. അവരുടെ അച്ഛനമ്മമാരുടെ പേര് പറയൂ.”

“ആളെ അങ്ങേയ്ക്കറിയാം. ആദ്യം കണ്ടകാലത്ത് എത്ര ചോദിച്ചപ്പോഴും അവൾ പേര് പറഞ്ഞില്ല. അങ്ങനെ അടിയൻ തന്നെ വിളിച്ച ഒരു വിളിപ്പേരാണ് മാളവിക. അന്ന് മാളവികാഗ്നിമിത്രം എഴുതിക്കൊണ്ടിരിക്കുകയുമായിരുന്നു. അവൾ... അവൾ...”

“എന്തിന് പറയാൻ മടിക്കുന്നു. അവൾ ആരാണെങ്കിലും ഭയപ്പെടാതെ പറയു. ഭോജരാജനോടാണങ്ങ് പറയുന്നത്.”

“അതാണ് തിരുമനസ്സേ എന്റെ ഭയം. മഹാചക്രവർത്തിയായ അങ്ങയോടാണ് അടിയൻ പറയുന്നത്?” രാജാവിന്റെ മുഖത്ത് ഒരമ്പരപ്പ് കടന്നു വന്നത് കാളിദാസൻ ശ്രദ്ധിച്ചു.

എന്തോ ഒരു സംശയത്തിന്റെ നിഴൽ അദ്ദേഹത്തിന്റെ മനസ്സിൽ കടന്നുകൂടിയപോലെ.

എന്തായാലും തീരുമാനിച്ചതാണ്. ഇനി പറയാതിരുന്നാൽ... പറഞ്ഞേ പറ്റൂ.

“ഇവിടെ വന്നതിനുശേഷമാണ് തിരുമേനി, അവളുടെ യഥാർത്ഥ പേര് വിലാസിനി എന്നാണെന്നും അവൾ വാരസ്ത്രീ കുലത്തിൽ ജനിച്ചവളാണെന്നും അടിയനറിഞ്ഞത്!”

“എന്ത് - വിലാസിനി വർഷങ്ങളായി നാം സ്വപ്നം കാണുന്ന പെൺകുട്ടി, അങ്ങ് അതിബുദ്ധി കാണിച്ച് നമ്മെ വിഡ്ഢിയാക്കുകയാണോ?”

“അല്ല തിരുമേനി, ഒരിക്കലും പിരിയുവാൻ കഴിയാത്ത രീതിയിൽ അടുത്തുപോയി. അടിയനോട് കാണിച്ചിരുന്ന സ്നേഹം ആത്മാർത്ഥമാണെങ്കിൽ അങ്ങ് ഇത് നടത്തുവാൻ സമ്മതിക്കണം?”

“ങും, സമ്മതിക്കണം പോലും. ഇത്രയും കാലം നമ്മെ വിഡ്ഢിവേഷം കെട്ടിച്ചതിന്... നാം നല്കേണ്ട ഉപഹാരം... സാധ്യമല്ല. അതല്ലാത്ത ആരേയും ആവശ്യപ്പെടാം നാം സഹായിക്കാം. വിലാസിനിയെക്കുറിച്ച് ഇനി സ്വപ്നം കണ്ടു എന്നെങ്കിലും നാമറിഞ്ഞാൽ ഈ കാണുന്നതായിരിക്കില്ല നാം.”

“തിരുമനസ്സേ അങ്ങനെ പറയരുത്. അവൾ അടിയനെ മാത്രം കാത്തിരിക്കുകയാണ്...”

“അല്ല” അതൊരു പൊട്ടിത്തറിയായിരുന്നു. “പറഞ്ഞില്ലേ നാം, ഒരിക്കലും നടക്കില്ല. നടക്കാൻ നാം അനുവദിക്കില്ല. നമ്മുടെ ആഗ്രഹത്തിന് നിങ്ങളൊരു തടസ്സമായി നിന്നാൽ ആ തടസ്സം എങ്ങനെ ഇല്ലാതാക്കണമെന്ന് നമുക്കറിയാം. ഇപ്പോൾ പോകൂ. നാം പറയാതെ ഈ കൊട്ടാരത്തിന്റെ പുറത്തേയ്ക്ക് പോകരുത്. എന്തുചെയ്യണമെന്ന നമ്മുടെ തീരുമാനം നാളെ അറിയിക്കാം.”

അത്രയും പറഞ്ഞ് മുഖം നൽകാതെ രാജാവ് ഒരു പടക്കുതിരയെപ്പോലെ ചവിട്ടിക്കുതിച്ച് കടന്നുപോയി.

ഇത്ര വലിയ ഒരു പ്രത്യാഘാതം പ്രതീക്ഷിച്ചിരുന്നില്ല. പക്ഷേ അല്പം പോലും ഭയം തോന്നിയില്ല. എന്തും ഏറ്റുവാങ്ങുവാൻ തീരുമാനിച്ചുറച്ചു തന്നെയാണ് രാജാവിനെ അറിയിക്കുവാൻ തീരുമാനിച്ചത്. നാളെവരെ കൊട്ടാരത്തിനു പുറത്തിറങ്ങരുതെന്ന് പറഞ്ഞാൽ ഒരു തരത്തിൽ തടവു തന്നെ. വധശിക്ഷയ്ക്ക് വിധിച്ചാലും വിരോധമൊന്നുമില്ല. അവളില്ലാതെ ജീവിക്കുന്നതിനേക്കാൾ പ്രിയതരമാണ് ആ മരണം.

പക്ഷേ തന്നെ കൊല്ലാതെ അവളെ... അവളെ രാജാവ് കൊണ്ടുപോവുകയാണെങ്കിൽ അതായിരിക്കും അസഹനീയം. ഇല്ല അതു കാണാൻ ഒരിക്കലും കാളിദാസനുണ്ടാവുകയില്ല.

നാട്യശാലയിൽ നിന്ന് പുറത്തിറങ്ങി നേരെ വിലാസവതിയുടെ വീട്ടിലെത്തണമെന്ന് മനസ്സ് ആഗ്രഹിച്ചു. പക്ഷേ പെട്ടെന്നുതന്നെ വേണ്ടെന്നു

വെച്ചു. താനിപ്പോൾ ഒരു തടവുപുള്ളിയാണ്. രാജകല്പനയെ ധിക്കരിച്ചാൽ അതിനുശിക്ഷ വേറെയുണ്ടാകും. അതുമാത്രമല്ല, ഇപ്പോൾ അവിടെ താൻ പോയി എന്നറിഞ്ഞാൽ അതവർക്ക് കൂടി ഉപദ്രവമാകും വേണ്ട.

ശയനമുറിയിൽ പ്രവേശിച്ച ഉടനെ ഒരാശയം തോന്നി. ഒരു കുറിപ്പെഴുതണം. ഇനി മാളവികയെ കാണുവാൻ കഴിഞ്ഞില്ലെങ്കിൽ അവളെ അറിയിക്കുവാനുള്ള അവസാനത്തെ വാക്കുകൾ. പെട്ടെന്ന് ശങ്കരകവിയുടെ മുഖം ഓർമ്മ വന്നു. അതെ, അതുതന്നെ മാർഗ്ഗം.

നാളെ എന്തായാലും രാജസദസ്സ് കൂടും. അവിടെ വച്ചായിരിക്കും തനിക്കുള്ള ശിക്ഷ വിധിക്കുന്നത്. അവിടെ ശങ്കരകവിയുമുണ്ടാകും. രഹസ്യമായി കുറിപ്പ് അദ്ദേഹത്തെ ഏല്പിക്കാം. സംശയമില്ല. എങ്ങനെയും അദ്ദേഹം മാളവികയെ ഏല്പിക്കും.

പിന്നെ സംശയിച്ചില്ല. നാരായവും ദൂർജ്ജപത്രവും കൈയിലെടുത്തു. എന്തെഴുതണം എങ്ങനെ എഴുതണം പല പ്രാവശ്യം ആലോചിച്ചു. പിന്നെ സാവധാനം എഴുതുവാൻ തുടങ്ങി.

പണ്ഡിതസദസ്സ് കൂടുന്നതിനുമുമ്പേ അദ്ദേഹം സഭാതലത്തിലെത്തി. ഒരൊറ്റ ആഗ്രഹമേ ഉണ്ടായിരുന്നുള്ളൂ. ശങ്കരകവിയെ ഒന്നു കാണണം. രാജാവും പരിവാരങ്ങളും എത്തിക്കഴിഞ്ഞാൽ ചിലപ്പോൾ അദ്ദേഹത്തോട് സംസാരിക്കുന്നതുപോലും ചാരക്കണ്ണുകൾ ഒപ്പിയെടുത്തേക്കാം. അതിനുമുമ്പ് കാണണം! പ്രതീക്ഷിച്ചതുപോലെ ശങ്കരകവി നേരത്തെ എത്തിയിരുന്നു. ശങ്കരകവിയോട് നടന്നതൊക്കെ സൂചിപ്പിച്ചു. ദൂർജ്ജപത്രവും ഏല്പിച്ചു. എന്തുവന്നാലും ഇനി നേരിടുക!

മുഴുവൻ വിശദീകരിക്കുവാൻ നിന്നില്ല. തന്റെ വിധി ഇവിടെ തീരുമാനിക്കപ്പെടും. പിന്നെ ചിലപ്പോൾ മാളവികയെ കാണുവാൻ കഴിഞ്ഞെന്നുവരില്ല. അതിനാൽ ഈ സന്ദേശം രഹസ്യമായി അവളെ ഏല്പിക്കണമെന്ന് പറഞ്ഞ് അത് അദ്ദേഹത്തിന്റെ കൈയിലേല്പിച്ചപ്പോൾ അദ്ദേഹത്തിന്റെ കണ്ണുകൾ നനഞ്ഞത് കാളിദാസൻ ശ്രദ്ധിച്ചു. അദ്ദേഹം ചിരിക്കുകയാണ് ചെയതത്. "സുഖദുഃഖങ്ങളുടെ സമന്വയമാണ് ജീവിതം. എപ്പോഴും സുഖം മാത്രം കാംക്ഷിക്കുവാൻ പാടില്ല. വരുന്നതുവരട്ടെ, എന്തിനേയും ധീരമായി നേരിടുവാൻ ശ്രമിക്കണം."

ശങ്കരകവി ഒന്നും പറഞ്ഞില്ല. ആ കുറിപ്പു വാങ്ങി തന്റെ കൈവശമുണ്ടായിരുന്ന ചില ഗ്രന്ഥങ്ങൾക്കിടയിലേക്ക് വച്ചു. എന്തുപറയണം എന്നറിയാതെ രണ്ടുപേരും അങ്ങനെയിരുന്നു. മനസ്സ് ചഞ്ചലമാകരുതെന്ന ഒരു നിശ്ചയം കാളിദാസനുണ്ടായിരുന്നു. എന്തായാലും സദസ്സിനു മുമ്പിൽ ചിരിച്ചുകൊണ്ടുതന്നെ നിൽക്കണം. പക്ഷേ എത്ര ശ്രമിച്ചിട്ടും ചിലപ്പോഴെങ്കിലും അതിന്റെ നിയന്ത്രണം നഷ്ടപ്പെടുന്നതുപോലെ തോന്നി.

രാജാവ് ചിന്തിക്കുകയായിരുന്നു. ഈ ഒരു പ്രതിസന്ധിയിൽ എന്തു തീരുമാനമെടുക്കണം. രാത്രി മുഴുവനും അദ്ദേഹം അതുമാത്രം ചിന്തിച്ചു.

രാജകാര്യങ്ങൾ സംസാരിക്കുവാനും വിദഗ്ധോപദേശം തേടുവാനും എത്രയോ പേർ കൊട്ടാരത്തിലുണ്ട്. പക്ഷേ ഇത് ആരോടും പങ്കുവെയ്ക്കുവാൻ കഴിയില്ല. ധരാപതിയായ ഭോജരാജാവിന് അതുകൊണ്ട് നഷ്ടം മാത്രമേ വരൂ. മഹാകവിയെ വധശിക്ഷയ്ക്കുവിധിച്ചാൽ അതിന്റെ കാരണം ചോദ്യംചെയ്യും. നീതിമാനെന്ന് സർവത്ര പ്രകീർത്തിക്കപ്പെട്ട ആ സ്ഥാനം എന്നേയ്ക്കുമായി നഷ്ടപ്പെടും. അതൊരിക്കലും ശരിയാവില്ല. നാടുകടത്തിയാലും ജനങ്ങൾ ചോദിക്കും എന്തിന്? നാം ഉത്തരം പറഞ്ഞില്ലെങ്കിലും അവരന്വേഷിച്ച് കണ്ടെത്തും. ആ കഥയിലും നമ്മുടെ സ്ഥാനം പ്രതിനായകന്റേതായിരിക്കും. കവി നായകനായി വാഴ്ത്തപ്പെടും, അതും നന്നല്ല. നീതിധർമ്മങ്ങളുടെ ചെറിയ നാരിഴകൾ കൊണ്ടാണ് ചക്രവർത്തിയും പ്രജകളും തമ്മിൽ ബന്ധിക്കപ്പെട്ടിരിക്കുന്നത്. അശക്തമായ നാരിഴകളിൽ തൂങ്ങിനിന്നുകൊണ്ടേ അധികാരത്തിന്റെ വാളും പരിചയും കാട്ടി ആരെയും ഭയപ്പെടുത്തുവാൻ കഴിയൂ. ആ നാരിഴകൾ പൊട്ടിക്കഴിഞ്ഞാൽ വാളിനെയും പരിചയേയും ജനങ്ങൾ ഭയപ്പെട്ടില്ലെന്നുവരാം. അങ്ങനെ ഒന്ന് സംഭവിച്ചാൽ അത് വിശാലമായ ഒരു സാമ്രാജ്യത്വത്തിന്റെ അസ്ഥിവാരമിളക്കലായിരിക്കും.

ഒരു പെണ്ണിനുവേണ്ടി ഒരു സാമ്രാജ്യം തകർത്ത ചക്രവർത്തി എന്ന് ചരിത്രത്തിൽ പരിഹസിക്കപ്പെടാനായിരിക്കും തന്റെ വിധി. രാവണൻ ചെയ്തതുപോലെ എന്ന് നാട്ടുകാർ പറയും. അതൊരിക്കലും സഹിക്കുവാൻ കഴിയില്ല. എന്തുചെയ്യണം. ഒരു ഉത്തരവുമില്ലാതെ അദ്ദേഹം അന്തഃപുരത്തിൽ അങ്ങോട്ടുമിങ്ങോട്ടും നടന്നു. അദ്ദേഹം ഇനിയും കൊട്ടാരത്തിൽ നിന്നാൽ അവൾ അയാളെ വരിക്കും. അന്യനെ മനസ്സാവരിച്ചാൽ പോലും അവൾ സുമംഗലിയാണ്. അവളെ പതിവ്രതയായി പരിഗണിക്കണം. അങ്ങനെയൊരാളെ രാജാവ് ആഗ്രഹിക്കുന്നത് തന്നെ മഹാപരാധം. ഒരേയൊരു വഴിയേയുള്ളൂ. ഇനി അവർ തമ്മിൽ കാണരുത്. ഒരിക്കലും കാണാൻ കഴിയില്ലെന്നും ഇനിയൊരു തിരിച്ചുവരവ് കാളിദാസനില്ലെന്നും മനസ്സിലാകുമ്പോൾ അവളുടെ മനസ്സ് ചഞ്ചലമാകും. തൊട്ടുമുന്നിൽ നിൽക്കുന്ന സുവർണാവസരം അവൾ നഷ്ടപ്പെടുത്തുകയില്ല. അപ്പോൾ അയാൾ അവളുടെ കണ്ണെത്താത്ത ദൂരത്തേയ്ക്ക് പോകണം. വധിക്കുവാനോ നാടുകടത്തുവാനോ പാടില്ല. ജനങ്ങൾക്കു മുമ്പിൽ അതൊരു ശിക്ഷയാവരുത്. ആലോചനകൾ അങ്ങനെ നീണ്ടുപോയി. വെളുപ്പാൻ കാലത്താണ് ഒരു തീരുമാനത്തിലെത്തുവാൻ രാജാവിന് കഴിഞ്ഞത്. പിന്നെ ഒന്നു സുഖമായി ഉറങ്ങി. അതുവരെ ഉറക്കം അയാൾ വിസ്മരിച്ചിരുന്നു.

പ്രഭാതകൃത്യങ്ങളൊക്കെ പൊടുന്നനെ നിർവ്വഹിച്ച് തിടുക്കപ്പെട്ടാണ് അദ്ദേഹം സദസ്സിലെത്തിയത്. ഒരുവിധം എല്ലാവരും എത്തിയിരിക്കുന്നു. അന്നാകട്ടെ എവിടെനിന്നോ ഭർത്തൃഹരിയും വന്നുചേർന്നിരിക്കുന്നു. അപൂർവ്വമായി മാത്രമേ അദ്ദേഹം സദസ്സിലെത്തുകയുള്ളൂ.

ദൈനംദിന കാര്യങ്ങൾ ആരംഭിക്കുന്നതിനുമുമ്പേ മഹാരാജാവ് പറഞ്ഞുതുടങ്ങി. "ഈ സദസ്സിന് ഒരു പ്രത്യേകതയുണ്ട്. നമുക്കാർക്കും

തീരെ താൽപര്യമില്ലാത്ത ഒരു തീരുമാനം നിങ്ങളെ നാം അറിയിക്കുകയാണ്." എല്ലാവരും പെട്ടെന്ന് നിശ്ശബ്ദമായി. ഇഷ്ടമില്ലാത്ത തീരുമാനം എന്നു കേട്ടതോടെ പലരുടെയും ഹൃദയമിടിപ്പ് കൂടി. എന്നാൽ കാളിദാസൻ വളരെ ശാന്തനായിരുന്നു.

മറ്റൊന്നുമല്ല, നമ്മുടെ പ്രിയതോഴനും ഈ സദസ്സിന്റെ അഭിമാനവുമായ മഹാകവി കാളിദാസൻ ഇന്നലെ നമ്മോട് ഒരാഗ്രഹം പറഞ്ഞു. അദ്ദേഹത്തിന് കുറച്ചുകാലം ഏതോ ഒരു കൃതിയുടെ രചനയ്ക്ക് വേണ്ടി ഇവിടെ നിന്ന് മാറിനിൽക്കണമെന്ന്. നഗരത്തിന്റെ തിക്കുംതിരക്കുമൊഴിഞ്ഞ് അങ്ങുദൂരെ ഹിമാലയത്തിലേക്ക്. നമുക്കൊക്കെ ദുഃഖമുണ്ടെങ്കിലും ലോകസാഹിത്യത്തിന് അദ്ദേഹത്തിന്റെ ഏകാന്തവാസം ഒരു മുതൽക്കൂട്ടായിരിക്കും. അതുകൊണ്ട് ഇന്ന് ഇവിടെ വെച്ച് അദ്ദേഹത്തെ നാം യാത്രയാക്കുകയാണ്."

ആരും ഒന്നും പറഞ്ഞില്ല. ചിലർ അദ്ഭുതത്തോടെ കാളിദാസനെ നോക്കി. അദ്ദേഹം ഒന്നുംമിണ്ടാതെ തലതാഴ്ത്തിയിരുന്നു. അപ്പോൾ ഭർതൃഹരി ഇരുന്ന പീഠത്തിൽ നിന്നെഴുന്നേൽക്കാതെ പറഞ്ഞു. "വിഷവാക്കുകളെ മധുരതരമാക്കുവാൻ കവിതയുടെ തേൻ നിറയ്ക്കുക. മഹാരാജൻ അവിടുന്നും ഒരു നല്ല കവിയാണ്." ഭർത്തൃഹരി പറഞ്ഞതിന്റെ പൊരുളെന്തെന്ന് ആർക്കും മനസ്സിലായില്ല, രാജാവിനല്ലാതെ. അദ്ദേഹം പ്രതികരിച്ചതേയില്ല.

"ആരവിടെ സുഗുണനോടും ദാനവനോടും ഉടൻ വരാൻ പറയൂ." രാജാവിന്റെ പ്രിയപ്പെട്ട രണ്ടു ഭടൻമാരാണ് സുഗുണനും ദാനവനും. രാവിലെ അവരെ രാജാവ് നേരിട്ടു കണ്ടിരുന്നു. വേണ്ട നിർദ്ദേശങ്ങൾ നൽകിയിട്ടുണ്ട്. അധികം വൈകാതെ സുഗുണനും ദാനവനും വന്നു. രാജാവ് സദസ്സിനോടായി പറഞ്ഞു. "എന്നാൽ നമുക്കദ്ദേഹത്തെ യാത്രയാക്കാം. അങ്ങേയ്ക്ക് എന്തെങ്കിലും എടുക്കാനുണ്ടെങ്കിൽ മറക്കണ്ട! ഇവർ അങ്ങയെ സഹായിക്കും. ഹിമാലയത്തിന്റെ താഴ്‌വാരം വരെ ഇവർ അങ്ങയെ അനുഗമിക്കും. അങ്ങാഗ്രഹിക്കുന്ന ഏറ്റവും നല്ല ഭൂമി അതു തന്നെയാണ്. ഏകാന്തതാ പ്രകൃതി സൗന്ദര്യം എല്ലാം. അങ്ങയുടെ മനസ്സിന് ആഗ്രഹിക്കുന്നതുപോലെ വിഹരിക്കുവാൻ അതിലും നല്ല മറ്റേതു സ്ഥലമാണ് ഈ ഭൂമിയിലുള്ളത്."

അതിന് ചിരിച്ചുകൊണ്ട് ഭർത്തൃഹരിയാണ് മറുപടി പറഞ്ഞത്. "ശരിയാണ്. മഹാപ്രസ്ഥാനത്തിന് യുധിഷ്ഠിരാദികൾ തെരഞ്ഞെടുത്ത ഭൂമി. അങ്ങോട്ടൊരാളെ യാത്രയാക്കുമ്പോൾ അതിന് തീർത്ഥാടനം എന്നോ മറ്റോ പറയാം. എന്തായാലും ആരും നാടുകടത്തൽ എന്ന് പറയില്ല. വേറെയെങ്ങോട്ടെങ്കിലുമാണെങ്കിൽ ചിലപ്പോൾ കവി കാളിദാസനെ രാജാവ് നാടുകടത്തിയെന്ന് ചിലരെങ്കിലും പറയും."

യഥാർത്ഥത്തിൽ രാജാവിന് ഭർത്തൃഹരിയുടെ വാക്കുകൾ കേട്ടപ്പോൾ വല്ലാത്ത വിദ്വേഷം തോന്നി. ഇയാൾ എന്തിന് ഇപ്പോൾ ഇങ്ങോട്ടുവന്നു

എന്ന് മനസ്സിൽ കരുതി. എങ്കിലും ചിരിച്ചുകൊണ്ട് ചോദിച്ചു. "മഹാത്മൻ കാളിദാസൻ അമൂല്യരത്നമാണെന്ന് അങ്ങേയ്ക്കറിയില്ലേ. അത്രയും വില യേറിയ ഒരു രത്നത്തെ നാടുകടത്തുകയോ? ആർക്കാണതിന് സാധ്യ മാവുക" ഭർത്തൃഹരിയും ചിരിച്ചു. പിന്നെ സാവധാനം പറഞ്ഞു. "മഹാ രാജൻ ജ്യോതിഷികൾ പറയുന്നത് ചില രത്നങ്ങൾ ചിലർക്ക് സൂക്ഷി ക്കുവാൻ നല്ലതല്ല എന്നാണ്. അങ്ങനെ സൂക്ഷിച്ചാൽ അവർക്കത് അപകടം വരുത്തും. അത്തരക്കാർ അതു ഉപേക്ഷിക്കുവാൻ തിടുക്കം കൂട്ടുകയാണ് പതിവ്." അദ്ദേഹത്തോട് ഇനിയുമെന്തെങ്കിലും പറയുന്നത് ഗുണകരമല്ലെന്ന് മഹാരാജാവിന് തോന്നി.

"കാളിദാസൻ അങ്ങ് പോവാനൊരുങ്ങുകയല്ലേ?" രാജാവ് ചോദിച്ചു. "അടിയൻ അതെ," അദ്ദേഹം എഴുന്നേറ്റു. സുഗുണനും ദാനവനും അദ്ദേ ഹത്തെ പിൻതുടർന്നു.

കൊട്ടുംകുരവയും ഘോഷയാത്രയുമില്ലാതെ കാളിദാസൻ നടന്നു. അംഗരക്ഷകരെ പോലെ രണ്ട് ഭടന്മാർ.

ശങ്കരകവി മാത്രം ആ കാഴ്ച ഏറെനേരം നോക്കിനിന്നു. അവർ കണ്ണിൽ നിന്നു മറയുന്നതുവരെ. അവർ കണ്ണിൽ നിന്നു മറഞ്ഞപ്പോൾ കാളിദാസൻ പടിയിറങ്ങിക്കഴിഞ്ഞപ്പോൾ ഭർത്തൃഹരി പറഞ്ഞു. "മഹാ രാജൻ കാളിദാസന് അങ്ങ് ഹിമാലയം ദാനം ചെയ്തു. നമ്മെപ്പോലെ വൃദ്ധരായവർക്ക് സമ്മാനമായി ഹിമാലയം നൽകിയാൽ അതു സ്വീകരി ക്കുവാൻ ബുദ്ധിമുട്ടാണ്. അതുകൊണ്ട് നാം ഈ സദസ്സിനോട് വിടപറ യുന്നു. ഏറെക്കാലം നാം ഈ കൊട്ടാരത്തിലുണ്ടായിരുന്നു. അങ്ങയുടെ പിതാവിന്റെ സദസ്സിലും നാം അംഗമായിരുന്നു. എടുക്കാൻ കഴിയാത്ത വലിയ സമ്മാനങ്ങൾ ഇനിയെങ്ങാനും അങ്ങ് തന്നാൽ എന്തുചെയ്യും. അതുകൊണ്ട് നാം പോകുന്നു."

"അങ്ങ് എങ്ങോട്ട് പോകുന്നു" - രാജാവ് വല്ലാത്ത ഒരു അവസ്ഥ യിലായി.

"വാരണാസിയിലേക്ക് - ഇപ്പോൾ അതാണ് തീരുമാനം!" ഭർത്തൃഹരി മെല്ലെ എഴുന്നേറ്റു. സന്തതസഹചാരിയായ മുഷിഞ്ഞ ഭാണ്ഡം തോളി ലിട്ടു. സദസ്സിലുള്ള എല്ലാവരോടുമായി പറഞ്ഞു "കവി സുഹൃത്തുക്കളെ രാജസേവയെന്നാൽ വാൾ തല തലോടുന്നതുപോലെയാണെന്ന് പണ്ടേ പറഞ്ഞ് വന്നതാണ്. ആരുടെയും കൈ മുറിയാതിരിക്കട്ടെ, എല്ലാവർക്കും മംഗളം, കാമം കണ്ണുമൂടുമ്പോൾ നീതിയുടെ സൂര്യന് തിളക്കം കുറയും. പക്ഷേ ആസ്ഥാനകവികൾ അരുതാത്തത് പറഞ്ഞുകൂടാ - ഒരിക്കൽ കൂടി എല്ലാവർക്കും നമ്മുടെ അവസാനത്തെ മംഗളം'

ഭർത്തൃഹരി എഴുന്നേറ്റ് തിരിഞ്ഞുനോക്കാതെ പോവുന്നത് രാജാവ് നോക്കിനിന്നു. സദസ്സ് പിരിച്ചുവിട്ടു എന്നുപോലും പറയാതെ രാജാവ് കൊട്ടാരത്തിലേക്കു പോയി.

പന്ത്രണ്ട്

വസന്തോത്സവത്തിന്റെ ആരംഭം

"**പ്രി**യേ, നമുക്ക് പറയുവാനുള്ള ചില കാര്യങ്ങൾ നിന്നെ അറിയിക്കുവാനാണ് നാമീ എഴുത്ത് എഴുതുന്നത്. ഈ എഴുത്ത് നിന്റെ കൈയിൽ കിട്ടുമ്പോൾ നമ്മുടെ അവസ്ഥ എന്തായിരിക്കുമെന്ന് ഊഹിക്കുവാൻ കഴിയുന്നില്ല. എന്തായാലും വധിക്കപ്പെടില്ലെന്ന് വിശ്വസിക്കുന്നു. രാജാവ് ബുദ്ധിമാനായതുകൊണ്ട് അത്തരം ഒരു ബുദ്ധിഹീനമായ പ്രവൃത്തി അദ്ദേഹത്തിൽ നിന്ന് പ്രതീക്ഷിക്കുന്നില്ല. ഏതായാലും നിന്നെ കാണാത്ത ദൂരത്തേക്ക് നാം എത്തപ്പെട്ടിട്ടുണ്ടാകാം. എല്ലാം നമ്മുടെ ഊഹമാണ്. അതുകൊണ്ടു തന്നെയാണ് ഇത്തരം ഒരെഴുത്തെഴുതുന്നതും വേദനയോടെ.

നാം രാജാവിനോട് നമ്മൾ തമ്മിലുള്ള പ്രേമത്തെകുറിച്ച് പറഞ്ഞു. നമുക്കൊരു പ്രതീക്ഷയുണ്ടായിരുന്നു. ചിലപ്പോൾ നമുക്കുവേണ്ടി അദ്ദേഹം ഒരു ത്യാഗം ചെയ്യുമെന്ന്. അതു വെറുതെയായി. അതുവരെ എത്രമാത്രം സ്നേഹത്തോടെയാണെന്നോ നമ്മോടിടപഴകിയത്. ആ വാർത്ത കേട്ട ശേഷം ഇരട്ടി വെറുപ്പോടെയാണ് അദ്ദേഹം സംസാരിച്ചത്. നിന്നെ ഒരാൾക്കും വിട്ടുകൊടുക്കുവാൻ അദ്ദേഹം ഒരുക്കമല്ലെന്ന് അറിയിച്ചു. നീയില്ലെങ്കിൽ പിന്നെ നാം ജീവിച്ചിട്ടു കാര്യമില്ല. നീ മറ്റൊരാളുടേതായി കാണാനുള്ള കരുത്തും നമുക്കില്ല. എന്നേക്കുമായി നമ്മെ നാടുകടത്തുവാൻ രാജാവിന് കഴിയില്ല. എവിടെയാണെങ്കിലും നീ ഈയുള്ളവനുവേണ്ടി കാത്തിരിക്കും എന്ന വിശ്വാസമാണ് നമ്മുടെ ജീവനെ നിലനിർത്തുന്നത്. എന്തൊക്കെ പ്രലോഭനങ്ങളുണ്ടായാലും അതിനെ അതിജീവിക്കാനുള്ള ഉൾക്കരുത്ത് നിനക്കുണ്ടാകും. എത്ര വൈകിയാലും നമുക്കായി കാത്തിരിക്കണം. നാം നിന്നെക്കൊണ്ടുപോകുവാൻ മാത്രമാണെങ്കിലും തിരിച്ചുവരികതന്നെ ചെയ്യും, എന്ന് വിശ്വാസത്തോടെ നിന്റെ മാത്രം പ്രിയപ്പെട്ടവൻ. കാളിദാസൻ."

ശങ്കര കവി അതീവ രഹസ്യമായി അവളെ ഏല്പിച്ചു. ആ എഴുത്ത് എത്രപ്രാവശ്യം അവൾ വായിച്ചു? അദ്ദേഹത്തെ കുറിച്ചുള്ള ഓർമ്മകൾ മനസ്സിനെ അസ്വസ്ഥമാക്കുമ്പോൾ ആ എഴുത്തൊന്നു വായിച്ചാൽ മതി.

പുതിയ ഒരു ഊർജ്ജം അതിൽനിന്നു കിട്ടുന്നതുപോലെ. എത്ര വേണമെങ്കിലും കാത്തിരിക്കാം. ഏത് പ്രലോഭനങ്ങളേയും അതിജീവിക്കാം. എന്തും സംഭവിക്കട്ടെ. അതിനെ നേരിടാം. അദ്ദേഹമല്ലാതെ മറ്റൊരാൾക്ക് ഈ മനസ്സിൽ ഇടം നല്കാൻ കഴിയില്ല. അതിന്റെ പേരിൽ എന്തും വരട്ടെ.

ശങ്കര കവി പറഞ്ഞത് ഇപ്പോഴുമോർക്കുന്നു. രാജാവ് മനസ്സിലാഗ്രഹിക്കുന്ന ഒരു സ്ത്രീയെ തനിക്ക് വിവാഹം കഴിച്ചു തരണമെന്ന് ചോദിക്കുവാനുള്ള ധൈര്യമുണ്ടായല്ലോ. അത് അസാമാന്യ ധൈര്യമാണ്. വിശുദ്ധപ്രേമത്തിനു വേണ്ടി സർവ്വവും ത്യജിക്കാനുള്ള ധൈര്യം.

വിലാസവതി പറഞ്ഞു. "മകളെ ഏതൊരമ്മയും ആഗ്രഹിക്കുന്നത് മക്കൾ ഉയർന്ന നിലയിലെത്തണമെന്നാണ്. ആ രീതിയിൽ അല്പകാലത്തേക്കാണെങ്കിലും മഹാരാജൻ നിന്നെ സ്വീകരിക്കുന്നത് നമ്മുടെ കുലധർമ്മത്തിന് ഏറെ ശ്രേയസ്കരമാണ്. വാരസ്ത്രീ കുലത്തിൽ ഒരു പെൺകുഞ്ഞ് ജനിക്കുമ്പോൾ അവളെ സംഗീതവും നൃത്തവും പഠിപ്പിക്കുന്നത് പുരുഷൻമാരെ ആകർഷിക്കുവാനാണ്. വൈശിക കുലതന്ത്രങ്ങൾ പഠിപ്പിക്കുന്നത് തന്നെതേടി വന്ന പുരുഷൻ വിട്ടുപോകാതിരിക്കുവാൻ വേണ്ടിയാണ്. അതൊക്കെ കുലധർമം. പക്ഷേ ഒരു സ്ത്രീ മാനിക്കപ്പെടുന്നത് അവളുടെ മാനം തേടിവരുന്ന നൂറു പുരുഷൻമാർക്കിടയിലല്ല. അവളുടെ മനസ്സു തേടിവരുന്ന ഒരേയൊരു പുരുഷനു മുന്നിലാണ്. രാജാവിനെപോലും പിണക്കി നിന്നെ സ്വീകരിക്കുവാൻ ഒരാളാഗ്രഹിക്കുന്നുവെങ്കിൽ അതിലും വലിയ സൗഭാഗ്യം നിന്നെത്തേടിവരാനില്ല. എങ്കിലും രാജാവിന്റെ ആജ്ഞയ്ക്ക് അനുസരിച്ചു തുള്ളുവാനെ എനിക്കാകൂ. നീ നിനക്ക് നല്ലതെന്തെന്ന് തീരുമാനിച്ചാൽ ഒരമ്മ എന്ന നിലക്ക്... മനസ്സുകൊണ്ടെങ്കിലും... നൂറാവർത്തി നിന്നെ അനുഗ്രഹിക്കും ഈ അമ്മ. ഈ അമ്മയ്ക്ക് ഒരിക്കലും നേടാൻ കഴിയാത്ത കുടുംബം എന്ന ആ മഹത്തായ സങ്കല്പം കുറച്ച് കഷ്ടപ്പെട്ടിട്ടാണെങ്കിലും നിനക്കു നേടാൻ കഴിഞ്ഞാൽ അതിലും മഹത്തായതൊന്നുമില്ല."

ശങ്കരകവിയും അമ്മയും പൂർണമായും തന്റെ പിന്നിലുണ്ട്. പക്ഷേ രണ്ടുപേരും രാജാവിന്റെ കല്പനകളെ ധിക്കരിക്കുവാൻ കഴിയാത്തവരാണ്. അവരെക്കൊണ്ട് കാര്യമായ ഒരു സഹായവും പ്രതീക്ഷിക്കേണ്ടതില്ല. പിന്നെ എന്തു ചെയ്യും - എന്തു ചെയ്യണം? അവളുടെ മനസ്സിൽ അത് മാത്രമായിരുന്നു ചിന്ത!

കാളിദാസൻ തനിക്കൊരു കാര്യം എഴുതാനുണ്ടെന്നും അതിനു തികച്ചും ഏകാന്തമായ സ്ഥലം വേണമെന്നാവശ്യപ്പെട്ടു എന്നും അതിനുവേണ്ടി അദ്ദേഹത്തെ ഹിമാലയഗിരി നിരകളിലേക്ക് രാജാവ് പറഞ്ഞയച്ചു എന്നുമാണ് ഇപ്പോൾ ജനങ്ങൾക്കിടയിലെ സംസാരം. എന്നാൽ കൂടെപ്പോയ രാജാവിന്റെ വിശ്വസ്ത ഭടൻമാരോട് രാജാവ് പ്രത്യേകം കല്പിച്ചിരുന്നുവത്രെ! തൊട്ടടുത്ത് ഏതെങ്കിലും നാട്ടിലോ നഗരത്തിലോ ഒളിവിൽ

താമസിക്കുവാനുള്ള അവസരമുണ്ടാകരുത്. മറ്റേതെങ്കിലും രാജകൊട്ടാരത്തിൽ അഭയം തേടുവാൻ കഴിയരുത്. ആളും വെളിച്ചവുമില്ലാത്ത ഹിമഗിരി ശൃംഗങ്ങളിൽ ചെന്നെത്തിയെന്നുറപ്പിക്കണം - ശങ്കര കവി പറഞ്ഞാണ് ആ വസ്തുതയും അവൾ അറിഞ്ഞത്. എന്നാൽ പിന്നെ അത്ര പെട്ടെന്നൊന്നും തിരിച്ചെത്തുകയില്ലല്ലോ. അധികാരികൾക്ക് ലാഭവും നഷ്ടവും ചികഞ്ഞുനോക്കാനല്ലാതെ മനസ്സുകൾ തമ്മിലുള്ള ബന്ധത്തിന്റെ ആഴമളക്കുവാൻ കഴിഞ്ഞിട്ടില്ലല്ലോ.

അല്ലെങ്കിൽ എത്ര സുന്ദരിയാണ് ലീലാമണി തമ്പുരാട്ടി. എത്രമാത്രം പതിവ്രതയാണവർ. ഭർത്താവിനെ ഈശ്വരനായി കാണുന്ന അവരെ കൊട്ടാരത്തിൽ വച്ച് പൂജിക്കുമ്പോഴും മനസ്സിൽ മറ്റൊരു സ്ത്രീയെ കൊണ്ടുനടക്കുക. അല്പമെങ്കിലും ആത്മാർത്ഥതയുണ്ടായിരുന്നുവെങ്കിൽ അങ്ങനെ ചിന്തിക്കുവാൻ കഴിയുമോ?

ശങ്കരകവി കുറച്ചു ദിവസമായി കൊട്ടാരത്തിലേക്ക് പോയിട്ടേയില്ല. ഊട്ടുപുരയിൽ ചെല്ലും, എന്തെങ്കിലും ഭക്ഷണം കഴിക്കും. പിന്നെ അതിഥിമന്ദിരത്തിലെ തന്റെ മുറിയിൽ വന്നിരിക്കും. ആരോടും അധികം സംസാരിക്കാറില്ല. സംസാരിക്കുവാൻ ഭയമാണ്. ഉള്ളിൽ നുരഞ്ഞുപൊങ്ങുന്ന ധാർമികരോഷമെങ്ങാനും സംസാരത്തിനിടയിൽ ഒന്നു തുളുമ്പിയാൽ മതി. തന്റെ കഥ വേറൊന്നാകും. ഭർത്തൃഹരിക്ക് എന്തും പറയാം. അദ്ദേഹത്തെ ആരും ചോദ്യം ചെയ്യില്ല. അദ്ദേഹം ആരേയും ആശ്രയിക്കുന്നുമില്ല. ഭക്ഷണത്തെക്കുറിച്ചോ താമസത്തെക്കുറിച്ചോ അദ്ദേഹത്തിന് യാതൊരു വേവലാതിയുമില്ല. മാത്രമല്ല, പല രാജ്യങ്ങളിലും അദ്ദേഹത്തിന്റെ പേര് പ്രശസ്തമാണ്. അദ്ദേഹത്തിനെതിരെ ഏത് രീതിയിൽ പ്രതികരിച്ചാലും അത് മറ്റു രാജ്യങ്ങളിൽ അറിയും. അതുകൊണ്ട് നഷ്ടം സംഭവിക്കുന്നത് ഭോജരാജാവിനാണ്. കവിയും മഹാപണ്ഡിതനും ഋഷിയുമായ ഭർത്തൃഹരിയെ, അതുകൊണ്ടു തന്നെ ഭോജരാജാവ് ഭയപ്പെടും. പക്ഷേ ശങ്കര കവിയുടെ അവസ്ഥ അതല്ലല്ലോ. ഈ കൊട്ടാരത്തിലെ കവിസദസ്സിൽ മാത്രം ഒരു കവിയായിരിക്കാനേ ഇതുവരെ കഴിഞ്ഞിട്ടുള്ളൂ. താൻ എന്താണെന്ന് നല്ല ബോധ്യമുണ്ട്. അതിനപ്പുറത്തേയ്ക്ക് കടന്നാൽ തന്റെ ജീവിതംതന്നെ വഴിമുട്ടും.

കൊട്ടാരം വിട്ടുപോകാൻ തോന്നാഞ്ഞിട്ടല്ല. അങ്ങനെ പോയാൽ ഒരു വാക്കുകൊണ്ടെങ്കിലും മാളവികയെ ഒന്നു സാന്ത്വനിപ്പിക്കുവാൻ പിന്നെ ആരുണ്ട്.

നാലഞ്ച് ദിവസം സഭാമണ്ഡപത്തിലേക്ക് രാജാവ് വന്നതേയില്ലെന്ന് കവി സുഹൃത്തുക്കളിൽ നിന്നറിഞ്ഞു. ഭർത്തൃഹരിയുടെ വിടവാങ്ങൽ പലരിലും പല ചോദ്യങ്ങളുണ്ടാക്കിയിട്ടുണ്ട്. ആരെങ്കിലും അതിനെക്കുറിച്ചെന്തെങ്കിലും ചോദിച്ചാൽ എന്തു മറുപടി പറയും എന്ന് ആലോചിച്ചിട്ടുണ്ടാവും. എല്ലാം ഒന്നു മറക്കട്ടെ എന്നതാവും തീരുമാനം. കുറച്ചു ദിവസങ്ങൾക്കു ശേഷം ശങ്കര കവിയെ രാജാവ് അന്വേഷിക്കുന്നുണ്ടെന്ന് ദൂതൻ വന്നുപറഞ്ഞു. കല്പനയാണല്ലോ. പോകാതിരിക്കുന്നതെങ്ങനെ.

രാജാവും ചില മന്ത്രിമാരുമുണ്ട്. രാജകാര്യങ്ങളാണ് ചർച്ച ചെയ്യുന്നതെന്ന് ഒറ്റനോട്ടത്തിൽത്തന്നെ മനസ്സിലാക്കി. അടുത്തുചെന്നു വന്ദിച്ചു.

"ശങ്കരകവി ഇരിക്കൂ. കുറച്ചു ദിവസമായല്ലോ ഇങ്ങോട്ടൊക്കെ കണ്ടിട്ട്?"

"ശരീരത്തിന് നല്ല സുഖമില്ലായിരുന്നു".

"നാം വിളിച്ചത് വസന്തോത്സവത്തെക്കുറിച്ചു സംസാരിക്കുവാനാണ്. വസന്തോത്സവത്തിന് ഇനി ആഴ്ചകൾ മാത്രമാണുള്ളത്. നാട്യഗൃഹം പുതുക്കിപ്പണിതിട്ടുണ്ട്. നമുക്ക് നല്ല ഒരു നാടകം വേണം. സദസ്സിലെ പണ്ഡിതൻമാരാരെങ്കിലും എഴുതിയുണ്ടാക്കി ഇനി അവതരിപ്പിക്കുവാൻ സമയമില്ല. പൂർവകവികളുടെ ഏതെങ്കിലും നാടകം തെരഞ്ഞെടുക്കണം. അതിന്റെ ഉത്തരവാദിത്വം ശങ്കരകവിയെ നാം ഏല്പിക്കുകയാണ്."

എല്ലാ വസന്തോത്സവത്തിലുമെന്നപോലെ വാരസ്ത്രീകളുടെ നൃത്ത-നൃത്യങ്ങളും കൊട്ടാരം ഗായകരുടെ സംഗീത കച്ചേരിയുമെല്ലാമുണ്ടായിരിക്കും. വാരസ്ത്രീകളുടെ കലാവിരുന്ന് എന്തൊക്കെ വേണമെന്നും ആരൊക്കെ അരങ്ങിലെത്തണമെന്നും തീരുമാനിക്കുവാൻ വിലാസവതിയെ നാം ചുമതലപ്പെടുത്തിക്കഴിഞ്ഞു. ഏത് നാടകമാണ് തെരഞ്ഞെടുക്കുന്നതെന്ന് നാളെത്തന്നെ അങ്ങ് ഇവിടെ അറിയിക്കണം. പിന്നെ ഇത്തവണ ഉത്സവം എല്ലാംകൊണ്ടും കൂടുതൽ ഗംഭീരമാകണം. എല്ലാറ്റിനും മുമ്പിൽ നിൽക്കേണ്ടത് നമ്മുടെ പണ്ഡിതസദസ്സാണ്. നാളെ സദസ്സ് കൂടുന്നുണ്ട്. എല്ലാ കവി പണ്ഡിതൻമാരോടും നാളത്തെ സദസ്സിൽ നിർബ്ബന്ധമായി പങ്കെടുക്കണമെന്ന് നാം കല്പന കൊടുക്കുന്നുണ്ട്."

ശങ്കര കവി എല്ലാം മൂളിക്കേട്ടു. എല്ലാം ചെയ്യാമെന്ന് സമ്മതിച്ചു. രാജാവിന്റെ കല്പനയല്ലേ. എങ്കിലും ഒരു സംശയം ചോദിച്ചു. "കാളിദാസ നാടകങ്ങൾ ഏതെങ്കിലും ഒന്നു നോക്കിയാലോ-?"

"അതുവേണ്ട, അദ്ദേഹം ഇവിടെ ഇല്ലാത്ത സ്ഥിതിയ്ക്ക് അതിനൊരു പൂർണതയുണ്ടാവില്ല. മാത്രമല്ല 'ശാകുന്തളം' ഒരു പ്രാവശ്യം ഇവിടെ അവതരിപ്പിച്ചതുമാണ്. മാളവികാഗ്നിമിത്രവും വിക്രമോർവ്വശീയവുമൊക്കെ മഹത്തായ നാടകങ്ങൾ തന്നെ. അത് നമുക്ക് അദ്ദേഹത്തിന്റെ സാന്നിദ്ധ്യത്തിൽ തന്നെ ഒരിക്കൽ അവതരിപ്പിക്കാമല്ലോ."

ഒന്നും പറയാതെ തിരിച്ചുപോന്നു. കാളിദാസനോട് ഇനിയും പ്രജകൾക്ക് ആദരവുണ്ടാകേണ്ട. അതാണ് രാജാവിന്റെ ബുദ്ധി എന്ന് ശങ്കരകവിക്കു മനസ്സിലായി. വെറുതെ ഒരു സഹതാപം പ്രജകൾക്കിടയിലുണ്ടാക്കുന്നതെന്തിനാണ്? അദ്ദേഹം സമ്മതിക്കുകയാണെങ്കിൽ മാളവികാഗ്നിമിത്രം വേദിയിലെത്തിക്കാമെന്നാണ് ശങ്കരകവി വിചാരിച്ചത്.

ഏത് നാടകം തെരഞ്ഞെടുക്കണമെന്നത് ഏറെ ശ്രമകരമായ പ്രവൃത്തി തന്നെ. ഭാസനാടകങ്ങളിലേതെങ്കിലും ഒന്നാകാം. കാളിദാസൻ

ഏറ്റവും കൂടുതൽ ആദരിച്ചിരുന്ന കവി അദ്ദേഹമാണെന്ന് തോന്നിയിട്ടുണ്ട്. ഭാസനെപ്പറ്റി പറയുമ്പോൾ അദ്ദേഹത്തിന് നൂറ് നാവായിരുന്നു. കർണഭാരവും മദ്ധ്യമവ്യായോഗവുമൊന്നും വേണ്ട. സ്വപ്നവാസവദത്തം തന്നെയാകാം. സ്നേഹത്തിന്റെ വിലയും ത്യാഗത്തിന്റെ മഹത്ത്വവും അതിനേക്കാൾ വ്യക്തമാക്കുവാൻ കഴിയുന്ന മറ്റൊരു നാടകമില്ലല്ലോ. 'പ്രതിജ്ഞായൗഗന്ധരായണ'ത്തിന്റെ കഥ ഏതെങ്കിലും നാട്യക്കാരനെ ക്കൊണ്ട് വേദിയിൽ വന്ന് പറയിപ്പിക്കാം. അതിനുശേഷം സ്വപ്നവാസവ ദത്തം അവതരിപ്പിക്കുക.

നാടെങ്ങും വസന്തോത്സവത്തിന്റെ തിരക്കുകളായിരുന്നു. വഴി വാണിഭക്കാരും കാഴ്ചക്കാരും ദിവസവും വന്നുകൊണ്ടിരുന്നു. അന്യരാജ്യ ങ്ങളിൽ നിന്നുപോലും വസന്തോത്സവത്തിൽ പങ്കെടുക്കാനും കാണാനും ആളുകളെത്തി. രാജ്യം മുഴുവൻ ഒന്നായി ആഘോഷിക്കുന്ന ഉത്സവം. ഇരുപത്തൊന്നു ദിവസം നീണ്ടുനിൽക്കുന്ന ഉത്സവം. കൊട്ടാരവും രാജവീഥികളുമൊക്കെ തോരണം തൂക്കി അലങ്കരിച്ചിരിക്കുന്നു. ഉത്സവ ത്തിന്റെ ആദ്യ ദിവസം രാജാവിന്റെ നഗരപ്രദക്ഷിണം. കൈനിറയെ സമ്മാനങ്ങളുമായുള്ള രാജാവിന്റെ ഘോഷയാത്ര കാണുവാൻ വഴി നിറയെ ആളുകൾ കാത്തുനിൽക്കും. നിൽക്കുന്നവരിൽ പലർക്കും രാജാവ് വാരിക്കോരി സമ്മാനങ്ങൾ കൊടുക്കും. അവസാന ദിവസം ആർക്കും എന്തും അപേക്ഷിക്കാനുള്ള ദിവസമാണ്. ഏത് സാധാരണ ക്കാരന്റേയും ന്യായമായ ആഗ്രഹങ്ങൾ അന്ന് പൂർത്തീകരിക്കപ്പെടും. അങ്ങനെ നാടും നഗരവും രാജാവും പ്രജകളും ഒന്നുപോലെ ആഘോ ഷിക്കുന്ന ഉജ്ജയിനിയുടെ ദേശീയോത്സവം. കാത്തിരുന്ന് കാത്തിരുന്ന് ആ ദിവസവും വന്നെത്തി.

ഉത്സവത്തിന്റെ അഞ്ചാം ദിവസമാണ് ശങ്കരകവിയെത്തേടി ഒരു സന്ന്യാസി വന്നത്. പല നാടുകളിൽ നിന്ന് പലരും ഉജ്ജയിനിയിലെ ബന്ധുക്കളെയും സുഹൃത്തുക്കളേയും തേടി ഈ ഉത്സവകാലത്തു വരുന്നത് സാധാരണമാണ്. അതുകൊണ്ടുതന്നെ കൂടുതലാരുടേയും പ്രത്യേക ശ്രദ്ധയ്ക്ക് പാത്രീഭവിക്കാതെ ശങ്കരകവിയുടെ വിശ്രമകേന്ദ്ര ത്തിൽ അദ്ദേഹത്തിനും കഴിയാൻ പറ്റി.

സന്ന്യാസിയാണ് കാളിദാസനെക്കുറിച്ചുള്ള കാര്യങ്ങൾ ശങ്കര കവിയെ അറിയിച്ചത്. അദ്ദേഹം ഹിമാലയത്തിൽ നിന്നാണ് വരുന്നത്. കാളിദാസൻ ഹിമാലയത്തിലാണ്. ഒരു മാസത്തോളം സന്ന്യാസിയും കാളിദാസനും ഒരേ ആശ്രമത്തിലായിരുന്നു. ദേശാടനക്കാരനായ സന്ന്യാസി തിരുപ്പതിയിലേക്ക് പോകുന്നുണ്ടെന്ന് പറഞ്ഞപ്പോൾ ആ യാത്ര കാളിദാസന്റെ ആവശ്യപ്രകാരം ഉജ്ജയിനി വഴിയാക്കിയതാണ്. ശങ്കരകവിയെ കാണണമെന്നും താൻ തരുന്ന സന്ദേശം ആരുമറിയാതെ ശങ്കരകവിക്ക് എത്തിക്കണമെന്നും അദ്ദേഹം പറഞ്ഞതനുസരിച്ചാണ്

ആ സന്ന്യാസി ഉജ്ജയിനിയിലെത്തിയത്. വല്ലാത്ത ജിജ്ഞാസയോടെ ആ കുറിപ്പ് വാങ്ങി. ശങ്കരകവി വായിച്ചു.

"ശങ്കരകവിക്ക് എല്ലാ നൻമകളുമുണ്ടാകട്ടെ എന്ന പ്രാർത്ഥനയോടെ സുഹൃത്ത് കാളിദാസൻ എഴുതുന്നത്. നമുക്ക് ഇവിടെ പറയത്തക്ക ബുദ്ധിമുട്ടൊന്നുമില്ല. മഹാരാജൻ നമ്മെ ശിക്ഷിച്ചതാണെങ്കിലും മാളവികയെക്കുറിച്ചൊന്നും അറിയുന്നില്ല എന്ന മനോവ്യാധിയല്ലാതെ മറ്റൊരു വിഷമവും ഇവിടെയില്ല. അപാരപാണ്ഡിത്യമുള്ളവരും തപസ്വികളുമായ അപൂർവം ചില സന്ന്യാസിമാർ മാത്രമാണ് ഇവിടെ തുണ. വിശപ്പടക്കാനുള്ള ഭക്ഷണം ഏതെങ്കിലും ആശ്രമത്തിൽ കിട്ടും. പിന്നെ വലിയൊരു സന്തോഷം ഇവിടെയുള്ള മഹാപണ്ഡിതൻമാർ വേദവും ഉപനിഷത്തും മാത്രമല്ല പഠിക്കുന്നത്. ഇവരിൽ പലരും നല്ല സഹൃദയരും കൂടിയാണ് സാഹിത്യത്തിലും അസാമാന്യപാണ്ഡിത്യമുള്ളവർ. അവർക്കിടയിലും കാളിദാസൻ എന്ന പേരറിഞ്ഞു തുടങ്ങിയിരുന്നു എന്നത് നമ്മുടെ മഹാഭാഗ്യം. രഘുവംശം ഇവർക്കിടയിൽ നന്നായി ചർച്ച ചെയ്യപ്പെട്ടു. അവരുടെ ആദരവും കളങ്കമില്ലാത്ത പെരുമാറ്റവും നമുക്ക് അനുഭവിക്കുവാൻ കഴിയുന്നു.

പക്ഷേ, നമ്മുടെ ഏകാന്തതകളെ എപ്പോഴും മാളവിക വന്ന് വേദനിപ്പിക്കുന്നു. അവളിപ്പോൾ കരഞ്ഞുകൊണ്ടിരിക്കുകയായിരിക്കും എന്ന് നമുക്കറിയാം. എങ്ങനെയും ഒരു കൊല്ലം പൂർത്തീകരിച്ചുകഴിഞ്ഞാൽ നാം അങ്ങോട്ട് വരും. പിന്നെ ഏത് എതിർപ്പിനേയും സധൈര്യം നേരിട്ടുകൊണ്ട് അവളെ നാം കൂടെ കൂട്ടും. അതുവരെ എങ്ങനെയും പിടിച്ചുനിൽക്കുവാനുള്ള ശക്തി അങ്ങ് അവൾക്ക് കൊടുക്കണം. ധൈര്യത്തോടെ ഒരു വാക്ക് പറയേണ്ട സമയത്ത് പതറാതെ അതു പറയാൻ അവളെ പ്രേരിപ്പിക്കണം. അവൾക്കുവേണ്ടി നാം മറ്റൊരെഴുത്ത് എഴുതുന്നില്ല. അങ്ങ് പറഞ്ഞാൽ മതി. നാം ജീവിച്ചിരിക്കുന്നു എന്നു കേൾക്കുമ്പോൾ തന്നെ അവൾക്ക് പകുതി ജീവൻ തിരിച്ചുകിട്ടിയതുപോലെ ആശ്വാസം തോന്നുമെന്ന് നമുക്കറിയാം.

പിന്നെ ഏറെ നേരവും നാമിവിടെ ഒറ്റയ്ക്കാണ്. ഹിമാലയം അനുഭവങ്ങളുടെ ഒരു പുതിയലോകം തുറന്നു തരുന്നു. മനസ്സിലേക്ക് ഓടിവരുന്നത് ശിവപാർവ്വതിമാരുടെ പ്രണയലീലകളാണ്. ഇവിടുത്തെ ഓരോ മണൽത്തരിയിലും ആ ജഗത് സ്രഷ്ടാക്കളുടെ ഗന്ധമുണ്ട്. അതുകൊണ്ടു തന്നെ അവരെക്കുറിച്ച് ഒരു കാവ്യം എഴുതിത്തുടങ്ങി. കുമാരസംഭവം എന്നാണ് നാമകരണം ചെയ്തത്. പക്ഷേ അതിന്റെ രചന അത്ര സുഗമമാണെന്ന് തോന്നുന്നില്ല. പാർവതിയെ വർണിക്കുവാൻ വേണ്ടി നാരായം കൈയിലെടുക്കുമ്പോഴൊക്കെ പാർവ്വതിയുടെ വേഷത്തിൻ മുമ്പിൽ വന്നുനിൽക്കുന്നത് മാളവികയാണ്. ചിലപ്പോൾ അത് വല്ലാത്ത ഒരു ഊർജമാകും. അങ്ങനെ കുറേ ശ്ലോകങ്ങൾ എഴുതിക്കൂട്ടും. ചിലപ്പോൾ ആ രൂപം കാണുമ്പോൾ മനസ്സു കലങ്ങും. വാക്കുകൾക്ക് പകരം പിന്നെ

കണ്ണുനീരാണ് കടന്നുവരിക. പിന്നെ രണ്ടോ മൂന്നോ ദിവസത്തേയ്ക്ക് ഒന്നും എഴുതുവാൻ കഴിയില്ല. മാളവികയോട് നമ്മുടെ മനസ്സ് വേണ്ട പോലെ അറിയിക്കണം എന്നു മാത്രം അപേക്ഷിക്കുന്നു. സ്നേഹത്തോടെ പ്രിയ സുഹൃത്ത് കാളിദാസൻ."

കത്ത് വായിച്ചു കഴിഞ്ഞപ്പോൾ ശങ്കരകവിയുടെ കണ്ണുകൾ നനഞ്ഞു.

സന്ന്യാസി പറഞ്ഞു. "നമുക്കറിയാം അങ്ങേയ്ക്ക് അദ്ദേഹത്തോടുള്ള താത്പര്യവും അദ്ദേഹത്തിനിങ്ങോട്ടുള്ള ബന്ധവും, എന്തായാലും നാമീ ഉത്സവം കഴിഞ്ഞിട്ടേ പോകുന്നുള്ളൂ. മറ്റൊന്നുമല്ല. അലഞ്ഞുതിരിഞ്ഞ് അല്പം വൈകിയിട്ടാണെങ്കിലും നാം തിരിച്ച് അവിടെത്തന്നെ എത്തും. പക്ഷേ അന്ന് കവി അവിടെയാകുമോ എന്നറിയില്ല. എങ്കിലും കണ്ടു മുട്ടുമ്പോൾ ഇവിടുത്തെ വിവരങ്ങൾ അദ്ദേഹത്തോട് പറയണം."

ശങ്കരകവി തനിക്കു കിട്ടിയ വിവരങ്ങൾ പിറ്റേന്നുതന്നെ മാളവികയെ അറിയിച്ചു. അവൾക്ക് സന്തോഷവും സങ്കടവും ഒരുപോലെ വന്നു. അത് കണ്ട് വിലാസവതി പറഞ്ഞു. ഒരു പുരുഷൻ ഒരേയൊരു പെണ്ണിനെ മാത്രം ചിന്തിച്ചുജീവിക്കുന്നു. ഈ ലോകത്ത് ഏറ്റവും ഭാഗ്യവതി അവ ളാണ്. രാജകൊട്ടാരത്തിലെ താൽക്കാലിക ഭാഗ്യത്തേക്കാൾ ആത്മാവിന് നേടാൻ കഴിയുന്ന ശാശ്വതഭാഗ്യമാണത്." പിന്നീട് മകളെ നോക്കി ക്കൊണ്ട് പറഞ്ഞു. "മോളെ നീ ഭാഗ്യവതിയാണ് ഈ ലോകത്തിൽ ഏറ്റവും ഭാഗ്യവതി".

ശങ്കര കവി പറഞ്ഞു. "മോളെ, വിക്രമാദിത്യൻ എന്ന് നാടും നഗ രവും പ്രകീർത്തിക്കുന്ന ഭോജരാജാവിന്റെ പ്രജയാണ് നീ. നീ നിന്റെ ഇഷ്ടം ശക്തമായി വെളിപ്പെടുത്തിയാൽ രാജാവിന് മറ്റൊന്നും ചെയ്യാ നാകില്ല. പ്രജകൾക്കു മുമ്പിൽ അനീതി ചെയ്തു എന്ന ഒരു പേരുദോഷം അദ്ദേഹമുണ്ടാക്കില്ല. നീ ധൈര്യമായിരിക്ക്. എല്ലാം മംഗളമായി പര്യവ സാനിക്കും." ഭഗവാൻ ശിവനാണ് നിങ്ങളെ പരസ്പരം കൂട്ടിമുട്ടിച്ച തെങ്കിൽ അദ്ദേഹം തന്നെ ഈ പ്രതിസന്ധിയിൽ നിന്ന് നിങ്ങളെ രക്ഷിക്കും. ഒരു സംശയവും വേണ്ട."

വിലാസവതിയും മാളവികയും ഉജ്ജയിനിയിലെത്തിയ സന്ന്യാസിയെ കാണണമെന്ന് താത്പര്യം പ്രകടിപ്പിച്ചു. ശങ്കരകവി അതിനോട് യോജി ച്ചില്ല. മറ്റൊന്നുമല്ല. ഇപ്പോൾ ഉത്സവകാലത്ത് ഉജ്ജയിനി സന്ദർശിക്കുന്ന അനേകരിൽ ഒരാൾ മാത്രമാണ് ആ സന്ന്യാസിയും. ഒരു സന്ന്യാസി വിലാസവതിയുടെ മാളികയിലേക്ക് ചെന്നു എന്ന് രാജാവറിഞ്ഞാൽ അത് പല സംശയങ്ങൾക്കും വഴിയൊരുക്കും. പിന്നെ വിളിച്ചുവരുത്തലും വിചാ രണയും. അങ്ങനെയൊക്കെ സംഭവിച്ചാൽ അതുകൊണ്ടുണ്ടാകുന്നത് ചിലപ്പോൾ പ്രതീക്ഷയ്ക്കു വിരുദ്ധമാകും. എല്ലാ തീരുമാനങ്ങളേയും അത് തെറ്റിച്ചെന്നു വരും.

കാര്യങ്ങൾ പറഞ്ഞ് ബോധിപ്പിച്ചപ്പോൾ അവരും സന്ന്യാസിയെ കാണാതിരിക്കുന്നതാണ് നല്ലത് എന്നു പറഞ്ഞു.

ഉത്സവത്തിന്റെ ഓരോ ദിവസങ്ങളും കഴിഞ്ഞുപോകുന്നതിനനുസരിച്ച് രാജാവ് കൂടുതൽ കൂടുതൽ ഉല്ലാസവാനായി. തന്റെ സൗന്ദര്യത്തെക്കുറിച്ചു കൂടുതൽ കൂടുതൽ അദ്ദേഹം ശ്രദ്ധ പതിപ്പിക്കുവാൻ തുടങ്ങിയത് ആർക്കും തിരിച്ചറിയുവാൻ കഴിയുമായിരുന്നു. ഓരോ പുതിയ പുതിയ വസ്ത്രങ്ങൾ തെരഞ്ഞെടുത്ത് രാജ്ഞിയോടു ചോദിക്കും. "ഇതെങ്ങനെ യുണ്ട് - ഇതണിയുന്നതാണോ കൂടുതൽ സൗന്ദര്യം."

ഒരിക്കൽ രാജ്ഞി പറഞ്ഞു.

'മഹാരാജൻ - ഒരു രാജാവിന് അദ്ദേഹത്തിന്റെ പ്രവൃത്തിയാണ് സൗന്ദര്യം. ലോകം എക്കാലത്തും ആദരിക്കുന്ന സാക്ഷാൽ വിക്രമാദി ത്യന്റെ താവഴിയിൽ ജനിച്ച, അദ്ദേഹത്തിന്റെ സിംഹാസനത്തിലിരുന്നു ഭരിക്കുന്ന അങ്ങേയ്ക്ക് എപ്പോഴും നീതിയും ധർമ്മവുമാണ് സൗന്ദര്യം!"

"രാജ്ഞി നമ്മെ ഉപദേശിക്കുകയാണോ?"

"മഹാരാജൻ അങ്ങയെ ഉപദേശിക്കുവാൻ ഈയുള്ളവൾ ആര്. മഹാപണ്ഡിതൻമാർ ചൂഴ്ന്നുനിൽക്കുന്ന ഒരു സദസ്സിന്റെ നായകനല്ലെ അങ്ങ്. അങ്ങയുടെ സദസ്സിനെ ഒരു കാലത്ത് ലോകം മുഴുവൻ പ്രശസ്ത നാക്കിയ ഭർത്തൃഹരി പാടിയ ഒരു ശ്ലോകം അടിയൻ ഓർമ്മിച്ചു എന്നു മാത്രം. അങ്ങേയ്ക്കും ഓർമ്മയുണ്ടാകും."

'കേയൂരാണി വിഭൂഷയന്തിപുരുഷം

ഹാരാന ചന്ദ്രോജ്ജ്വലാ....'

കേയൂരങ്ങൾ ഒരു പുരുഷനെ അലങ്കരിക്കുന്നില്ല. കുളിയും കുറിയും മാലകളും അവനെ അലങ്കരിക്കുന്നില്ല. പുരുഷന് അലങ്കാരം ഒന്നേയുള്ളൂ- വാഗ്ഭൂഷണാം ഭൂഷണം. ഓർമ്മയില്ലേ അദ്ദേഹം പറഞ്ഞത്." "അല്ല - അങ്ങനെ നല്ലതു മാത്രം പറഞ്ഞിരുന്ന പലരും ഇന്ന് കൊട്ടാരത്തിലില്ല. നാം അവിവേകം പറയുന്നു എന്ന് തോന്നരുത്. അവരെന്തെങ്കിലും തെറ്റു ചെയ്തു എന്ന് ജനങ്ങളെയെങ്കിലും വിശ്വസിപ്പിക്കുവാൻ അങ്ങേയ്ക്ക് കഴിയണം."

"രാജ്ഞി നമ്മെ ഭരിക്കാമെന്ന് മോഹിക്കരുത്. നീതിധർമ്മങ്ങൾക്ക് വിരുദ്ധമായി നാം ഇതുവരെ ഒന്നും ചെയ്തിട്ടില്ല. ഒരു പ്രജയും അങ്ങനെ പറയുകയുമില്ല."

"പ്രജകൾ ഒരിക്കലും പറയുകയില്ല. അങ്ങനെ പറയുവാനുള്ള ധൈര്യം അവർ നേടിയെടുക്കുന്നതുവരെ. പക്ഷേ ഒരു മഹാരാജാവും മറക്കാൻ പാടില്ലാത്ത ഒരു വസ്തുതയുണ്ട് - സ്തുതിപാഠകൻമാരുടെ വാക്കുകൾ സത്യമല്ല. നിർഭയൻമാരായി സത്യം പറയുന്നവരെയാണ് എന്നും പ്രജകൾ സ്നേഹത്തോടെ സ്മരിക്കുന്നത്."

"ഇതൊക്കെ പറയാനിപ്പോൾ എന്തുണ്ടായി-?"

"കാളിദാസമഹാകവിയുടെ രഘുവംശം അങ്ങ് വായിച്ചുവല്ലോ. ദിലീപനൊ, ഭരതനൊ ഒക്കെ ആവാൻ ആർക്കും കഴിഞ്ഞില്ലെന്നുവരും. പക്ഷേ അഗ്നിവർണ്ണനാവാതിരിക്കുവാൻ ആർക്കും കഴിയും. അതു മാത്രമേ ഇപ്പോൾ ഈയുള്ളവൾക്ക് അങ്ങയോട് ബോധിപ്പിക്കുവാനുള്ളൂ."

രാജ്ഞിയുടെ സംസാരത്തിൽ എന്തൊക്കെയൊ ഒളിച്ചുവെയ്ക്കുന്നുണ്ടെന്ന് രാജാവിന് മനസ്സിലായി. നാം വിലാസിനിയെ വസന്തോത്സവത്തിന്റെ അവസാനനാളിനു സ്വീകരിക്കും എന്നവൾ ഊഹിച്ചിട്ടുണ്ടായിരിക്കണം. അല്ലെങ്കിൽ ആരെങ്കിലും പറഞ്ഞറിഞ്ഞിട്ടുണ്ടാകണം. അതിന്റെ പേരിലുള്ള അസൂയ. എന്തായാലും അതിന് ചെവികൊടുത്താൽ പിന്നെ രാജ്ഞി നമ്മെ അടക്കിഭരിക്കുവാനും വന്നെന്നിരിക്കും. പാടില്ല...

രാജാവ് പിന്നീടൊന്നും പറയാതെ അന്തഃപുരത്തിൽ നിന്നിറങ്ങിപ്പോയി.

രാജ്ഞിയാകട്ടെ ഒരു പുഞ്ചിരിയോടെ.

ആ പുഞ്ചിരിയിൽ ഒരു പരിഹാസത്തിന്റെ നേർത്ത സ്പർശമുണ്ടായിരുന്നോ?

പതിമൂന്ന്

പൊതുജനങ്ങൾ സാക്ഷി

വസന്തോത്സവത്തിന്റെ അവസാന ദിവസം. പ്രത്യേകം അലങ്കരിച്ച രംഗവേദിക്കുസമീപം നൂറുകണക്കിനാളുകൾ ഹർഷാരവങ്ങളോടെ അണിനിരന്നു. വെളുത്തു തടിച്ച ഒറ്റക്കാളയെ പൂട്ടിയ കാളവണ്ടികൾ കുറച്ചു ദൂരെ മാറ്റിയിട്ടിരിക്കുന്നു. കഴുത്തിൽ മണികെട്ടിയ കാളക്കൂറ്റൻമാരുടെ പ്രൗഢിയിൽ നിന്നുതന്നെ അതിൽ വന്നവരുടെ സാമ്പത്തികം ഊഹിക്കാവുന്നതാണ്. ഓരോ വണ്ടിയും ഓരോ തരത്തിൽ അലങ്കരിച്ചിരിക്കുന്നു. രണ്ടു കാളകളെ പൂട്ടിയ വണ്ടികൾ മറ്റൊരു ഭാഗത്താണ്. കുതിരവണ്ടികൾ വേറെ ഭാഗത്ത്. ഓരോരുത്തരുടേയും വലുപ്പ ചെറുപ്പങ്ങൾ വ്യക്തമാക്കുന്ന രീതിയിലുള്ള അലങ്കാരങ്ങൾ വണ്ടിയിലുണ്ട്. കാളയ്ക്കും കുതിരയ്ക്കുമൊന്നും അലങ്കാരമൊട്ടും കുറവല്ല. സാമന്തപദവിയുള്ളവരും പ്രഭുക്കൻമാരും ദേശവാഴികളും കൂടാതെ അന്യരാജ്യങ്ങളിൽ നിന്നുപോലും സമ്പന്നൻമാർവന്ന് മുൻനിരയിൽ തന്നെ സ്ഥാനം പിടിച്ചിരിക്കുന്നു. ഓരോരുത്തരും സ്വർണവും രത്നങ്ങളും വാരിയണിഞ്ഞിട്ടുണ്ട്. പലർക്കും അംഗരക്ഷകൻമാരും മറ്റു സേവകൻമാരും ഇഷ്ടംപോലെ. ഇവരെയൊക്കെ കണ്ടും അവരുടെ സേവകൻമാരുടെ പൊങ്ങച്ചങ്ങൾ കേട്ട് അദ്ഭുതപ്പെട്ടും പാവം സാധാരണക്കാർ വേറെ.

നാട്ടിലെ പ്രശസ്ത വാരസ്ത്രീകളുടെ മക്കളുടെ അരങ്ങേറ്റം. സംഗീത നൃത്ത കലകളിൽ ഓരോരുത്തർക്കുമുള്ള അസാധാരണ കഴിവുകൾ പ്രകടിപ്പിക്കുവാനുള്ള അവസരം. അതിനുശേഷം ഓരോരുത്തരുടെയും അമ്മമാർ രംഗത്ത് വരും. ആ സുന്ദരികളെ ഏറ്റുവാങ്ങുവാൻ തയ്യാറുള്ളവർ ഇത്ര സമയത്തേക്ക് ഇത്ര പവൻ എന്ന് അമ്മയെ അറിയിക്കും. മക്കൾക്കും അമ്മയ്ക്കും സമ്മതമാണെങ്കിൽ അപ്പോൾ തന്നെ പണം അമ്മ എണ്ണിവാങ്ങും. മകളെ അദ്ദേഹത്തിന്റെ കൂടെ പറഞ്ഞയയ്ക്കും. ഒരാളെ മോഹിക്കുന്ന പോലെയായിരിക്കും ഏറ്റവും കുറഞ്ഞ സമയത്തിന് ഏറ്റവും കൂടുതൽ പണം നൽകുന്നവർക്ക് അവളെ കരസ്ഥമാക്കാം. വാശിയേറിയ സമ്പന്നരുടെ കിടമത്സരം കാണാനാണ് സാധാരണക്കാർ കൂട്ടംകൂടി നില്ക്കുന്നത്.

രാജാവ് സ്ഥലത്തെത്തിയാൽ വാരകന്യകമാരുടെ കലാവിരുന്നിന്റെ പ്രകടനം ആരംഭിക്കും. കന്യകമാരുടെ നൃത്തസംഗീത വിരുന്ന് ഇഷ്ടപ്പെട്ടവർക്ക് ആറു മാസമോ ഒരു വർഷമോ അവരെ ഏറ്റുവാങ്ങാം. അവർക്കു മാത്രമായി തങ്ങളുടെ കലാവിരുന്നുകൾ അവൾക്ക് പിന്നെയും കാണിക്കേണ്ടിവരും.

രാവിലെ കൃത്യം പത്തു മണിക്ക് ശംഖനാദമുയർന്നു. തിരശ്ശീല ഉയർന്നു. ഉജ്ജയിനിയുടെ ചക്രവർത്തിയായ ഭോജ രാജ വിക്രമാദിത്യൻ രംഗവേദിയിലെത്തി. ആൾക്കൂട്ടത്തിന്റെ ആർപ്പും വിളികളും. പിന്നെ പൊടുന്നനെ നിശ്ശബ്ദത. രാജാവിന്റെ വാക്കുകൾ കേൾക്കുവാൻ എല്ലാവരും തയ്യാറായി.

“വസന്തോത്സവത്തിന്റെ അവസാന ദിവസമായ ഇന്ന് ഈ ഉജ്ജയിനി മഹാനഗരത്തിലേക്ക് രാജ്യത്തിനകത്തും പുറത്തും നിന്ന് സമ്പന്നരായ പൗരപ്രമുഖൻമാരും രത്നവ്യാപാരികളും ഉജ്ജയിനിയിലെ കലാതിലകങ്ങളെത്തേടി വന്നിരിക്കുകയാണ്. അവരുടെ പ്രതീക്ഷകൾ സഫലീകരിക്കുവാൻ കഴിയുന്ന അനവധി കലാകാരികൾ തിരശ്ശീലയ്ക്കപ്പുറം ഒരുങ്ങിക്കഴിഞ്ഞു. അവരുടെ അനന്യസാധാരണമായ കഴിവുകൾ നിങ്ങളുടെ മുമ്പിൽ നന്നായി പ്രകടിപ്പിക്കുവാൻ അവർക്ക് ഈശ്വരാനുഗ്രഹമുണ്ടാകട്ടെ എന്ന് പ്രാർത്ഥിച്ചുകൊണ്ട് നാം വിടവാങ്ങുന്നു.”

രാജാവിന്റെ മുഖവുര ഭാഷണം അവസാനിച്ചതും പെരുമ്പറയുമായി ഒരു സേവകൻ രംഗത്തെത്തി. അദ്ദേഹം പെരുമ്പറയടിച്ചുകൊണ്ട് ഉച്ചത്തിൽ വിളംബരം ചെയ്തു.

“ആദ്യമായി രംഗത്തെത്തുന്നത് ബകുളാവലിയുടെ മകൾ വാസന്തി. പ്രായം പതിന്നാലു വയസ്സ്. നൃത്തസംഗീത രംഗത്തെ കഴിവ് പ്രകടിപ്പിക്കുവാൻ വാസന്തിയെ ക്ഷണിക്കുന്നു.” സേവകൻ രംഗവേദിയിൽ നിന്ന് മറഞ്ഞതും നന്നായി അണിഞ്ഞൊരുങ്ങിയ ഒരു പെൺകിടാവ് രംഗത്തു വന്നു. സദസ്സിനെ വന്ദിച്ചുകൊണ്ട് അവൾ നൃത്തം ചെയ്തു. നൃത്താവസാനം അവളുടെ അമ്മ എന്നു തോന്നുന്ന ഒരു സ്ത്രീ രംഗത്തുവന്നു. സദസ്സിൽ നിന്ന് സമ്പന്നനായ ഒരുവൻ എഴുന്നേറ്റ് പറഞ്ഞു. പതിനായിരം പൊൻപണം. ആറ് മാസം. ഉടൻ തന്നെ മറ്റൊരാൾ പതിനായിരം പൊൻപണം മൂന്ന് മാസം ഇരുപതിനായിരം പൊൻപണം...”

‘നൃത്തങ്ങൾ വീണ്ടും നടന്നു. ഓരോ കന്യകമാർ ഓരോരുത്തരുടെ കൂടെയിറങ്ങിപ്പോയി. ശങ്കര കവി സന്ന്യാസിയോട് പറഞ്ഞു. ആചാരങ്ങൾക്ക് മൂല്യശോഷണം സംഭവിച്ച്. അനാചാരങ്ങളായി. അവസാനം അസാൻമാർഗികപ്രവർത്തനങ്ങളായി അധപതിക്കും. നൃത്തസംഗീതാദികൾ ആസ്വദിക്കാൻ... പക്ഷേ സുഖലോലുപൻമാരായവർ ഭരിക്കുമ്പോൾ ഇത്തരം എല്ലാ അനാചാരങ്ങളും കൂടുതൽ ശക്തമാകും. എന്നാൽ നീതിധർമ്മങ്ങൾ ഒരിക്കൽ പുനഃസ്ഥാപിക്കപ്പെടും. അന്ന് ദുരാചാരങ്ങളെ പാടേ വിപാടനം ചെയ്യും. എന്നെല്ലാം ധർമ്മമാർഗത്തിൽനിന്ന് ഭരണാധികാരികൾ

വ്യതിചലിച്ചിട്ടുണ്ടോ അന്നെല്ലാം നീതിധർമ്മങ്ങളുടെ ഉദ്ഘോഷണ ത്തിനു വേണ്ടി ഓരോ യുഗപുരുഷൻമാർ ഭാരതത്തിൽ ഉദയം ചെയ്തി ട്ടുമുണ്ട്."

അതുകേട്ടുകൊണ്ടിരുന്ന സന്ന്യാസിവര്യൻ പറഞ്ഞു.

"വേദോപനിഷത്തുക്കളുടെ ദർശനം സാമാന്യ ജനങ്ങളിലെത്തു മ്പോഴേ സമൂലമായ ഒരു പരിവർത്തനമുണ്ടാകൂ. ഗൃഹസ്ഥാശ്രമം എന്നാൽ ചതുരാശ്രമങ്ങളിൽ ഏറ്റവും ശ്രേഷ്ഠമായ ഒന്നാണ്. എന്നാൽ കാമക്രോധലോഭ മോഹങ്ങളിൽ പെട്ട് ആശ്രമധർമം പരിത്യജി ക്കുന്നവരാണ് ഇവിടെ കാണുന്നവർ. അതിന് ഭരണാധികാരിയെ മാത്രം പറഞ്ഞിട്ടു കാര്യമില്ല. പ്രജകളും ഉത്തരവാദികളാണ്. നല്ല പ്രജകൾക്ക് നല്ല രാജാവിനെയും നല്ല രാജാവിന് നല്ല പ്രജകളെയും സൃഷ്ടിക്കുവാൻ കഴിയും."

അവരങ്ങനെ ഓരോന്ന് പറഞ്ഞുകൊണ്ടിരിക്കുകയായിരുന്നു. അപ്പോഴാണ് ആ വിളംബരം വന്നത്.

അടുത്തതായി രംഗത്തെത്തുന്നത് പ്രശസ്ത നർത്തകിയും വാര സ്ത്രീയുമായ വിലാസവതിയുടെ മകൾ വിലാസിനിയാണ്. പ്രായം പതി നാറ് വയസ്സ്. നൃത്തസംഗീത രംഗത്തെ പ്രാഗല്ഭ്യം തെളിയിക്കുന്നതിനു വേണ്ടി വിലാസിനിയെ ക്ഷണിക്കുന്നു.

പൂർണചന്ദ്രനെപ്പോലെ പ്രശോഭിക്കുന്ന മുഖം. കരിങ്കൂവളം പോലെ യുള്ള കണ്ണുകൾ. വിടർന്ന പുഞ്ചിരി. സമസ്ത സങ്കല്പങ്ങൾക്കുമപ്പുറ ത്തായിരുന്നു ആ കന്യക. ദേവലോക നർത്തകിമാരായ രംഭയൊ മേനകയൊ ഉർവശിയൊ പോലും അവളോട് തോറ്റുപോകുമെന്ന് ഏത് സാധാരണക്കാരനും കരുതും. അത്രമാത്രം അസാധാരണവും അസാ മാന്യവുമായ സൗന്ദര്യം കണ്ട് സദസ്സ് ഒരു നിമിഷം ഇമവെട്ടാതെ അവളെ നോക്കിനിന്നുപോയി.

"അണിഞ്ഞൊരുങ്ങിയപ്പോൾ മാളവിക തിരിച്ചറിയാൻപോലും കഴിയാത്ത രീതിയിൽ മാറിയിരിക്കുന്നു." ശങ്കരകവി സന്ന്യാസിയോടായി പറഞ്ഞു.

"സാക്ഷാൽ അപ്സരസ്. വൈരാഗികളായ സന്ന്യാസിമാരുടെ തപസ്സിളക്കുവാൻ ഇവളെ ഇന്ദ്രനു പോലും ഉപകരിക്കും. പക്ഷേ അമിത മായ ശൃംഗാരഭാവം അവളുടെ മുഖത്തു കാണുന്നില്ലെന്നത് പ്രത്യേകം ശ്രദ്ധിക്കേണ്ടതാണ്. ഇതിനുമുമ്പ് രംഗത്തുവന്നവരൊക്കെ ശൃംഗാര ചേഷ്ടകളാൽ സദസ്സിനെ വിറകൊള്ളിച്ചിരുന്നു. ഇവളാകട്ടെ അഭൗമ മായ സൗന്ദര്യംകൊണ്ട് സദസ്സിനെ രോമാഞ്ചമണിയിക്കുന്നു. യഥാർത്ഥ ത്തിൽ ഇവൾ കാളിദാസകവിയുടെ നാടകത്തിലെ മാളവിക തന്നെ!"

താമരയിതളിന്റെ മൃദുത്വം തോന്നിക്കുന്ന കരചരണങ്ങൾ ദ്രുതതാള ത്തിൽ ഇളകി. നവരസങ്ങളും അവളുടെ മുഖത്ത് നിമിഷവേഗത്തിൽ

മാറിമറിഞ്ഞു. കാണികൾ ഏതോ അദ്ഭുതലോകത്തിലെത്തിയപോലെ മിഴിച്ചിരുന്നുപോയി. നൃത്താവസാനം രാജസേവകൻ രംഗത്തുവന്നു. സർവാലങ്കാര വിഭൂഷിതയായി വിലാസവതിയും രംഗത്തെത്തി. ഇതിലൊന്നും യാതൊരു താത്പര്യവുമില്ലാത്ത പോലെ വിലാസിനി - അല്ല മാളവികയും വേദിയിൽ തന്നെ നിന്നു. ഏതോ ഒരു പ്രഭു എഴുന്നേറ്റു. അമ്പതിനായിരം പവൻ ആറു മാസത്തേയ്ക്ക് വിളിച്ചു പറഞ്ഞു.

ആളുകൾ അദ്ഭുതം കൂറിനിൽക്കെ അവളുടെ മൂല്യം നിമിഷവേഗത്തിൽ ഉയർന്നുകൊണ്ടിരുന്നു. എല്ലാം കണ്ട് ഒരു ചെറുപുഞ്ചിരിയോടെ രാജാവ് വേദിക്കരികിൽത്തന്നെ ഇരുന്നിരുന്നു. അദ്ദേഹം ഒന്നും പറയാത്തതെന്തെന്ന ജിജ്ഞാസയിലായിരുന്നു ശങ്കര കവിയും സന്ന്യാസിയും.

കലിംഗ ദേശത്തുനിന്നുവന്ന രത്നവ്യാപാരി അഞ്ചുലക്ഷം പവൻ വിളിച്ചപ്പോൾ സദസ്സ് നിശ്ശബ്ദമായി. ആളുകൾ കാതുകൂർപ്പിച്ചു. ഇനി ആരെങ്കിലും കൂട്ടിവിളിക്കുന്നുണ്ടോ എന്നറിയാൻ കാത്തുനിൽക്കുകയായിരുന്നു പാവം ജനങ്ങൾ. ആരും കൂട്ടിവിളിക്കാനില്ലെന്ന് ഒരുവിധം തീർച്ചയായപ്പോൾ രാജസേവകൻ വിലാസവതിയോടു ചോദിച്ചു. 'സമ്മതമാണോ?'

'മകൾ വിലാസിനി സമ്മതമല്ല എന്നാണ് അറിയിക്കുന്നത്?' ജനങ്ങൾക്കിടയിൽ മുറുമുറുപ്പുകൾ ആരംഭിച്ചു. ഉടൻ മഹാരാജൻ ഇരിപ്പിടത്തിൽ നിന്നും എഴുന്നേറ്റു. അദ്ദേഹം പറഞ്ഞു. 'ഉജ്ജയിനിയുടെ അലങ്കാരമാവേണ്ടവളെ ആറു മാസത്തേക്ക് പതിനഞ്ചു ലക്ഷം നൽകാമെന്ന് നാം വിളിക്കുന്നു. എന്താ സമ്മതമാണോ എന്നു ചോദിക്കൂ.' അദ്ദേഹം സേവകനോടാവശ്യപ്പെട്ടു. സദസ്സിൽ അദ്ഭുതാതിരേകം കൊണ്ടുള്ള ചില അപശബ്ദങ്ങളുണ്ടായി. എന്നാൽ അവളുടെ വാക്കുകൾ കേൾക്കുവാനുള്ള തിടുക്കംകൊണ്ടായിരിക്കണം പെട്ടെന്നു തന്നെ ശാന്തമായി.

രാജസേവകന്റെ ചോദ്യം വരുന്നതിനു മുമ്പേ വിലാസവതിയുടെ ഉത്തരം എത്തിക്കഴിഞ്ഞു. 'തമ്പുരാൻ ക്ഷമിക്കണം. അടിയന്റെ മകൾ സമ്മതമല്ലെന്നാണ് അറിയിക്കുന്നത്.'

എന്ത്!

ജനങ്ങൾ പകച്ചുപോയി. തമ്പുരാൻ തിരുമനസ്സിന്റെ ആഗ്രഹത്തിന് വിരുദ്ധമായി നിൽക്കുകയോ? അങ്ങനെ വിരുദ്ധമായി സംസാരിക്കുന്നവർക്ക് പിന്നീട് ഈ രാജ്യത്തെങ്ങനെ ജീവിക്കുവാൻ കഴിയും? കൊട്ടാരത്തിൽ നർത്തകിയായി ആറുമാസം ജീവിക്കുക എന്നതിനേക്കാൾ വലിയ ഭാഗ്യമെന്ത്?

രാജാവിന് പെട്ടെന്ന് മുഖഭാവം മാറി. എന്തോ ഒരു അപമാനമുണ്ടായതുപോലെ ആ മുഖം ഒന്നു വിളറുന്നത് സമീപത്തിരിക്കുന്നവർക്ക് പെട്ടെന്ന് തിരിച്ചറിയുവാൻ കഴിയുമായിരുന്നു. കുറച്ചു ക്രോധത്തോടെ ത്തന്നെ അദ്ദേഹം പറഞ്ഞു.

"ഉജ്ജയിനി കലയ്ക്കും സാഹിത്യത്തിനും സൗന്ദര്യത്തിനും എന്നും പ്രാധാന്യം നൽകിയിട്ടുണ്ട്. എന്തായാലും ഈ അസുലഭമായ സൗന്ദര്യം ഈ രാജ്യത്തിനു തന്നെ വേണമെന്നുള്ളതുകൊണ്ട് നാം ചോദിക്കുകയാണ് - ഈ സുന്ദരിയ്ക്കു നിശ്ചയിക്കാം എത്രയാണ് മൂല്യമെന്ന്. ഉജ്ജയിനിയുടെ അധിപനായ നാം അത് നൽകുവാൻ ഒരുക്കമാണ്."

രാജസേവകൻ വിലാസവതിയോടു ചോദിച്ചു. "നിങ്ങൾ നിശ്ചയിച്ച മൂല്യം എത്രയാണെങ്കിലും അത് ഈ സദസ്സിൽ അറിയിക്കൂ. രാജാവ് കാത്തുനിൽക്കുന്നു."

വിലാസവതി മകളെ നോക്കി. തലയും താഴ്ത്തിനിൽക്കുകയായിരുന്നു അവൾ. വിലാസവതി പറഞ്ഞു. "മകളെ നിനക്കവകാശപ്പെട്ടത് എത്രയാണെന്ന് നീ തന്നെ നിശ്ചയിക്കുക. മഹാരാജാവ് അത് കനിഞ്ഞുനൽകുവാനുള്ള സമ്മതം അറിയിച്ചുകഴിഞ്ഞിരിക്കുന്നു.

മാളവിക മെല്ലെ മുഖമുയർത്തി. അവൾ സദസ്സിനോടായി പറഞ്ഞു. "ഈയുള്ളവൾ സമ്പത്തിൽ അഭിരമിക്കുന്നില്ല. എനിക്കു നൽകുന്ന മൂല്യത്തിനനുസരിച്ച് മറ്റുള്ളവരെ സന്തോഷിപ്പിക്കുകയാണല്ലോ ഇവളുടെ ധർമ്മം. അതുകൊണ്ട് നാം ആവശ്യപ്പെടുന്നത് സമ്പത്തല്ല. ഇവളുടെ ഈ ശരീരം പോലെ നശ്വരമായ ഒന്നാണ് സമ്പത്ത്. നമുക്ക് വേണ്ടത് നശിക്കാത്ത ഒന്നാണ്. നമ്മെ ഏറ്റവും ആകർഷിക്കുന്നതും ഇന്നുവരെ ഈ ഭൂമുഖത്ത് ഉണ്ടാകാത്ത രീതിയിലുള്ളതുമായ ഒരു കാവ്യം മതി ഈയുള്ളവൾക്ക്. അതുകൊണ്ട് ഇവിടെ കൂടിയിരിക്കുന്ന മഹാരാജൻ തിരുമനസ്സും മറ്റു മഹാരഥൻമാരും പൊതുജനങ്ങളും നമ്മോടു ക്ഷമിക്കണം. അത്തരം ഒരു കാവ്യം ആര് ഇവൾക്ക് മൂല്യമായി നിശ്ചയിക്കുന്നുവോ അവരുടെ കൂടെ പോകുവാൻ നാം ഇഷ്ടപ്പെടുന്നു. അയാൾക്കു മുമ്പിൽ നൃത്തം ചെയ്യാനാണ് നാമാഗ്രഹിക്കുന്നത്."

തന്റെ എല്ലാ സ്വപ്നങ്ങളും നനഞ്ഞ മൺമതിലുപോലെ ഉടഞ്ഞു വീഴുന്നത് രാജാവറിഞ്ഞു. പാടില്ല. അതനുവദിക്കുവാൻ ഒരിക്കലും പാടില്ല. ഇത് കാളിദാസന്റെ വളഞ്ഞ ബുദ്ധിയായിരിക്കണം. കേവലം ഒരു കവിയുടെ മുന്നിൽ തോറ്റു കൊടുക്കുന്നതല്ല ഉജ്ജയിനിയുടെ പാരമ്പര്യം.

ഒരു കല്പനയുടെ ആവശ്യമേയുള്ളൂ. അവളെ കെട്ടിവരിഞ്ഞ് കൊട്ടാരത്തിൽ തന്റെ ശയനമുറിയിലെത്തിക്കുവാൻ. ഉജ്ജയിനിയിലെ രാജാവ് വെറും വിഡ്ഢിവേഷം കെട്ടിയിരിക്കുന്നവനല്ല എന്ന് അവളെയും അമ്മയെയും അറിയിക്കുവാൻ അതാണ് വേണ്ടത്. എന്നാൽ ഇതൊരു പൊതുജനസദസ്സാണ്. ഇവിടെ എന്തെങ്കിലും തരത്തിൽ ഒന്നു തിടുക്കം കൂട്ടിയാൽ നാളെ അത് നമുക്കുതന്നെ മാനഹാനിയുണ്ടാക്കും. അതനുവദിച്ചുകൂടാ. പക്ഷേ ഈ ധിക്കാരിയെ ഒരു പാഠം പഠിപ്പിക്കാതെ വിട്ടാൽ അതും അപമാനമാണ്. ചിന്തകൾ ഈ വിധത്തിൽ കാടുകയറുകയായിരുന്നു. രാജാവ് ഉള്ളിൽ നുരഞ്ഞുപൊന്തിയ അമർഷം അല്പംപോലും പുറത്തു പ്രകടിപ്പിക്കാതെ വളരെ ശാന്തനായി പറഞ്ഞു.

“ഓരോ വാരകന്യകമാർക്കും അവരവരുടെ മൂല്യം നിശ്ചയിക്കുവാനുള്ള അധികാരമുണ്ട്. നീതിധർമ്മങ്ങൾക്ക് ഒരു കാലത്തും വിഘ്നം സംഭവിക്കരുതെന്ന് വിശ്വസിക്കുന്ന ഈ മഹാരാജൻ അതനുവദിക്കുന്നു. എന്നാൽ ഒന്നുണ്ട്. അങ്ങനെ ഒരു കാവ്യം ഉണ്ടായില്ലെങ്കിൽ, ആ മൂല്യം നൽകുവാൻ ഒരാൾക്കും കഴിഞ്ഞില്ലെങ്കിൽ എന്തു ചെയ്യും? അതും കൂടി ഈ വേദിയെ അറിയിക്കണം.”

വിലാസിനി ഒരു നിമിഷം ആലോചിച്ചു. പിന്നെ പുഞ്ചിരിയോടെ പറഞ്ഞു. “അങ്ങനെയൊരാൾ വരുമെന്നും നമ്മുടെ സ്വപ്നം പൂവണിയുമെന്നും ഇവൾ വിശ്വസിക്കുന്നു. അഥവാ അങ്ങനെയൊരാൾ വന്നില്ലെങ്കിൽ ഇവൾ ബ്രഹ്മചര്യം ദീക്ഷിച്ച് ജീവിക്കുവാനാണ് ആഗ്രഹിക്കുന്നത്.”

“അതു പാടില്ലല്ലോ. കലാകാരികൾ നൃത്തസംഗീതങ്ങൾ ഉപേക്ഷിക്കുകയോ?” രാജാവിന്റെ ശബ്ദം അല്പം ഉയർന്നു. “വാരസ്ത്രീകുലത്തിന് ബ്രഹ്മചര്യം നിഷിദ്ധമാണ്. കുലധർമത്തിൽ നിന്ന് വ്യതിചലിക്കലാണ്. കുലധർമം തെറ്റിച്ചുജീവിക്കുന്നത് നമുക്കനുവദിക്കുവാൻ കഴിയില്ല. അതുകൊണ്ടുതന്നെ എത്രകാലം അങ്ങനെയൊരാൾ വരുന്നതും കാത്തിരിക്കുമെന്നും അതിനു ശേഷം എന്തുചെയ്യുമെന്നും ഇപ്പോൾ ഇവിടെ തീരുമാനിക്കണം.”

മാളവിക കൂടുതലൊന്നും ആലോചിച്ചില്ല. “അടുത്ത ആറുമാസം ഇവൾ മഹത്തരവും നമ്മെ ഏറെ ആസ്വദിപ്പിക്കുന്നതുമായ ആ കാവ്യത്തിന് കാത്തിരിക്കും. അതുണ്ടായില്ലെങ്കിൽ ഉജ്ജയിനിയുടെ മഹാരാജൻ കല്പിക്കുന്നവരെ സ്വീകരിച്ച് അവർക്കുവേണ്ടി ആറുമാസം ഈയുള്ളവൾ നൃത്തം ചെയ്യുവാൻ ഒരുക്കമാണ്. അതിനുള്ള മൂല്യം എത്രയെന്ന് നിശ്ചയിക്കുവാനുള്ള അധികാരം കൂടി മഹാരാജാവിന് തന്നെയായിരിക്കും.”

സന്തോഷത്തോടെ രാജാവ് ചിരിച്ചു. പിന്നീട് അവൾ പറഞ്ഞതനുസരിച്ച് രാജസേവകൻ സദസ്സിൽ പ്രഖ്യാപനം നടത്തി. അതിനുശേഷം അടുത്ത നർത്തകിയെ രംഗത്തേക്കു വിളിച്ചു.

ശങ്കരകവിയും സന്ന്യാസിയും പിന്നെ അവിടെ ഇരുന്നില്ല. അവർ വേഗം എഴുന്നേറ്റു. നടക്കുന്നതിനിടയിൽ ശങ്കരകവി പറഞ്ഞു. “തൽക്കാലം മാളവിക രക്ഷപ്പെട്ടു. പക്ഷേ, അതു തൽക്കാലത്തേക്കു മാത്രമാണ്. ഈ രക്ഷപ്പെടൽ ശാശ്വതമാണെന്ന് നമുക്കു തോന്നുന്നില്ല. ആറുമാസം കൂടി കാളിദാസൻ ഉജ്ജയിനിയിൽ കാലുകുത്താതിരിക്കുവാൻ മഹാരാജാവ് വിചാരിച്ചാൽ നിഷ്പ്രയാസം സാധിക്കും. അവളെ അത്രമാത്രം മഹാരാജാവ് മോഹിച്ചതുകൊണ്ട് എന്തു സംഭവിച്ചാലും രാജാവ് അങ്ങനെ ചെയ്യും!”

“ശരിയാണ്. അങ്ങനെ ചെയ്യും. പക്ഷേ, ആറുമാസം സമയമുണ്ടല്ലോ. എന്തായാലും കുറച്ചുകൂടി കഴിയുമ്പോൾ കാളിദാസന്റെ ഒരു വർഷത്തെ

ഏകാന്തവാസം കഴിയും. അതിനുശേഷം കുറച്ചുസമയം ഈ ആറുമാസ ത്തിൽ അദ്ദേഹത്തിന് കിട്ടും. അദ്ദേഹം എന്തെങ്കിലും ചെയ്യാതിരിക്കില്ല. കഴിയുന്നത്ര വേഗം ഇവിടെ സംഭവിച്ച കാര്യങ്ങൾ നാം അദ്ദേഹത്തെ അറിയിക്കുന്നുണ്ട്."

ഉജ്ജയിനിയിലും പരിസരത്തും എല്ലാവരുടേയും സംസാരം പിന്നെ അതായിരുന്നു. "അഹങ്കാരം അല്ലാതെന്തു പറയാൻ. രാജാവിനെപ്പോലും ധിക്കരിക്കുന്ന അവളെ ഒരു പാഠം പഠിപ്പിക്കുകയാണ് വേണ്ടത്. കുറച്ചു സൗന്ദര്യമുണ്ടെന്നു കരുതി ഒരു സ്ത്രീക്ക് ഇത്രയും ധിക്കാരമാവാമോ?"

രാജാവിന് തന്റെ മാനസിക വ്യാപാരങ്ങൾ ആരോടും പങ്കുവയ്ക്കാൻ കഴിഞ്ഞില്ല. സംഭവങ്ങളെല്ലാം അന്തഃപുരത്തിലും അറിഞ്ഞിരുന്നു. അതു കൊണ്ടുതന്നെ രാജ്ഞി കുത്തുവാക്കുകൾകൊണ്ട് പരിഹസിക്കുന്നത് അറിയാത്ത ഭാവം നടിക്കുകയാണ്. എന്നാലും അവൾ ഇത്ര അഹങ്കാരി യാണെന്ന് കരുതിയില്ല. നാം ആവശ്യപ്പെട്ടാൽ പ്രതിഫലം പോലും ചോദി ക്കാതെ ഒഴുകി വരുമെന്നാണ് കരുതിയത്. അങ്ങനെയെ ഉണ്ടായിട്ടുള്ളൂ. അങ്ങനെയെ ഉണ്ടാവാൻ പാടുള്ളൂ. ഈ ധിക്കാരത്തിന് തക്കതായ ശിക്ഷ കൊടുക്കുക തന്നെ വേണം. പക്ഷേ, അവളെ മോഹിച്ച് കാത്തിരുന്ന ഇത്രയും ദിവസങ്ങൾ, ആ ആഗ്രഹങ്ങൾ എങ്ങനെയാണ് പൂർത്തീകരി ക്കുക. ആരോടാണ് തന്റെ മാനസികാവസ്ഥയ്ക്ക് ഒരു പരിഹാരം അന്വേ ഷിക്കുക.

രണ്ടുദിവസം കഴിഞ്ഞതിനുശേഷം വിലാസവതിയെ കൊട്ടാരത്തി ലേക്കു വിളിച്ചുകൊണ്ട് രാജസേവകന്റെ വശം ഒരു കല്പന കൊടുത്ത യച്ചു. രഹസ്യചർച്ചകൾ നടക്കുന്ന പ്രത്യേകം സജ്ജീകരിക്കപ്പെട്ട മുറി യിലേക്കാണ് വിലാസവതിയെ കൊണ്ടുവന്നത്. രാജാവ് അല്പം ദേഷ്യഭാവത്തിൽ തന്നെയായിരുന്നു.

'അടിയൻ, കല്പിച്ചു മുഖം കാണിക്കണമെന്ന് അറിയിപ്പു കിട്ടി.' താണുതൊഴുതുകൊണ്ട് വിലാസവതി പറഞ്ഞു.

'അതെ. നാം കല്പിച്ചിരുന്നു. ഈ രാജകുടുംബം എന്നും വിലാസ വതിയുടെ കുടുംബത്തോട് ഏറെ അടുപ്പം കാണിച്ചിട്ടുണ്ട്. പക്ഷേ അത് കുറച്ചു കൂടിപ്പോയെന്ന് അമ്മയുടെയും മകളുടെയും ധിക്കാരത്തിൽ നിന്ന് നാം മനസ്സിലാക്കുന്നു. പ്രജകളുടെ മുമ്പിൽ വച്ച് അത്തരം ഒരു തീരുമാ നമെടുത്തത് എന്തുകൊണ്ടാണെന്ന് വിലാസവതിക്ക് മനസ്സിലാകും. അധികം മോഹിക്കുന്നത് നല്ലതല്ലെന്ന് അവളെ പറഞ്ഞ് മനസ്സിലാക്കു ന്നതാണ് നല്ലത്.'

"അടിയൻ, അങ്ങ് എന്ത് പറയുന്നുവോ അതാണ് അടിയന് വേദ വാക്യം. അങ്ങയോടൊത്ത് അടിയന്റെ മകൾ കഴിയണമെന്നേ എന്നും ഇവൾ ആഗ്രഹിച്ചിട്ടുള്ളൂ. ഇവിടുത്തെ നർത്തകിയാവുക എന്നാൽ അതിലും വലിയ പുണ്യമെന്ത്? പക്ഷേ അവൾ ഒരു തീരുമാനമെടുത്ത് അത് സദസ്സിൽ വച്ച് പ്രഖ്യാപിക്കുമെന്ന് അടിയൻ സ്വപ്നത്തിൽപോലും

കരുതിയില്ല. ഇനിയെന്തു ചെയ്യും? പൊതുജനങ്ങൾ അറിഞ്ഞ തീരുമാന മല്ലെ. പെട്ടെന്ന് മാറ്റുവാൻ കഴിയുമോ?"

"അതിനൊക്കെ ഉപായങ്ങളേറെയുണ്ട്. വിലാസവതി അവളുടെ സമ്മതം വാങ്ങണം. അത് നമ്മെ അറിയിച്ചാൽ പിന്നെ എന്ത് ചെയ്യണ മെന്ന് നാം തീരുമാനിച്ചോളാം. അതല്ല നമ്മുടെ ആഗ്രഹത്തിന് വിരുദ്ധ മായി എന്തെങ്കിലും പ്രവർത്തിക്കുവാനാണ് അവൾ തീരുമാനിക്കുന്ന തെങ്കിൽ കൂടുതൽ കഷ്ടപ്പെടേണ്ടി വരുന്നത് വിലാസവതിയായിരിക്കും!" അത്രയും പറഞ്ഞ് രാജാവ് തലയുയർത്തി. വിലാസവതിയെ ഒന്നുനോക്കി. അവൾ വല്ലാത്ത പരിഭ്രമത്തിലാണെന്ന് തോന്നി. രാജാവ് തുടർന്നു. "എന്ത പകടമായിരിക്കും എന്നു നാം പ്രത്യേകം പറയേണ്ടതില്ലല്ലോ. നമ്മുടെ വെറുപ്പ് സമ്പാദിച്ചിട്ട് സുഖസുന്ദരമായി ഈ രാജ്യത്ത് താമസിക്കാമെന്ന് മോഹിക്കരുത്!"

"അടിയൻ! എല്ലാം പറഞ്ഞുമനസ്സിലാക്കാം. അവളുടെ ദുർവാശി ഇല്ലാ താക്കുകയും ചെയ്യാം. തിരുമനസ്സ് അതിന് കുറച്ച് സമയം അനുവദി ക്കണം. വിവരമില്ലാത്ത കുട്ടികളല്ലെ. എല്ലാം പറഞ്ഞ് മനസ്സിലാക്കാവു ന്നതേയുള്ളൂ. കാര്യങ്ങൾ ബോധ്യമായാൽ അവൾ അങ്ങയുടെ പാദ ങ്ങളിൽ വീണ് മാപ്പപേക്ഷിക്കും. അത് അടിയൻ ഏറ്റു!"

"നല്ലത്! അങ്ങനെ സംഭവിക്കണം. സമയം കുറച്ചെടുത്താലും വേണ്ടില്ല. പിന്നെ വിലാസവതിയെ ഈ കൊട്ടാരത്തിൽ വിളിപ്പിച്ചത് പുറ ത്താരും അറിയരുത്. നമുക്ക് വേണ്ടപ്പെട്ട ചിലർ മാത്രമെ ഇപ്പോഴിതറിയൂ. ഇത് പരസ്യമായാൽ അത് നിങ്ങളിൽനിന്നും മാത്രമായിരിക്കും. നമ്മുടെ ഒരു രഹസ്യവും പരസ്യമാവാൻ നാം ആഗ്രഹിക്കുന്നില്ലെന്ന് പ്രത്യേകം പറയേണ്ടതില്ലല്ലോ!"

"അറിയാം തിരുമേനീ. അടിയൻ ആരോടും ഒന്നും പറയില്ല. അങ്ങ് ഈയുള്ളവൾക്ക് മാപ്പ് നൽകണം. എല്ലാം അങ്ങയുടെ താല്പര്യത്തിന നുസരിച്ച് അടിയൻ പ്രവർത്തിച്ചുകൊള്ളാം."

വിലാസവതിയുടെ സഹകരണം ഉറപ്പിച്ചതോടെ രാജാവിന് അല്പം മനസ്സമാധാനം വന്നു. കാത്തിരിപ്പിനുമുണ്ട് ഒരു സുഖം. ആഗ്രഹിച്ച തെല്ലാം അപ്പപ്പോഴേ ലഭിച്ചാൽ അതിലെന്ത് പുതുമയാണുള്ളത്. ഏറ്റവും വിലപ്പെട്ടത് ഏറ്റവും വൈകിയേ ലഭിക്കൂ. അങ്ങനെ സമാധാനിക്കുവാനേ അപ്പോൾ അദ്ദേഹത്തിന് കഴിഞ്ഞുള്ളൂ.

പതിനാല്

മേഘദൂതിന്റെ മാർഗം

ഉദയഗിരിയിൽ സൂര്യനുണർന്നു വരുന്നതേയുള്ളൂ. സ്വർണരശ്മികൾ വീണുകിടക്കുന്ന മഞ്ഞുമലകൾ അണിഞ്ഞൊരുങ്ങിക്കഴിഞ്ഞിരുന്നു. ഈ കാഴ്ച കാളിദാസന് കണ്ടിട്ടും കണ്ടിട്ടും മതിവരാത്ത ഒന്നാണ്. ഈ ദേവതാത്മാവായ ഹിമാലയം എത്രയെത്ര ജ്ഞാനപ്രവാഹങ്ങൾക്ക് കാരണമാകുന്നു. ആയിരം കൈകളുയർത്തി ആനന്ദനൃത്തം നടത്തുന്ന പ്രകൃതിയുടെ സൗന്ദര്യം ആസ്വദിച്ചാലും അനുഭവിച്ചാലും മതിവരാത്ത ഒന്നല്ലൊ! ഈ അനർഗള സൗന്ദര്യപ്രവാഹത്തിനു മുമ്പിൽ സർവ സൗന്ദര്യത്തിന്റേയും ഇരിപ്പിടമെന്ന് അഹങ്കരിക്കുന്ന ഉജ്ജയിനി എത്ര തുച്ഛം. ഇവിടെയില്ലാത്ത ഒന്നുമാത്രം അവിടെയുണ്ട്. തന്നെ തന്നെ ചിന്തിച്ചുകൊണ്ട് തനിക്കുവേണ്ടി പ്രാർത്ഥിച്ചുകൊണ്ട് ഒരാൾ. അവളെ മനസ്സിൽ കണ്ടുകൊണ്ടല്ലെ കുമാരസംഭവത്തിൽ പാർവതിയെ ചിത്രീ കരിച്ചത്. അവളുടെ ദുഃഖം ഇവിടെയിരുന്നും എവിടെയിരുന്നും കാണു വാൻ കാളിദാസനു സാധിക്കും.

> നിതായ ചാത്യന്ത ഹിമോല്ക്കരാനിലാഃ
> സഹസ്യരാത്രീരുദവാസതല്പരാ
> പരസ്പരാക്രന്ദിനി ചക്രവാകയോഃ
> പുരോവിയുക്തേ മിഥുനേ കൃപാവതി -

നിമിഷ നേരംകൊണ്ട് ഇണപിരിയുന്ന ചക്രവാകപിടയുടെ ദുഃഖം ഉള്ളിലമർത്തി അവൾ ജീവിക്കുന്നുണ്ടാവും. ഈ മദോൻമത്തമായ പ്രകൃതിയിൽ അവൾകൂടി ഉണ്ടായിരുന്നുവെങ്കിൽ -

കുമാരസംഭവത്തിന്റെ എട്ടാം സർഗത്തിൽ തന്റെ ആ സ്വപ്നംകൂടി ലയിച്ചു ചേർത്തിട്ടുണ്ടല്ലോ.

കുറച്ചു കാലമായി എല്ലാ പ്രഭാതങ്ങളിലും ഇങ്ങനെയാണ്. അവളെ ക്കുറിച്ചുള്ള ഓർമകളിൽ കുറേ നേരം സ്വയം വിസ്മരിക്കും. 'കുമാര സംഭവം' ശുഷ്കഹൃദയമെന്ന് പറയപ്പെടുന്ന സന്ന്യാസിമാർ പോലും ഹൃദയ ത്തിലേറ്റു വാങ്ങി എന്നത് ഏതൊരു കവിക്കുമെന്നപോലെ കാളിദാസനും ഏറെ സന്തോഷം നൽകി. ഇടയ്ക്ക് അവളുടെ ഓർമകൾ കടന്നുവന്നാൽ

തിരമാലകളില്ലാത്ത കടൽപോലെ കാറ്റിൽപ്പെടാത്ത ദീപനാളംപോലെ സ്വച്ഛന്ദമായി പ്രാണനടക്കി അവൾ ചെയ്യുന്ന തപസ്സിനെ കുറിച്ച് ഓർത്താൽ എല്ലാ ദുഃഖവും വിസ്മരിക്കും.

തനിക്കു പറയാനുള്ളത് അവളെ എങ്ങിനെയാണൊന്നറിയിക്കുക. രഘുവംശവും കുമാരസംഭവവും പുരാണങ്ങളിൽനിന്നും കഥാംശ മുൾക്കൊണ്ടതാണ്. അതിലൊക്കെ തന്റെ ആത്മാംശം നിറച്ചുവച്ചിട്ടുണ്ട്. നല്ലൊരു സഹൃദയനുപോലും അത് തിരിച്ചറിയണമെന്നില്ല. അതുപോര. അവൾക്കായിട്ടൊരു കൃതി. തന്റെ പ്രേമദുഃഖം മുഴുവൻ നിറഞ്ഞു നിൽക്കുന്ന ഒന്ന്. അത് പൂർത്തിയായതിനു ശേഷം വേണം അവളെ കാണാൻ.

ഏതോ അപരാധത്തിന് ഭാര്യയെപ്പിരിഞ്ഞ് ഒരു വർഷം താമസിക്കുവാൻ വിധിക്കപ്പെട്ട ഒരു യക്ഷൻ. - അതെ യക്ഷൻ - അതാണ് നല്ലത്. യക്ഷൻമാർ സംഗീതപ്രേമികളാണല്ലോ. ജനകാത്മജയുടെ സ്നാന പുണ്യോദകം നിറഞ്ഞ രാമഗിരിയിലെ തണൽമരങ്ങൾക്കിടയിൽ ഏകാന്ത ദുഃഖത്തിന്റെ കണ്ണീർവർഷവുമായി വിരഹവേദനയുടെ അസഹ്യഭാരവും പേറി അവൻ ഒറ്റയ്ക്കങ്ങനെ.

ഒരു നിമിഷംകൊണ്ട് കാളിദാസൻ ഒരു യക്ഷനാവുകയായിരുന്നു. യക്ഷന് പ്രേമസന്ദേശം നൽകാൻ ഒരു പ്രയാസവുമില്ലല്ലോ. കാറ്റിനോടൊ കടലിനോടൊ പക്ഷികളോടെ മൃഗങ്ങളോടോ ആരോടും പറയാം. ആരും അതേറ്റുവാങ്ങും. ആരോട് പറയണം. അങ്ങനെ ഒരു കൃതി എഴുതാമെന്ന് മനസ്സിൽ കരുതിയതു മുതൽ ആരായിരിക്കണം സന്ദേശവാഹകൻ എന്നതായിരുന്നു സംശയം. വാല്മീകി രാമായണത്തിലെ രാമസന്ദേശം വഹിച്ചുപോകുന്ന ഹനുമാനെ ഓർത്തു. ശ്രീരാമൻ അടയാളമായി നൽകിയ മുദ്രമോതിരം മനസ്സിലേക്കോടിയെത്തി. ഹനുമാന് ഹൃദയം തുറന്നു കാണിക്കാം. ആ കഴിവുള്ള ഒരു സന്ദേശവാഹകനെയും കണ്ടെത്തുക എളുപ്പമല്ല. എങ്കിലും വിരഹനിർഭരമായ തന്റെ വേദനകൾ ശ്ലോകങ്ങളായി പരിണമിക്കുമ്പോൾ അതിനനുയോജ്യനായ ഒരു സന്ദേശവാഹകൻ ആരായിരിക്കും.

അന്ന് മലമുകളിൽ നിന്ന് താഴേയ്ക്കു നോക്കിയപ്പോൾ വല്ലാത്തൊരു കാഴ്ചയാണ് കണ്ടത്. കൊമ്പുകുത്തിക്കളിക്കുന്ന ആനയെപ്പോലെ മേഘങ്ങൾ ഹിമപർവ്വതത്തിൽ കൂട്ടിമുട്ടുന്ന കാഴ്ച. വപ്രക്രീഡാപരിണതഗജം ആ കാഴ്ച കാളിദാസന്റെ ഹൃദയത്തിൽ മഞ്ഞുകട്ടകൾ വീഴ്ത്തുന്നതു പോലെയാണനുഭവപ്പെട്ടത്. എത്ര ചേതോഹരമായ കാഴ്ച. ആകെ വെളുത്തു നിൽക്കുന്ന പർവ്വതം. ആ പർവ്വതത്തെ ഉടച്ചു തകർക്കാമെന്ന ഗൗരവത്തോടെ അതിനെ വന്നുമുട്ടിനിൽക്കുന്ന കാർമേഘക്കൂട്ടം. ഈ മേഘങ്ങളെ കാറ്റെടുത്തു കൊണ്ടുപോകും. എന്നിട്ടെവിടെയായിരിക്കും അവ പെയ്യുക.

ഉജ്ജയിനിയിലെത്തി തന്റെ മാളവികയുടെ ജാലകവാതിലിനരികിൽ പെയ്യുകയാണെങ്കിലോ - ആ ചിന്ത കടന്നുവന്നതും വല്ലാത്ത ഒരു നിർവൃതിയിലായി കവി. അതെ. താനന്വേഷിക്കുന്ന സന്ദേശവാഹകനെ കണ്ടെത്തിക്കഴിഞ്ഞിരിക്കുന്നു. ആകാശച്ചരിവിൽ കാർമേഘങ്ങൾ നിറഞ്ഞുകഴിഞ്ഞാൽ കാമുകഹൃദയം കുളിരുക തന്നെ ചെയ്യും. പക്ഷേ താൻ പുൽകാൻ കൊതിക്കുന്ന പ്രണയിനി വളരെ ദൂരത്താണല്ലോ. മേഘത്തോട് തന്റെ പ്രണയസന്ദേശം പറയുന്നതിൽ യാതൊരനൗചിത്യവുമില്ല. അതെ - 'കാമാർത്താഹി പ്രകൃതി കൃപണാശ്ചേതനാ ചേതനേഷു-'

കാമദുഃഖിതർക്ക് പ്രകൃതിയിൽ ചേതനങ്ങളെന്നൊ അചേതനങ്ങളെന്നോ വ്യത്യാസമില്ല.

പിന്നെ ഒരു പ്രവാഹമായിരുന്നു. ഉള്ളിൽ ഒതുക്കിവച്ച വ്യഥയുടെ, പ്രണയത്തിന്റെ, മോഹത്തിന്റെ, സ്വപ്നത്തിന്റെ, സങ്കല്പത്തിന്റെ വാക്കുകൾ വരികളായി ഒഴുകിയെത്തുകയായിരുന്നു. കൺമുമ്പിൽ ഓരോന്നും കണ്ടുകൊണ്ടാണെഴുതിയത്. ഉദയന കഥ പറഞ്ഞുകൊണ്ടിരുന്ന ഗ്രാമവൃദ്ധന്മാർ, കൺപീലികൊണ്ട് കപടതകൾ കാണിക്കുവാൻ കഴിയാത്ത ഗ്രാമീണകന്യകമാർ, ഉഴുതുമറിച്ചുകിടക്കുന്ന ഗ്രാമങ്ങൾ, മഹാകാലക്ഷേത്രം അങ്ങനെ ഓരോന്നോരോന്നായി സ്മൃതിപഥത്തിലേക്ക്

ഒഴുകിയെത്തി. കാട്ടുഞാവൽ പഴുത്തുകിടക്കുന്ന ഓർമയിലെ വനവീഥികളിലൂടെ ചിറകില്ലാതെ പറക്കുകയായിരുന്നു. ഓരോന്നും കണ്ടുകണ്ടിരുന്നെഴുതിയതുകൊണ്ട് വരികൾക്ക് ഒരു ക്ഷാമവുമുണ്ടായില്ല. ഓരോ കാഴ്ചകൾക്കും അനുസൃതമായി വരികൾ വന്നുകൊണ്ടിരുന്നു.

മേഘസന്ദേശം പൂർത്തീകരിച്ചപ്പോൾ തോന്നി തന്റെ ജന്മലക്ഷ്യം തീർന്നിരിക്കുന്നു. ഇനി ഈ സന്ദേശകാവ്യം തന്റെ പ്രിയപ്പെട്ടവളുടെ കരത്തിലെത്തണം - അത്രയേ മോഹമുള്ളൂ. താൻ ഉള്ളിൽ എന്നും കാത്തുസൂക്ഷിച്ച തന്റെ സ്നേഹത്തിന്റെ ആഴം അവൾക്കുവേണ്ടി പകർത്തിവച്ചതാണിത്.

ഒരുനാൾ മരിക്കണം. ശരീരത്തിന്റെ പ്രകൃതി തന്നെ മരണമാണ്. വികൃതിയാണ് ജീവിതം. ആ വികൃതി അവസാനിക്കുന്നതിനുമുമ്പെ, താമരയിതൾപോലെ മൃദുലമായ അവളുടെ കൈക്കുടന്നയിൽ ഈ ഭൂർജപത്രത്താളുകൾ ഏല്പിച്ചുകൊടുക്കണം. എന്നിട്ടു പറയണം, ഇതാ ഇതു നിനക്കായി ഇതുവരെ ആരും എഴുതാത്ത പ്രേമസന്ദേശം. സമാന

ഹൃദയനായ ആസ്വാദകരുള്ള കാലംവരെ നമ്മുടെ പ്രേമത്തെ പുനഃസ്മരിക്കുവാൻ കഴിയുന്ന ഒന്നായിരിക്കുമിത്. നാളെ കാളിദാസൻ എന്ന പേരുപോലും ഓർമിക്കപ്പെടുന്നത് ഒരുപക്ഷേ, ഈ ലഘുകൃതിയുടെ പേരിലായിരിക്കും.

മേഘസന്ദേശം എഴുതിത്തീർത്തത് കുറഞ്ഞ നാളുകൾകൊണ്ടാണ്. പക്ഷേ, അതെഴുതുമ്പോൾ അനുഭവിച്ച ആ വേദന മറ്റൊരു കൃതിയും എഴുതുമ്പോൾ അനുഭവിച്ചില്ല. തന്റെ ഏറ്റവും ചെറിയ കൃതി. പക്ഷേ, അതു പൂർത്തിയായപ്പോഴുണ്ടായ അസാദ്ധ്യമായ നിർവൃതി എങ്ങനെയാണ് പറയുക. ആരോടാണ് പറയുക?

എഴുതിയതെല്ലാമെടുത്ത് ഒരു ഭാണ്ഡത്തിൽ കെട്ടി. ഒരു മഹത്തായ കൃതി എഴുതാൻ ഒരു വർഷത്തെ അവധി ചോദിച്ചു എന്നാണല്ലോ രാജാവ് സദസ്സിൽ പറഞ്ഞത്. ഒന്നല്ല രണ്ടു കൃതികൾ പൂർത്തീകരിച്ച് വർഷവും കഴിഞ്ഞിരിക്കുന്നു. വസന്തോത്സവം കഴിയുന്നതുവരെ തന്നെ മാറ്റി നിർത്തണമെന്നേ രാജാവ് ആഗ്രഹിച്ചിട്ടുള്ളൂ. വസന്തോത്സവം കഴിഞ്ഞുകാണും. പക്ഷേ, രാജാവ് ആഗ്രഹിച്ചതൊന്നും നടന്നുകാണില്ല. തനിക്കറിയില്ലെ അവിടെ ഒരിക്കലും രാജാവിന്റെ പ്രലോഭനങ്ങളിൽ പെടാതെ തന്നെയും കാത്തവൾ ഇരിക്കുന്നുണ്ടായിരിക്കണം.

ആ കാത്തിരിപ്പിനും ഒരവസാനമുണ്ടാകണം. അതിനായിട്ടുള്ള ഒരു തിരിച്ചുപോക്കാണിത്. ചിലപ്പോൾ രാജാവ് ഒരു ശത്രുവിനെപ്പോലെ കണ്ടേക്കാം. കുഴപ്പമില്ല. പൂമാല പ്രതീഷിക്കുമ്പോഴേ കല്ലേറ് അസഹനീയമാകൂ. കല്ലേറു പ്രതീക്ഷിച്ചുകൊണ്ട് പോയാൽപ്പിന്നെ പ്രശ്നമില്ലല്ലോ.

കാളിദാസൻ മലയിറങ്ങുന്നു എന്ന വാർത്ത സന്ന്യാസഗ്രാമങ്ങളിലൊക്കെ പെട്ടെന്ന് പ്രചരിച്ചു. എല്ലാവർക്കും ദുഃഖമായിരുന്നു. എല്ലാവരും ഒന്നിച്ചുകൂടി. പ്രകൃതിയുടെ ഈ വിലാസനടനംകൊണ്ട് ആനന്ദിച്ച കവിഹൃദയം എങ്ങനെ ഒരു നഗരത്തിൽ താമസിക്കും എന്ന ദുഃഖമായിരുന്നു അവർക്ക്. കണ്വാശ്രമത്തിൽ നിന്നും കൊട്ടാരത്തിലെത്തിയ താപസന്മാർക്ക് തോന്നിയത് കാളിദാസൻ ഓർമിച്ചു. ഒരാൾക്ക് നഗരത്തിലെത്തിയപ്പോൾ തീപിടിച്ച സ്ഥലത്തെത്തിയതു പോലെ തോന്നി. മറ്റൊരാൾക്കാകട്ടെ കുളിച്ചിരിക്കുന്നവർ എണ്ണ തേച്ചവരെ കാണുന്നതു പോലെയും. അന്ന് അത് ശാകുന്തളത്തിൽ എഴുതിവച്ചത് എത്ര അർത്ഥവത്താണെന്ന് ഈ സന്ന്യാസിസ്വർഗം കാണുമ്പോൾ വ്യക്തമാകുന്നു. പല ആശ്രമങ്ങളിലെ സന്ന്യാസിമാരും ബ്രഹ്മചാരികളും ഒന്നിച്ചുചേർന്ന് കാളിദാസന് യാത്രയയപ്പൊരുക്കി. കണ്വൻ മകളെ യാത്രയയക്കുന്നതുപോലെ നിഷ്കാമ സ്നേഹത്തിന്റെ ശംഖൊലി ഓരോ താപസൻമാരുടെ വാക്കുകളിലും കാളിദാസൻ കേട്ടു. എല്ലാവരും അനുഗ്രഹിച്ചു. എല്ലാവരോടും സ്നേഹത്തോടെ സംസാരിച്ചു. എല്ലാവരോടുമായി പറഞ്ഞു:

"ഇവിടെ നാം വന്നത് യഥാർത്ഥത്തിൽ ഒരു ശിക്ഷ കാരണമാണ്. പക്ഷേ, ഇവിടെ വന്നപ്പോഴാണറിഞ്ഞത്, ശിക്ഷ നഗരത്തിലെ താമസമായിരുന്നു. രക്ഷയും ശിക്ഷയും തമ്മിലുള്ള വ്യത്യാസം പോലും നാം

തിരിച്ചറിഞ്ഞത് ഇവിടെ വച്ചാണ്. നാം പോകുന്നത് തിരിച്ചുവരാനാണ്. പക്ഷേ, അവിടെ മറന്നുവച്ച നമ്മുടെ ആത്മാവിനെ തിരിച്ചെടുത്തുവേണം ഇവിടെയെത്താൻ.

അതിന് എല്ലാവരും നമ്മെ അനുഗ്രഹിക്കണം. അതു മാത്രമേ നമുക്ക് പ്രാർത്ഥിക്കുവാനുള്ളൂ."

ഒരു മഹാസന്ന്യാസി പറഞ്ഞു. "സ്വാമിൻ മോക്ഷത്തിന് പല മാർഗ്ഗങ്ങളുണ്ട്. ഞങ്ങൾ ജ്ഞാനമാർഗം പിൻപറ്റുന്നു. വേദോപനിഷത്തുകളുടെ പിതൃഭൂമിയായ ഇവിടം മോക്ഷത്തിനുള്ള ഒരു മാർഗമാണ്. മോക്ഷമാർഗം പലതാണ്. യജ്ഞവല്ക്യൻ ഗൃഹസ്ഥനായിരുന്നു. വിശ്വാമിത്രനും വസിഷ്ഠരും ഗൃഹസ്ഥൻമാരായിരുന്നു. അങ്ങയെ സംബന്ധിച്ചിടത്തോളം അങ്ങ് മോക്ഷപദത്തിലെത്തിക്കഴിഞ്ഞു. ഞങ്ങളൊന്നും ദർശിക്കാത്ത അമരമാർഗമാണ് അങ്ങ് തെരഞ്ഞെടുത്തത്. ഇനി ഹിമവാന്റെ ഹൃദയഭൂമിയിൽ അങ്ങു വരുന്നുണ്ടെങ്കിൽ അത് ശിവപാർവ്വതിമാരെപ്പോലെ ഒരു മനസ്സും രണ്ട് ശരീരവുമായിക്കഴിയാനായിരിക്കണം. അങ്ങേയ്ക്കുവേണ്ടി ജൻമം തപസ്സാക്കിയ, ഞങ്ങൾ കാണാത്ത ആ കന്യകയുമൊത്ത് വീണ്ടുമിവിടെയെത്താൻ ഈശ്വരൻ അങ്ങയെ തുണയ്ക്കട്ടെ!

രണ്ടു ദിവസത്തെ നീണ്ട നടത്തത്തിനു ശേഷമാണ് ഹരിദ്വാറിലെത്തിയത്. ഒരു ദിവസം ഹരിദ്വാരിൽ വിശ്രമിക്കാമെന്നു കരുതി. ഏതെങ്കിലും ആശ്രമത്തിലെത്തിയാൽ പിന്നെ വിശ്രമിക്കുവാൻ പ്രയാസമില്ല. ഇനിയുള്ള യാത്ര അത്ര പ്രയാസകരമല്ല. കുതിരവണ്ടിയോ കാളവണ്ടിയോ കിട്ടും. ഇടയ്ക്കിടയ്ക്ക് മാറിക്കേറേണ്ടി വരും. വല്ല വ്യാപാരികളുടേയും മെച്ചപ്പെട്ട വാഹനങ്ങളെയുണ്ടാവും.

ഒരാശ്രമത്തിൽ കയറിച്ചെന്നതും അവിടെയുള്ള ഒരു സന്ന്യാസി അദ്ഭുതത്തോടെ ചോദിച്ചു. 'ഈശ്വരാ ആരായീ വരുന്നത്. സാക്ഷാൽ കാളിദാസ മഹാകവിയോ?' ആ പേരുകേട്ടതും അവിടെയുള്ളവർ എല്ലാവരും എഴുന്നേറ്റു. തന്റെ പേര് എല്ലാവർക്കും ചിരപരിചിതമായിരിക്കുന്നു. എല്ലാവർക്കും തന്നെ അറിയാം. തന്റെ മാനസപുത്രിമാരായ ശകുന്തളയെയും മാളവികയെയും ഉർവശിയേയുമറിയാം. കൊട്ടാരത്തിൽ കിട്ടാത്ത അത്രമാത്രം പ്രചാരണം തനിക്കിവിടെ ലഭിച്ചിരിക്കുന്നു. പൊന്നുള്ളയിടത്തേ തട്ടാനു പ്രസക്തിയുള്ളൂ. ആസ്വാദകർക്കിടയിലേ കവി അറിയപ്പെടുന്നുള്ളൂ. അവരുടെ സ്നേഹോഷ്മളമായ സ്വീകരണം ഏറെനേരം നീണ്ടുനിന്നു.

രണ്ടു ദിവസത്തെ വനയാത്രയുടെ ക്ഷീണം. അവർ വിശ്രമിക്കാനനുവദിക്കുകയായിരുന്നു. അവർക്കെന്തൊക്കെയൊ ചോദിക്കുവാനുണ്ട്. പക്ഷേ, തന്റെ ക്ഷീണം കാരണം അവർ സ്വയം നിയന്ത്രിക്കുന്നതുപോലെ തോന്നി.

ഒരു പുൽപായ വിരിച്ച് ഒന്നു കിടന്നതേയുള്ളൂ. തന്നെ തിരിച്ചറിഞ്ഞ ആ സന്ന്യാസി അവിടെയെത്തി. അദ്ദേഹത്തെ മുന്നേ ശ്രദ്ധിക്കുവാൻ കഴിഞ്ഞില്ല. ഇപ്പോൾ തോന്നുന്നു. എത്ര കഷ്ടമായി. ആ മുഖം തനിക്കു

മറക്കുവാൻ കഴിയില്ലല്ലോ. അദ്ദേഹം അടുത്തു വന്നു പറഞ്ഞു. 'സ്വാമിൻ ഞാൻ ഇവിടെയെത്തിയിട്ട് മാസം രണ്ട് കഴിഞ്ഞു. അങ്ങയെ അന്വേഷിച്ചു കൊണ്ടേയിരിക്കുകയായിരുന്നു. എല്ലാവർക്കും കാളിദാസനെ അറിയാം. ചിലർ പറഞ്ഞു. അദ്ദേഹം ബദരിയിലുണ്ട്. ഒരാഴ്ച മുമ്പ് കണ്ടു. ചിലർ പറഞ്ഞു അദ്ദേഹം തുംഗനാഥിലേക്ക് പോകുന്നു എന്നാണ് പറഞ്ഞതെന്ന്. യഥാർത്ഥത്തിൽ അങ്ങയെ കണ്ടെത്തുക എന്ന എന്റെ അന്വേഷണം വൃഥാവിലായി. പക്ഷേ എങ്ങനെയാണെങ്കിലും അങ്ങയെ ഞാൻ കാണും, കണ്ടെത്തും അത് ദൈവനിയോഗമാണെന്ന വിശ്വാസം എനിക്കുണ്ടായിരുന്നു."

ആ സന്ന്യാസിയെ കണ്ടതും കാളിദാസന്റെ കണ്ണുകൾ നിറഞ്ഞു. ഇദ്ദേഹത്തിന്റെ കൈവശമായിരുന്നുവല്ലോ ശങ്കരകവിക്ക് നാമൊരു സന്ദേശം കൊടുത്തയച്ചത്. അത് കൊടുത്തയയ്ക്കുമ്പോൾ മറുപടി ഒരിക്കലും പ്രതീക്ഷിച്ചിരുന്നില്ല.

"അവിടെ പോയോ? ശങ്കരകവിയെ കണ്ടോ?" - എല്ലാ ക്ഷീണവും മറന്നുകൊണ്ട് അദ്ദേഹം പുൽപ്പായിൽ എഴുന്നേറ്റിരുന്നു.

"പോയി. ശങ്കരകവിയെ കണ്ടു. കവിയെ മാത്രമല്ല അങ്ങയുടെ മാളവികയയും" അവിടെ നടന്ന സംഭവങ്ങൾ വള്ളിപുള്ളിവിടാതെ സന്ന്യാസി കാളിദാസനെ പറഞ്ഞുകേൾപ്പിച്ചു. അതുവരെ ഉണ്ടായിരുന്ന തന്റെ എല്ലാ ദുഃഖവും അലിഞ്ഞുപോകുന്നതുപോലെ കാളിദാസനു തോന്നി. ആ സ്ഥാനത്ത് ഉയർന്നുവന്നത് അഭിമാനമാണ്. അവൾക്കുവേണ്ടി നൂതനമായ ഒരു കാവ്യവുമായി താൻ വരും എന്ന അവളുടെ വിശ്വാസത്തിലുള്ള അഭിമാനം. ആത്മാർത്ഥ സ്നേഹമുള്ളവർ എത്ര അകന്നിരുന്നാലും ഒന്നു പോലെ ചിന്തിക്കും. അതാണ് സംഭവിച്ചത്.

സന്ന്യാസി പറഞ്ഞു. "ഹേ മഹാത്മൻ അങ്ങയെ കുറിച്ച് ഇപ്പോൾ നാട്ടുകാർ പറയുന്ന കഥകൾ കേൾക്കാൻ വളരെ രസമാണ്. എന്തൊക്കെ കെട്ടുകഥകളാണെന്നോ. ഇരുന്ന കൊമ്പ് മുറിക്കുന്ന വിഡ്ഢി. എന്നും വേശ്യാലയങ്ങൾ തെരഞ്ഞുകൊണ്ടിരിക്കുന്ന കാമമോഹിതൻ. അങ്ങനെ പോകുന്നു കഥകൾ. അതു പോകട്ടെ. കലിംഗയിലെത്തിയപ്പോഴറിഞ്ഞത് അങ്ങ് രാജപത്നിയെ മോഹിച്ചു അതിനു ശിക്ഷയായി രാജാവ് അങ്ങയെ നാടുകടത്തി എന്നാണ്. വിദർഭയിൽ നിന്നു കേട്ടത് രാജാവിന്റെ ഏക സോദരിയെ പ്രേമിച്ച കുറ്റത്തിനാണ് അങ്ങ് നാടുകടത്തപ്പെട്ടതെന്നാണ്. മഹാമന്ദബുദ്ധിയായിരുന്ന അങ്ങ് ഒരാട്ടിടയനായിരുന്നു എന്നും ഒരിക്കൽ ഇരുന്ന കൊമ്പു മുറിക്കുന്നതു കണ്ട ഒരു പണ്ഡിതൻ അങ്ങയെ ഉപദേശിച്ചത് അങ്ങ് കേട്ടില്ല എന്നും മരം മുറിഞ്ഞുവീണു എന്നും കേട്ടു. ഏറ്റവും വലിയ വിഡ്ഢിയെ അന്വേഷിച്ചുനടന്ന ആ പണ്ഡിതൻ അഹങ്കാരിയായ ഒരുത്തിയെ അദ്ദേഹത്തിന്റെ കുബുദ്ധി ഉപയോഗിച്ച് വിവാഹം കഴിപ്പിച്ചു എന്നും കേട്ടു. അവളുടെ നിർബ്ബന്ധത്തിനു വഴങ്ങി അങ്ങ് കാളിയെ ഉപാസിച്ചു എന്നും കാളി നാവിൽ ഹരിശ്രീ കുറിച്ചതുകൊണ്ടാണ് അങ്ങയുടെ പേർ കാളിദാസനെന്നായതെന്നും നാട്ടിൽ പ്രചരിച്ചിട്ടുണ്ട്.'

സന്ന്യാസിയുടെ കഥകൾ കേട്ടപ്പോൾ കാളിദാസൻ പൊട്ടിച്ചിരിച്ചു. കെട്ടുകഥകളെന്നാൽ കേട്ട കഥകളല്ല. ഓരോരുത്തരെയും കെട്ടിവരിഞ്ഞ് മുറുക്കുന്ന കഥകളാണ്. ഇരുന്ന കൊമ്പ് മുറിച്ചു എന്ന് സാധാരണക്കാർക്ക് തോന്നാം. അവർക്ക് കൊട്ടാരമെന്നു കേൾക്കുന്നതേ പൊൻകൊമ്പാണല്ലോ. അത് സ്വയം മുറിച്ചാൽ എന്ന അർത്ഥത്തിൽ ശരിയാണ്. കാളിനാവിൽ ഹരിശ്രീ കുറിച്ചു എന്നത് അതിനേക്കാൾ ശരിയാണ്. സാക്ഷാൽ പ്രപഞ്ചശക്തിയായ ആ അമ്മ ഹരിശ്രീ കുറിച്ചില്ലായിരുന്നു എങ്കിൽ തനിക്കൊരു വാക്കെങ്കിലും എഴുതുവാൻ കഴിയുമായിരുന്നോ. ജനക്കൂട്ടത്തിന്റെ ഭാവനകളെ നമസ്കരിക്കാതിരിക്കുവാൻ വയ്യ. എത്ര സർഗ്ഗാത്മകമായാണ് അവർ കഥകൾ നെയ്തു കൂട്ടുന്നത്.

“അങ്ങ് നഗരത്തിലേക്ക് പോകുന്നു എന്നല്ലേ പറഞ്ഞത്! അവിടെ അങ്ങയെ കാത്തിരിക്കുന്ന അങ്ങയുടെ പ്രിയതമ അങ്ങയെ മാത്രമല്ല കാത്തിരിക്കുന്നത്, ആരും എഴുതാത്ത തികച്ചും പുതുമയുള്ള ഒരു കവിതയെ കൂടിയാണ്. അതുമായി വരുന്ന ആളുടെ കൂടെ മാത്രമെ താൻ പോകൂ എന്നവർ നൂറുകണക്കിന് ആളുകൾ കൂടിയ സദസ്സിൽ വച്ച് പ്രഖ്യാപിച്ചതാണ്. അങ്ങനെ ഒരു കൃതി താങ്കൾ എഴുതിയിട്ടുണ്ടോ?”

“പുതുമയില്ലാത്ത ഒന്നും യശ്ശസ്സിന് കാരണമാകില്ല. നാമെഴുതിയതൊക്കെ പുതുമയുള്ളതാണ്. അത് മാളവികയ്ക്ക് നന്നായറിയാം. അതുകൊണ്ടുതന്നെയാണ് പുതിയ ഒരു കാവ്യം എന്നവൾ പറഞ്ഞിട്ടുണ്ടാവുക. രണ്ടു കൃതികൾ നാം എഴുതിയിട്ടുണ്ട്. ഒന്ന് ‘കുമാരസംഭവം’ മറ്റൊന്ന് ‘മേഘദൂത്’ രണ്ടും പുതുമയുള്ളത് തന്നെ.”

രചനാ രീതിയിലും പദപ്രയോഗംകൊണ്ടും ഏത് തലത്തിൽ നിന്നു നോക്കിയാലും പുതുമയുടേതാണ് മേഘദൂത്. ഇതുപോലെ ഒരു സന്ദേശകാവ്യം സംസ്കൃതത്തിലോ മറ്റേതെങ്കിലും ഭാഷയിലോ ഉണ്ടായതായി നമുക്കറിയില്ല. ഇനി ഉണ്ടായിട്ടുണ്ടെങ്കിൽത്തന്നെ അതിലൊന്നും മേഘത്തെ ജീവസ്സുള്ള ഒരു കഥാപാത്രമായി സൃഷ്ടിക്കുകയോ അതിനെ ഒരു സന്ദേശവാഹകനായി കല്പിക്കുകയോ ചെയ്തിട്ടില്ല. ആ നിലക്ക് മേഘദൂത് തികച്ചും പുതുമയുള്ളതാണ്. മാളവികയും അതംഗീകരിക്കും. പക്ഷേ എന്ത് സംഭവിച്ചാലും നമ്മെ അവളുമായി യോജിക്കുവാൻ സമ്മതിക്കില്ല എന്ന ശാഠ്യം രാജാവിനുണ്ടെങ്കിൽ ഇതൊന്നും വലിയ കാര്യമല്ല. വീണ്ടും എന്തെങ്കിലും കാരണമുണ്ടാക്കി തങ്ങളെ അകറ്റാൻ രാജാവിന് കഴിയും. ശക്തനായ ഒരു രാജാവ് തീരുമാനിക്കുന്നതാണ് നീതിയും നിയമവും. വെറും ഒരു പ്രജയായ നമുക്കോ മാളവികയ്ക്കോ അതൊന്നും തിരുത്താൻ കഴിയില്ല.”

“അതു ശരിയാണ്. എന്നാൽ അതിനേക്കാൾ വലിയ ഒരു ശരിയുണ്ട്. ദൈവം സ്വയം വിളക്കിച്ചേർത്തതിനെ ഒരു മനുഷ്യനും വേർപിരിക്കുവാൻ കഴിയില്ല. അതിനു ശ്രമിക്കുമ്പോൾ അധികാരവും ശക്തിയുമൊക്കെ സ്വയം പരിഹസിക്കപ്പെടും. മഹാവിജ്ഞാനിയെന്ന് പേരുകേട്ട അങ്ങയുടെ

രാജാവിന് അതറിയാതിരിക്കില്ല. എന്തായാലും അങ്ങ് വൈകിക്കേണ്ട. ഇന്ന് കുറച്ചു സന്ന്യാസിമാർ വാരണാസിക്ക് പോകുന്നുണ്ട്. കുതിരവണ്ടിയിലാണ് അവർ പോകുന്നത്. അങ്ങേയ്ക്കും അതിൽ കയറാം. അതൊക്കെ ഞാൻ ഏർപ്പാടാക്കാം. വാരണാസിയിലെത്തിക്കഴിഞ്ഞാൽ ഉജ്ജയിനിയിലേക്കു പോകുന്ന ആരെയെങ്കിലും കണ്ടുമുട്ടാതിരിക്കില്ല. എല്ലാം മംഗളമായി വരും."

സന്ന്യാസിയുടെ വാക്ക് പാഴ്വാക്കാവതിരിക്കട്ടെ. അങ്ങനെ ചിന്തിച്ചുകൊണ്ട് ഭാണ്ഡം കൈയിലെടുത്തു. ഒന്നു വിശ്രമിച്ചിട്ട് നാളെ യാത്ര തുടരാമെന്നായിരുന്നു കരുതിയത്. ഇന്നൊരു കുതിരവണ്ടി പോകുന്നുണ്ട് എന്നറിഞ്ഞ സ്ഥിതിക്ക് വിശ്രമിക്കാൻ നിൽക്കുന്നത് വിഡ്ഢിത്തമാണ്. അവസരങ്ങൾ എപ്പോഴും നമ്മെത്തേടി വരില്ല. വരുമ്പോൾ അതുപയോഗിക്കണം. എന്നാലേ ഈ ലോകത്ത് പിടിച്ചുനിൽക്കാനും മുന്നേറാനും കഴിയൂ. ശരീരം ആകെ തളർന്നെങ്കിലും മനസ്സുണർന്നു. ഭാണ്ഡം ഒന്നുകൂടി മുറുക്കി. പുറത്തിറങ്ങിയപ്പോൾ കുതിരവണ്ടി ഒരുങ്ങിനിൽക്കുകയായിരുന്നു. മഹാകവി കാളിദാസൻ കൂടെയുണ്ടെന്ന് കേട്ടപ്പോൾ യാത്രക്കാരായ സന്ന്യാസിമാർക്കൊക്കെ എന്തെന്നില്ലാത്ത ഉത്സാഹം. രണ്ടുനാലു ദിവസം അദ്ദേഹത്തിന്റെ കൂടെ യാത്ര ചെയ്യുക എന്നത് ഒരു ഭാഗ്യമായിട്ടാണ് അവർ കണ്ടത്.

സന്ധ്യ മരക്കൊമ്പുകളിൽ കൂടുകൂട്ടിയിരുന്നു. സന്ധ്യയ്ക്കുള്ള യാത്ര ശുഭലക്ഷണമല്ലെന്നാണ് പറയാറ്. അല്ലെങ്കിലും ശുഭാശുഭങ്ങൾ ഒരു പരിധി വരെ തീരുമാനിക്കുന്നത് അവരവരുടെ മനസ്സു തന്നെയാണല്ലോ.

കുതിരകൾ ഇളകിയോടുന്നത് കണ്ടിരിക്കുമ്പോൾ മനസ്സിൽ എന്തെന്നില്ലാത്ത ഒരാഹ്ലാദം. താനേറെ മോഹിച്ച എന്തോ ഒന്ന് തന്റെ കൈപ്പിടിയിലൊതുങ്ങാൻ പോകുന്നു എന്ന ഒരു വിശ്വാസം. അതൊരു പുതിയ ശക്തിയായിരുന്നു. സഹയാത്രികരായ സന്ന്യാസിമാർ എന്തൊക്കെയോ പറയുന്നുണ്ട്. അവർക്കൊരു നൂറുകൂട്ടം കാര്യങ്ങൾ പറയാനുണ്ട്. പലതും ചോദിക്കാനുമുണ്ട്. അവരുടെ ചോദ്യങ്ങൾക്ക് യാന്ത്രികമായി ഉത്തരം പറഞ്ഞു. പക്ഷേ മനസ്സ് അവിടെയൊന്നുമായിരുന്നില്ല. അവർ പറയുന്നതിൽ പാതി മാത്രമേ കേട്ടിരുന്നുള്ളൂവെങ്കിലും അവരെ നിരാശരാക്കാൻ കഴിയില്ലല്ലോ.

ഒരു കടലിനെ കരളിൽ ചേർത്തുകൊണ്ടാണ് താനീ കുതിരവണ്ടിയിലിരിക്കുന്നതെന്ന് അവർക്കറിയില്ലല്ലോ. അതിന്റെ ഇരമ്പൽ, ആർത്തലയ്ക്കുന്ന തിരമാലകൾ, അതൊന്നും കാണാനുള്ള ജ്ഞാനചക്ഷുസ്സ് അവർ നേടിയെടുത്തിട്ടില്ലല്ലോ.

സൂര്യൻ മെല്ലെ മെല്ലെ ഇരുൾഗർത്തത്തിൽ മുങ്ങിപ്പോയി. വരാനിരിക്കുന്ന പ്രകാശത്തിന്റെ കണം അന്വേഷിച്ചുപോയതായിരിക്കും. വരുംപ്രതീക്ഷകളുടെ ഒരു നൂറു പ്രകാശകിരണവുമായി മേഘാവൃതമല്ലാത്ത തെളിഞ്ഞ ആകാശത്ത് ശാന്തനായി ഉദിച്ചുയരും. അതുവരെ നിശ്ശബ്ദമായ ഒരു മയക്കത്തിലേക്ക്. എല്ലാം മറന്നുള്ള ഒരു മയക്കത്തിലേക്ക്.

പതിനഞ്ച്

എരിഞ്ഞുതീരാത്ത നെരിപ്പോടുകൾ

മഹാരാജാവിന്റെ അധ്യക്ഷതയിൽ അന്ന് പണ്ഡിതസദസ്സ് ആരംഭിച്ചതേയുള്ളൂ. എന്നത്തേയും പോലെ ശങ്കരകവി അന്നും നേരത്തെ വന്നിരുന്നു. പണ്ഡിതസദസ്സിൽ പങ്കെടുക്കാൻ വലിയ താത്പര്യമുണ്ടായിട്ടല്ല. കവി എന്നോ പണ്ഡിതൻ എന്നോ പറയുവാൻ കഴിയുന്ന ആരും ഇപ്പോഴാ സദസ്സിലില്ല. 'കാളിദാസനും ഭർത്തൃഹരിയും പോയതിൽപിന്നെ നീർക്കോലികളൊക്കെ മൂർഖൻ പാമ്പാണെന്ന' ഭാവത്തിൽ ഫണം വിടർത്തുന്ന പരിഹാസ്യമായ കാഴ്ചയാണ് കാണാറുള്ളത്.

ശങ്കരകവിക്കു മാത്രമല്ല ഭോജരാജാവിനും തന്റെ പണ്ഡിതസദസ്സ് വളരെ ശുഷ്കമാണെന്ന് തോന്നിത്തുടങ്ങിയിരുന്നു. പക്ഷേ, അത് സമ്മതിക്കുവാൻ അദ്ദേഹം തയ്യാറാകില്ലെന്നു മാത്രം. ഭർത്തൃഹരിയെ തിരിച്ചുകൊണ്ടുവരുവാൻ പല പ്രാവശ്യം ശ്രമിച്ചു. അവസാനമായി അദ്ദേഹം പറഞ്ഞുവത്രെ. 'സ്വതന്ത്രമായി ചിന്തിക്കുവാനും അതുപോലെ പ്രവർത്തിക്കുവാനും കഴിയുമെന്ന് നമുക്ക് തോന്നുമ്പോൾ വരാം. മഹാരാജാവിനെ ഭയപ്പെട്ടു ജീവിക്കുന്നതിന് പ്രതിഫലമായി കൊട്ടാരം കവി എന്ന ഒരു സ്ഥാനപ്പേര് പതിച്ചുകിട്ടിയാൽ അതും ചുമന്നുകൊണ്ടുനടക്കുന്ന ഒരു വെറും കഴുതയാകുവാൻ നമുക്ക് താത്പര്യമില്ല.' അതുകേട്ടതോടെ പിന്നെ അദ്ദേഹത്തെ വിളിച്ചു നോക്കുന്നതിൽ അർത്ഥമില്ലെന്ന് ബോധ്യമായി.

സദസ്സ് തുടങ്ങി കുറച്ചു കഴിഞ്ഞപ്പോഴാണ് ഒരു ഭടൻ വന്ന് രാജാവിനെ മുഖം കാണിക്കുന്നത്. "അങ്ങയെ മുഖം കാണിക്കുന്നതിന് ഒരാൾ വന്നിരിക്കുന്നു. ഈ സദസ്സിലേക്കു വരുവാനാണ് താത്പര്യം എന്നറിയിച്ചു" എന്ന് ഭടൻ.

സാധാരണ ജനങ്ങളുടെ പരാതിയും ആവലാതിയും കേൾക്കുന്നത് പണ്ഡിതസദസ്സിൽ വച്ചല്ല. അതിനുമാത്രം പ്രത്യേകം സ്ഥലവും സമയവുമുണ്ട്. അതുകൊണ്ട് ഭടൻ പണ്ഡിതസദസ്സാണെന്ന് ബോധിപ്പിച്ചിട്ടുണ്ടായിരിക്കും. ഈ സദസ്സിൽ വച്ചുകാണാനാണ് താത്പര്യം എന്ന് പ്രത്യേകം പറഞ്ഞതിന് കാരണമതാണ്.

"ആരായാലും ശരി. വരാൻ പറയൂ." രാജാവ് കല്പിച്ചു.

കടന്നുവന്നത് വിലാസവതിയാണ്. മഹാപണ്ഡിതൻമാരുടെ സദസ്സിൽ ഒരു വേശ്യാസ്ത്രീക്കെന്തു കാര്യം. പണ്ഡിതൻമാരുടെ മുഖം വിവർണമായി. വിലാസവതിയെ കൊട്ടാരത്തിൽ എല്ലാവർക്കും സുപരിചിതമാണ്. എന്നിട്ടും ഭടൻ, ഒരാൾ കാണാൻ വന്നിരിക്കുന്നു എന്നാണ് പറഞ്ഞത്. വിലാസവതി കാണാൻ വന്നിരിക്കുന്നു എന്ന് പറഞ്ഞാൽ ചിലപ്പോൾ അവസരം നിഷേധിച്ചാലൊ. അതുകൊണ്ട് അവരുടെ നിർദ്ദേശപ്രകാരമായിരിക്കും അദ്ദേഹമങ്ങനെ പറഞ്ഞിട്ടുണ്ടാവുക.

മഹാരാജാവ് പറഞ്ഞു.

"ഇത് കാര്യസഭയല്ല, പണ്ഡിത സഭയാണ് കാവ്യനാടകാദിസാഹിത്യത്തെക്കുറിച്ചാണ് ഇവിടെ ചർച്ച. എന്തെങ്കിലും പരാതികളൊ പരിഭവങ്ങളൊ ഉണ്ടെങ്കിൽ കാര്യസഭയിൽ വരൂ"

"മഹാരാജൻ വിജയിക്കട്ടെ. അടിയൻ പരാതികളൊ പരിഭവങ്ങളൊ പറയാൻ വന്നതല്ല. അങ്ങയെപ്പോലുള്ള മഹാരഥൻമാരായ ചക്രവർത്തിമാർ ഭരിക്കുമ്പോൾ അടിയങ്ങളെപ്പോലുള്ള പ്രജകൾക്ക് എന്തു പരിഭവങ്ങളാണുണ്ടാവുക. അടിയൻ വന്നത് ഈ പണ്ഡിത സദസ്സിലേക്കാണ്. ഒരു കാവ്യം അങ്ങയെ കാണിക്കുവാൻ."

"എന്ത്. വിലാസവതിയും കാവ്യരചന തുടങ്ങിയോ? നോക്കട്ടെ!" രാജാവ് കൈനീട്ടി.

"അടിയൻ രചിച്ചതല്ല. അവിടുന്നുനോക്കി അഭിപ്രായം പറയാൻ താത്പര്യപ്പെടുന്നു." ഭൂർജപത്രത്തിലെഴുതിയ ആ കൃതി വിലാസവതി സവിനയം രാജാവിനെ ഏല്പിച്ചു. രാജാവ് വെറുതെയൊന്ന് മറിച്ചുനോക്കി. ഒറ്റനോട്ടത്തിൽ കണ്ണിൽപ്പെട്ടത്

"സ്ഥിത്വതസ്മിൻ വനചരവധു ഭുക്തകുഞ്ജേ മുഹൂർത്തം" എന്ന വരിയാണ്. വനചരവധുക്കളുടെ കുടിലുകാണുമ്പോൾ ഒരു നിമിഷം നിൽക്കാൻ പറയുന്നതെന്തിന്. ആരോട്. അദ്ദേഹത്തിന്റെ ഉള്ളിൽ ചോദ്യങ്ങളുയർന്നു. അതോടൊപ്പം തന്നെ ഈ വരികൾക്ക് പരിചിതമാം ഏതോ വരികളുടെ സ്പർശം. ഉടൻ അദ്ദേഹം ആ കൃതിയുടെ ആദ്യഭാഗം വീണ്ടും വായിച്ചു.

"കശ്ചിത് കാന്താവിരഹഗരുണ.....' അറിയാതെ വായന തുടർന്നു. ബാക്കി നാളെ വായിക്കാമെന്ന് തോന്നിയില്ല. മറ്റുള്ള കവി പ്രതിഭകൾ എന്തെന്നറിയാതെ നോക്കിക്കൊണ്ടിരിക്കെ മഹാരാജൻ ആ കൃതിയിലങ്ങനെ അലിഞ്ഞുചേരുകയായിരുന്നു. വായനയിലൂടെ ഒരു സ്വർഗലോകത്തിലേക്കുള്ള സഞ്ചാരം.

ഇടിമിന്നൽ കൊടിപടഹങ്ങളുമായി രാജകീയ പ്രൗഢിയുമായി ഒരു കാർമേഘം വിരഹിയായ യക്ഷന്റെ കണ്ണുനീർ ഹൃദയത്തിലേറ്റു വാങ്ങിക്കൊണ്ട് അളകാപുരി ലക്ഷ്യമാക്കി ആടിയുലഞ്ഞ് സഞ്ചരിക്കുന്ന ഒരു

ദൃശ്യം മഹാരാജാവിന്റെ മനോമുകുരത്തിൽ പ്രത്യക്ഷപ്പെട്ടു. പാടുന്ന മുളകളും കുന്നിൻപുറത്ത് വിശ്രമിക്കുന്ന കസ്തൂരിമാൻ കൂട്ടങ്ങളും രാവണന്റെ പിടിയിൽക്കിടന്നാടിയുലഞ്ഞ കൈലാസപർവതവും പിളർന്ന ആനക്കൊമ്പിന്റെ വർണശോഭയുള്ള ഹിമപർവ്വതങ്ങളും പുരികക്കൊടിയുടെ അറ്റംകൊണ്ട് സംശയം വ്യക്തമാക്കുന്ന പാർവ്വതിയെ നുരയാകുന്ന പുഞ്ചിരികൊണ്ട് പരിഹസിക്കുന്ന ഗംഗയെയും അങ്ങനെ എത്രയെത്ര വിസ്മയകരമായ കാഴ്ചകൾ എത്രയെത്ര അമൂല്യമായ കല്പനകൾ. അനിർവചനീയമായ ഏതോ അനുഭൂതിയിലൂടെ മുമ്പിൽ വിടർന്നുവരുന്ന ഒരു യക്ഷനഗരം!

പണ്ഡിതൻമാരും കവികളും അദ്ഭുതപ്പെട്ടത് രാജാവിന്റെ മുഖഭാവങ്ങൾ കണ്ടതുകൊണ്ടാണ്. സാധാരണ സദസ്സിൽ അത്തരമൊരു ഗ്രന്ഥം കിട്ടിയാൽ ഒന്നു മറിച്ചുനോക്കി അവിടെ വയ്ക്കും. പിന്നെ ഒന്നോ രണ്ടോ ദിവസംകൊണ്ട് അത് രാജാവ് വായിക്കും. നല്ല സൃഷ്ടികളാണെങ്കിൽ പകർപ്പെടുത്ത് സദസ്സിന് വായിക്കുവാൻ നല്കും. പിന്നെ അതിനെക്കുറിച്ചുള്ള ചർച്ചകൾ നടക്കും. സദസ്സിലിരുന്ന് ഒരു കൃതി ആദ്യന്തം വായിക്കുവാൻ രാജാവ് ഒരിക്കലും ശ്രമിക്കാറില്ല. വളരെ ചെറിയ കൃതിയായതുകൊണ്ട് അവിടെ ഇരുന്നുതന്നെ വായിക്കാവുന്നതേയുള്ളൂ എന്നതുകൊണ്ടാവാം. കുറേനേരം അങ്ങനെ കടന്നുപോയി. പിന്നീട് രാജാവ് പറഞ്ഞു. "അദ്ഭുതം. ഇത്തരമൊരു കൃതി നാം ഇതിനു മുമ്പ് കണ്ടിട്ടില്ല. നാം ഒന്നോടിച്ചുനോക്കിയതേയുള്ളൂ. കടഞ്ഞെടുത്ത അമൃതുപോലെയാണിത്. നമുക്കിതൊന്ന് ആഴത്തിൽ മനസ്സിരുത്തി വായിക്കണം."

"ആട്ടെ, വിലാസവതി ഈ കൃതി സദസ്സിലെത്തിക്കുവാൻ കാരണം?"

"മഹാരാജൻ ഈ കൃതി അടിയന്റെ മകൾ ആണ് അടിയനെ ഏല്പിച്ചത്. അവളാഗ്രഹിച്ചതുപോലെ ആവശ്യപ്പെട്ടതുപോലെ തികച്ചും നൂതനമായ ഒരു കാവ്യം. ഈ കവിയുടെകൂടെ പോകുവാൻ അവളെ അനുവദിക്കണമെന്ന് അവൾ തിരുമനസ്സിനോടപേക്ഷിക്കുന്നു."

രാജാവിന്റെ മുഖം വിവർണമാകുന്നത് സദസ്സ് ഒന്നടങ്കം തിരിച്ചറിഞ്ഞു.

രാജാവ് തന്നെ ആ നിശ്ശബ്ദത തകർത്തു. "ഏതായാലും നാം ഈ കൃതിയൊന്ന് മനസ്സിരുത്തി വായിക്കട്ടെ. സദസ്സിലും ചർച്ച ചെയ്യണം. മറ്റന്നാൾ വിലാസിനിയോട് കവിയേയും കൂട്ടി സദസ്സിലെത്തുവാൻ പറയൂ. നമ്മുടെ തീരുമാനം അപ്പോൾ പറയാം." വിലാസവതി സദസ്സിൽ നിന്നിറങ്ങി നടന്നു.

സഭ പിന്നെ ഏറെനേരം തുടർന്നില്ല. രാജാവിന്റെ മനസ്സാകെ പ്രക്ഷുബ്ധമാണെന്ന് തോന്നി. അത്തരം സന്ദർഭങ്ങളിൽ കവികളാരും കൂടുതൽ സംസാരിക്കാറില്ല. എല്ലാവരുടെയും തീരുമാന പ്രകാരം അന്നത്തെ സഭ പിരിച്ചുവിട്ടു.

അതെഴുതിയത് കാളിദാസനല്ലാതെ മറ്റാരുമല്ലെന്ന് രാജാവിന് ഉറപ്പുണ്ടായിരുന്നു.

കാളിദാസൻ തിരിച്ചെത്തിയിരിക്കുന്നു എന്ന് അദ്ദേഹത്തിന് ബോധ്യമായി. ഒന്ന് കണ്ണോടിച്ചപ്പോഴേയ്ക്കും മനസ്സിൽ പതിഞ്ഞുപോകുന്ന വരികൾ. മറ്റൊരു സന്ദർഭത്തിലായിരുന്നെങ്കിൽ ആ കവിയെ എല്ലാവിധ ഔദ്യോഗിക ബഹുമതികളും നൽകി ഭോജരാജധാനിയിലെ കവിപ്രതിഭകൾക്കിടയിലേക്ക് ആനയിക്കുമായിരുന്നു. ഇപ്പോഴെന്തു ചെയ്യേണ്ടൂ എന്ന് തീരുമാനിക്കുവാൻ വയ്യാത്ത അവസ്ഥ.

ഇനിയും എന്തെങ്കിലും പേരുപറഞ്ഞ് അദ്ദേഹത്തെ ഉജ്ജയിനിയിൽ നിന്ന് പുറത്താക്കുന്നത് മഹാരാജൻ എന്ന തന്റെ സ്ഥാനത്തിരുന്ന് ചെയ്യുവാൻ കഴിയുന്നതല്ല. ഇപ്പോൾത്തന്നെ തന്റെ തീരുമാനത്തെക്കുറിച്ച് ജനങ്ങൾക്കിടയിൽ രണ്ടഭിപ്രായമുണ്ട്. അത് ചാരൻമാർ പറഞ്ഞ് മനസ്സിലായതുമാണ്. ഒരു സ്ത്രീയോടുള്ള താത്പര്യം കാരണം പിതൃപിതാമഹൻമാരായി ഉണ്ടാക്കിവച്ച മഹത്തായ ഒരു പാരമ്പര്യം നഷ്ടപ്പെടുക എന്നാൽ അത് കഷ്ടം തന്നെ. പ്രജകൾക്കു മാത്രമല്ല എതിർപ്പ്. രാജപത്നിപോലും ഈ പേരിൽ നിരന്തരം കുത്തുവാക്കുകൾ പറയുന്നത് മനസ്സിലാകാത്തതുകൊണ്ടല്ല. മനസ്സിലാകാത്ത ഭാവം നടിക്കുകയാണ്.

എന്നുവച്ച് താൻ മനസ്സിൽ കാത്തുകാത്തുവച്ച ഒരു സ്വപ്നം മറ്റൊരാൾ തട്ടിയെടുക്കുന്നത് വെറുതെ കണ്ടുനിൽക്കണോ? ആഗ്രഹങ്ങൾ വെട്ടിപ്പിടിച്ച പാരമ്പര്യമാണ് വിക്രമാദിത്യ രാജവംശത്തിനുള്ളത്. ഒരു വട്ടം കവിക്കുവേണ്ടി അതുപേക്ഷിക്കുമ്പോൾ രാജാവായ താൻ കവിയേക്കാൾ ചെറുതായിപ്പോകില്ലേ. പക്ഷേ അവൾ മനസ്സുകൊണ്ടു തന്നെ ഉപേക്ഷിച്ച സ്ഥിതിക്ക് അവളെ കീഴടക്കാനുള്ള പരിശ്രമം ആത്യന്തികമായി മാനക്കേടിലേ കലാശിക്കൂ. എന്തു ചെയ്യണം. എന്തായാലും തന്നെ തോല്പിച്ചിട്ട് കാളിദാസൻ അവളെ സ്വീകരിച്ച് തന്റെ മുൻപിലൂടെ നടന്നുപോകുന്നത് ആലോചിക്കാനേ കഴിയില്ല. തനിക്ക് നേടാൻ കഴിഞ്ഞില്ലെങ്കിലും അയാൾ നേടാതിരിക്കുവാനെങ്കിലും ഒരു വഴിയും കാണാൻ കഴിയുന്നില്ല. മറ്റ് ഏത് കാര്യമായിരുന്നുവെങ്കിലും ഇത്തരം ഒരു ദശാസന്ധിയിൽ ചർച്ച ചെയ്യാനും ഉപദേശങ്ങൾ തേടാനും ഇഷ്ടംപോലെ ആളുകൾ കൊട്ടാരത്തിലുണ്ട്. എന്നാൽ ഈ വിഷയത്തിൽ ആരോടെങ്കിലും ചർച്ച ചെയ്താൽ തന്നെക്കുറിച്ചെന്ത് ചിന്തിക്കും എന്ന ഭയം!

ശങ്കരകവി വളരെ സന്തോഷവാനായിരുന്നു. ഒരു രാത്രി ഉജ്ജയിനിയിലുണ്ടായിട്ടും ചാരക്കണ്ണുകളിൽ പെടാതെ പെട്ടെന്നുതന്നെ അദ്ദേഹത്തെ ഒളിപ്പിക്കുവാൻ കഴിഞ്ഞു എന്നത് മഹാഭാഗ്യം എന്നല്ലാതെ എന്തു പറയാൻ. കാളിദാസൻ സ്ഥലത്തെത്തിയിട്ടുണ്ടെന്നും അദ്ദേഹം നൽകിയ മേഘദൂത് വായിക്കണമെന്നും മാളവികയെ നേരിട്ടറിയിക്കുവാൻ ആഗ്രഹിച്ചതാണ്. പക്ഷേ വിലാസവതിയെ ഏല്പിക്കുവാനേ കഴിഞ്ഞുള്ളൂ. മാളവികയെ കണ്ടിട്ട് കാലമേറെയായി. ഒന്നു കാണാൻ ശ്രമിച്ചാൽ ചാരൻമാരുടെ കണ്ണുകളിൽ അത് പെടാതിരിക്കില്ല. ഒരു സംശയത്തിന്റെ വിത്ത് രാജാവിന്റെ മനസ്സിൽ വീണാൽ പിന്നെ തന്റെ എല്ലാ

കാര്യവും അവതാളത്തിലാകും. ആ ഭയം മനസ്സിലുണ്ടായതുകൊണ്ടാണ് കാണാൻ കൂടുതൽ പരിശ്രമിക്കാതിരുന്നത്. കണ്ടില്ലെങ്കിലെന്താ – അവളുടെ ജീവിതത്തിലെ ഏറ്റവും വലിയ സാഫല്യത്തിന് കാരണമാകുവാൻ കഴിഞ്ഞില്ലേ.

ഇനിയുള്ള രാജാവിന്റെ തീരുമാനത്തെക്കുറിച്ചാണ് ഭയം. വെറും ഒരു സമ്മതം. അതു നല്കുക മാത്രമേ ചെയ്യേണ്ടതുള്ളൂ. അത് ചെയ്യാതെ തീരുമാനം മാറ്റിവച്ചതുതന്നെ അശുഭ ലക്ഷണമാണ്. അവൾ ആവശ്യപ്പെട്ട മൂല്യം അവൾക്കു കിട്ടി. അവൾക്കു പോകാനുള്ള ഒരനുമതി – അതല്ല മഹാരാജൻ ചെയ്തത്. ഒരു കാര്യം തീർച്ച പിന്നിലെന്തൊ കളി നടക്കുന്നുണ്ട്. ചില കാര്യങ്ങൾ ആരോടും ആലോചിക്കാതെ നടപ്പിൽ വരുത്തുക രാജാവിന്റെ ഒരു രീതിയാണ്. തന്നെ മാത്രം ബാധിക്കുന്ന തീരുമാനമാകുമ്പോൾ അതേ അദ്ദേഹം ചെയ്യൂ. മറ്റുള്ള ആരോടെങ്കിലും ഒന്ന് ചർച്ച ചെയ്തിരുന്നുവെങ്കിൽ, എന്തു തീരുമാനം വരാൻ പോകുന്നു എന്ന് മുൻകൂട്ടി മനസ്സിലാക്കാമായിരുന്നു. പക്ഷേ, ഇപ്പോൾ ഒരു വഴിയില്ല...

മാളവത്തിൽ അധികദിവസം ഒളിഞ്ഞിരിക്കുവാൻ കഴിയില്ല. തീർച്ച. ഗ്രാമീണരായതുകൊണ്ട് പെട്ടെന്ന് പരസ്യമാകില്ല. എന്നാൽ അദ്ദേഹത്തെ പരിചയമുള്ളവരാണവർ. അദ്ദേഹമവിടെയുണ്ടെന്ന് പുറത്തറിഞ്ഞാൽ അതു കാട്ടുതീപോലെ പരക്കും. രാജാവിന്റെ ചാരൻമാർ ആരെങ്കിലും അറിഞ്ഞാൽ എല്ലാം അബദ്ധമാകും. എന്തു ചെയ്യണം എങ്ങനെ ചെയ്യണം ഇതായിരുന്നു ശങ്കരകവിയുടെ ചിന്തയിൽ മുഴുവൻ.

പിറ്റേന്ന് രാവിലെത്തന്നെ ചാരൻ രാജാവിനെ മുഖം കാണിച്ചു. വളരെ രഹസ്യമായി രാജാവിനോട് പറഞ്ഞു. "മഹാരാജൻ മാളവം എന്ന ദേശത്ത് ഒരലക്കുകാരന്റെ കുടിലിൽ അതീവ രഹസ്യമായി കാളിദാസൻ താമസിക്കുന്നുണ്ട്. മറ്റാർക്കും ഒരു സംശയത്തിനും ഇടകൊടുക്കാതെ നമ്മുടെ രണ്ടുപേർ അദ്ദേഹത്തെ നിരീക്ഷിക്കുന്നുണ്ട്. എന്തുവേണമെന്ന് തിരുമേനി കല്പിച്ചാൽ മതി."

"അങ്ങനെ പെട്ടെന്ന് നിങ്ങൾ അദ്ദേഹത്തിനെ എന്തെങ്കിലും തരത്തിൽ അപകടപ്പെടുത്തിയാൽ അതിന്റെ പേരുദോഷം നമുക്ക് സംഭവിക്കും. അതു വേണ്ട. മാളവത്തിനടുത്ത് ധരാ എന്ന നഗരത്തിൽ കൗമുദിക എന്ന ഒരു വാരസ്ത്രീയുണ്ട്. അവൾ നമുക്കുവേണ്ടി എന്തും ചെയ്യും. അവളെ ഇന്നുതന്നെ അതീവരഹസ്യമായി ഇവിടെ എത്തിക്കണം. ഒരാൾ പോലുമറിയരുത്."

ഭടൻ പോയി. ഇപ്പോൾ എല്ലാം തന്റെ കൈപ്പിടിയിലായി എന്ന് രാജാവിന് തോന്നി. കൗമുദിക. എന്തുചെയ്യുവാനും അവൾക്ക് യാതൊരു സങ്കോചവുമില്ല. അവളെ വിശ്വസിക്കാം. തലപോയാലും ഒന്നും പുറത്തു പറയില്ല. നമുക്ക് വേണ്ടി അവൾ എന്തും ചെയ്യും.

ഉച്ചതിരിഞ്ഞിട്ടുണ്ടാകും. അപ്പോഴാണ് അംഗരക്ഷകൻമാരാരുമില്ലാതെ ഒരു തോഴിയുടെ വേഷത്തിൽ അവർ അന്തഃപുരത്തിലെത്തിയത്. എത്ര വേഷം മാറിയാലും രാജാവിന് അവളെ തിരിച്ചറിയുവാൻ പ്രയാസ മുണ്ടായിരുന്നില്ല.

"കൗമുദികാ നമുക്കുവേണ്ടി ഒരുപകാരം ചെയ്യണം. ഇന്നുവരെ നീ നമുക്കുവേണ്ടി ചെയ്തതെല്ലാം നമുക്കറിയാം. അതുപോലെയല്ല ഇത്. അതിനേക്കാൾ ഏറെ പ്രയാസകരമായ ഒന്നാണ്. കാളിദാസകവി - ഇപ്പോൾ മാളവത്തിലുണ്ട്. അദ്ദേഹം മറ്റന്നാൾ പുലരുമ്പോൾ ഭൂമുഖത്തു ണ്ടാവാൻ പാടില്ല. എല്ലാം പരമരഹസ്യമായിരിക്കണം. നാമിതിന്റെ പിന്നി ലുണ്ടെന്ന് ഒരാളും അറിയരുത്."

"അടിയൻ. തിരുമേനി കല്പിക്കുന്നതുപോലെ." കൗമുദിക അദ്ദേ ഹത്തെ തൊഴുതുനിന്നു. രാജാവ് പറഞ്ഞു. "അദ്ദേഹം എവിടെയുണ്ട്, കണ്ടാൽ തിരിച്ചറിയുന്നതെങ്ങനെ തുടങ്ങി എല്ലാ വിവരങ്ങളും ഇതി ലുണ്ട്-" അതും പറഞ്ഞ് ഭൂർജ്ജപത്രത്തിലെഴുതിയ ഒരെഴുത്തും ഒരു സ്വർണക്കിഴിയും അവളെ ഏല്പിച്ചു. കൗമുദിക വേഗം തന്നെ രാജാ വിനെ താണുതൊഴുത് പിൻവാങ്ങി.

മൂന്നാം ദിവസം രാവിലെ കവിസദസ്സ് ചേർന്നപ്പോഴേ രാജാവ് പറഞ്ഞു. "പണ്ഡിതൻമാരെ; നമ്മുടെ സദസ്സിൽ ദിവസങ്ങൾക്ക് മുമ്പ് വിലാസവതി ഒരു കാവ്യം കൊണ്ടുവന്നത് നിങ്ങളറിഞ്ഞിരിക്കും. എത്ര മഹത്തായ കാവ്യമാണത് എന്ന് വിശദീകരിക്കുവാൻ നമുക്ക് വാക്കുക ളില്ല. വസന്തോത്സവത്തിൽ വച്ച് വിലാസവതിയുടെ മകൾ വിലാസിനി തന്റെ മൂല്യം നിശ്ചയിച്ചത് നിങ്ങൾക്കോർമ്മയുണ്ടാകുമല്ലോ. അവൾ പറ ഞ്ഞതുപോലെ ഏറ്റവും പുതുമയുള്ള ഏറ്റവും ആസ്വാദ്യമായ ഒരു കാവ്യ മാണിതെന്ന കാര്യത്തിൽ നമുക്ക് തർക്കമില്ല. വിലാസവതിയുടെ ആഗ്രഹ ത്തിന് ഇനി എതിരു നിൽക്കുന്നത് രാജനീതിയല്ല. അതുകൊണ്ടുതന്നെ അവരെ ഒന്നിപ്പിക്കുവാൻ തീരുമാനിച്ചു. ആരവിടെ! ഇപ്പോൾത്തന്നെ വിലാസവതിയോടും മകൾ വിലാസിനിയോടും കൊട്ടാരത്തിലെത്തുവാൻ പറയണം...." ആജ്ഞ ശിരസ്സാവഹിച്ച് രാജഭടൻ പോയി രണ്ടുമൂന്ന് നാഴിക കഴിഞ്ഞിട്ടുണ്ടാവും. അംഗരക്ഷകരോടൊപ്പം വിലാസവതിയും വിലാസിനിയും രാജസദസ്സിലെത്തി.

രാജാവ് പറഞ്ഞു. "വിലാസിനിയുടെ ആഗ്രഹം പോലെ ഏറ്റവും പുതുമയുള്ള കവിതയുമായി പറഞ്ഞ കാലാവധി തീരുന്നതിനുമുമ്പേ ഒരാൾ വന്നിരിക്കുന്നു. അതുകൊണ്ട് നിങ്ങൾക്ക് അയാളുടെ കൂടെ പോകാം. അദ്ദേഹം എവിടെയുണ്ട്? ആവശ്യമെങ്കിൽ വിവരം തന്നാൽ ഭടൻമാർ ഇപ്പോൾ തന്നെ അദ്ദേഹത്തെ കൊട്ടാരത്തിലെത്തിക്കും."

രാജാവ് അത് പറഞ്ഞുകഴിഞ്ഞതും വിലാസിനി - അല്ല കാളിദാ സന്റെ പ്രിയ മാളവിക ശിരോവസ്ത്രം മാറ്റി അദ്ദേഹത്തെ നമസ്കരിച്ചു.

എന്ത് - രാജാവ് ഞെട്ടിപ്പോയി. കുറച്ച് മാസങ്ങൾക്കു മുമ്പ് വസന്തോത്സവവേദിയിൽ ഏതു പുരുഷൻമാരുടെയും മനസ്സിളക്കുവാൻ മാത്രം മനോഹരമായി ഉൻമാദനൃത്തമാടിയ ആ അപ്സരസ്സോ ഈ നിൽക്കുന്നത്. എന്തുപറ്റി ഇവൾക്ക്. അവളുടെ സൗന്ദര്യം മുഴുവൻ വാർന്നുപോയിരിക്കുന്നുവല്ലോ. വിളറി വെളുത്ത കവിൾത്തടങ്ങൾ, ശോഷിച്ച ശരീരം. കഴുത്തിലെ എല്ലുകൾ പൊന്തിനിൽക്കുന്നു.... എന്തോ മാരകരോഗം ബാധിച്ചപോലെ - ഇത്രവേഗം ഇങ്ങനെയൊരാൾ മാറുമോ?

സദസ്സിലുണ്ടായിരുന്ന ശങ്കരകവിപോലും ഞെട്ടി. ഇത് മാളവിക തന്നെയൊ - അതോ-?

രാജാവ് സംശയം മറച്ചുവച്ചില്ല. അദ്ദേഹം ചോദിച്ചു: "എന്തുപറ്റി വിലാസവതി മകൾക്ക് - ഇത് അവൾ തന്നെയൊ വിശ്വസിക്കുവാൻ കഴിയുന്നില്ലല്ലോ".

"തിരുമേനി പൊറുക്കണം" വിലാസവതി പറഞ്ഞുതുടങ്ങി. വസന്തോത്സവം കഴിഞ്ഞതിനു ശേഷം ഇവൾ പുറംലോകം കണ്ടിട്ടില്ല. സമയത്തിനു ഭക്ഷണം കഴിക്കില്ല. കൃത്യമായി കുളിയും തേവാരവുമില്ല. ഒന്നണിഞ്ഞൊരുങ്ങുവാനൊ ഒരു പൊട്ടെങ്കിലും തൊടീക്കുവാനൊ അവൾ തയ്യാറായിരുന്നില്ല. ശരിക്കുമൊരു തപസ്സായിരുന്നു. മഹാരാജൻ അടിയന്റെ മകൾ ഒന്നു ചിരിച്ചിട്ട് മാസങ്ങളായി. ഏതു നേരവും കണ്ണീരു മാത്രം. കാരണമെന്തെന്ന് അടിയനും അറിയില്ല.

എല്ലാ സൗന്ദര്യവും വാർന്നുപോയ രൂപം കണ്ടപ്പോൾ രാജാവിന് എന്തെന്നില്ലാത്ത ഒരു സഹതാപമാണ് തോന്നിയത്. ഇവളെയാണോ താൻ മോഹിച്ചത് -? ഈശ്വരാ അത് മനസ്സിലാക്കാൻ തനിക്കിത്ര കാലം വേണ്ടിവന്നല്ലോ. പിന്നെ ഒന്നും പറയാനദ്ദേഹത്തിനു കഴിഞ്ഞില്ല. വല്ലാത്തൊരു വെപ്രാളത്തോടെ അദ്ദേഹം അകത്തേയ്ക്കുപോയി. വിശ്വസ്തനായ ഒരു ചാരനെ വിളിച്ചു. ഒരു കുറിപ്പെഴുതി ഉടൻ തന്നെ ധരാനഗരത്തിലെത്തണമെന്നും വാരസ്ത്രീയായ കൗമുദികയെ അതേല്പിക്കണമെന്നും ആവശ്യപ്പെട്ടു. വീണ്ടും രാജസദസ്സിലെത്തി.

"വിലാസിനി നിന്റെ ആഗ്രഹം പോലെ നീ മോഹിച്ചൊരാൾ എത്തിയല്ലോ. അദ്ദേഹം വന്ന് എപ്പോൾ വിളിച്ചാലും നിനക്ക് പോകാം. ഈ രാജ്യവും രാജാവും നിനക്ക് നന്മകൾ നേരുന്നു. നല്ലതു വരട്ടെ." അങ്ങനെ പറഞ്ഞതും അദ്ദേഹത്തിന്റെ കണ്ണിൽ നിന്ന് രണ്ട് തുള്ളി കണ്ണുനീർ ഉരുണ്ടുവീണു. ആരും കാണാതിരിക്കുവാൻ അത് വേഗം ഉത്തരീയം കൊണ്ട് തുടച്ച് അദ്ദേഹം അന്തഃപുരത്തിലേക്കു തന്നെ പോയി.

അദ്ദേഹത്തിന്റെ മനസ്സാകെ കലുഷിതമായിരുന്നു. ഇപ്പോൾ കാളിദാസൻ ജീവിച്ചിരിപ്പുണ്ടായിരിക്കുമോ. ഇന്നലെ ചാരൻമാർ അറിയിച്ചത് ശരിയാണെങ്കിൽ അതിനുള്ള സാധ്യത തീരെയില്ല. ആ വിശ്വാസത്തിലും ഉറപ്പിലുമാണ് മാളവികയെ സദസ്സിലേക്ക് വിളിപ്പിച്ചത്. അവളുടെ ആ രൂപം

കണ്ടപ്പോൾ വല്ലാത്ത കഷ്ടം തോന്നുന്നു. വല്ലാത്ത കുറ്റബോധം തോന്നുന്നു. ഏത് ഗംഗയിൽ മുങ്ങി നിവർന്നാലാണ് ആ പാപം തീരുക. ഇന്നല്ലെങ്കിൽ നാളെ ലോകം പറയും ഭോജരാജൻ കാളിദാസനോട് ചതി ചെയ്തു എന്ന്. വിലാസിനി എന്ന ഒരു പാവം വാരകന്യകയോട് അനീതി മാത്രം ചെയ്തുവെന്ന്. ധർമ്മത്തിന്റെയും നീതിയുടെയും നിത്യപ്രതീകങ്ങളായ എല്ലാ കൊടിമരങ്ങളും തകർന്നുവീഴുന്നതുപോലെ അദ്ദേഹത്തിനു തോന്നി.

ഈശ്വരാ ഒന്നും സംഭവിക്കാതിരുന്നെങ്കിൽ അവരെ ചേർത്തുവെച്ച് ചെയ്ത എല്ലാ പാപത്തിനും പ്രായശ്ചിത്തം ചെയ്യാമായിരുന്നു. പക്ഷേ, അതിനു കഴിയുമോ?

നീതിധർമ്മങ്ങൾക്ക് പേരുകേട്ട മഹാചക്രവർത്തി പാതാളത്തിലേക്ക് സ്വയം താഴ്ന്നുപോയിരിക്കുന്നു. അത്രമാത്രം ആത്മാർത്ഥമായ ഒരു സ്നേഹബന്ധത്തെ തകർക്കുവാൻ എത്രമാത്രം നികൃഷ്ടമായ പ്രവൃത്തിയാണ് താൻ ചെയ്തത്.

കുറേ നേരം ഇരിക്കും. പിന്നെ നടക്കും - പിന്നെ വീണ്ടും ജാലകവാതിലിൽ ചെന്ന് നോക്കും വല്ലാത്തൊരു വെപ്രാളമായിരുന്നു. എന്തു ചെയ്യണമെന്നറിയാത്ത വല്ലാത്തൊരവസ്ഥ. സന്ധ്യാസമയത്താണ് ചാരൻ തിരിച്ചുവന്നത്. കൗമുദിക കൊടുത്ത സന്ദേശം അദ്ദേഹം വിറയ്ക്കുന്ന കൈകൾ കൊണ്ടാണ് ഏറ്റുവാങ്ങിയത്.

“മഹാരാജൻ അങ്ങ് അടിയനോട് പൊറുക്കണം. അങ്ങയുടെ സന്ദേശം അല്പം വൈകിപ്പോയി. മഹാകവിയെ ഭൂമുഖത്ത് നിന്ന് ഇല്ലാതാക്കുവാൻ അടിയനും ഒരു താത്പര്യവുമില്ലായിരുന്നു. പക്ഷേ, അങ്ങു പറഞ്ഞു. പിന്നെ അത് ഒരിക്കലും ചെയ്യരുത് എന്ന് രണ്ടാമതൊരു കല്പന അങ്ങയിൽ നിന്നുണ്ടാകുമെന്ന് ഒരിക്കലും കരുതിയില്ല. അടിയനോട് ക്ഷമിക്കണം.

വിലാസിനിയുടെ തോഴിയാണെന്ന് പരിചയപ്പെടുത്തി, അവൾ പറഞ്ഞതനുസരിച്ചാണ് വരുന്നതെന്ന് പറഞ്ഞ് അടിയൻ മാളവത്തിലെത്തി അദ്ദേഹത്തെ തന്റെ ഗൃഹത്തിലേക്ക് കൊണ്ടുവന്നു. അവളെക്കുറിച്ചും അവളുടെ സ്വപ്നത്തെക്കുറിച്ചും ഏറെ അടിയൻ അദ്ദേഹത്തോട് പറഞ്ഞു. അദ്ദേഹമാകട്ടെ, അദ്ദേഹത്തിന്റെ ഒരു വർഷത്തെ കാത്തിരിപ്പിനെക്കുറിച്ചു വേദനയോടെ അടിയനോട് സംസാരിച്ചു. അവളെ കണ്ടുമുട്ടിയതിനെക്കുറിച്ചും അവളോട് ഇടപഴകിയതിനെക്കുറിച്ചും അവളെ സങ്കല്പിച്ച് ദിനരാത്രങ്ങൾ കഴിച്ചുകൂട്ടിയതിനെക്കുറിച്ചും..... അങ്ങനെ ഏറെ നേരം അദ്ദേഹം സംസാരിച്ചു. എല്ലാം നേരായ വഴിയിലാണ് പോകുന്നതെന്നും ഈശ്വരൻ നിങ്ങളുടെ കൂടെയാണെന്നുമുള്ള അടിയന്റെ വാക്കുകൾ കേട്ട് സമാധാനത്തോടെയാണ് കിടന്നുറങ്ങിയത്. ഉറക്കത്തിൽ അങ്ങയുടെ കല്പന നാം പാലിച്ചു. അദ്ദേഹത്തെ കുത്തിക്കൊന്നു.

പുലരുന്നതിനു മുമ്പ് ജഡം ചില തോഴികളുടെ സഹായത്തോടെ പുഴയിലൊഴുക്കുകയും ചെയ്തു. അങ്ങ് ക്ഷമിക്കുക. എല്ലാം വൈകിപ്പോയി.

സന്ദേശം വായിച്ചുകഴിഞ്ഞതും രാജാവ് ശയ്യയിലേക്ക് വീഴുകയായിരുന്നു. ശരീരമാകെ തളരുന്നതുപോലെ. ഒന്ന് എഴുന്നേറ്റുനിൽക്കുവാൻ പോലും കഴിയാത്ത പോലെ.

ഒന്നു പൊട്ടിക്കരയാനാണ് അദ്ദേഹത്തിനു തോന്നിയത്. ശബ്ദം പുറത്തുവന്നില്ലെങ്കിലും എത്ര നിയന്ത്രിച്ചിട്ടും തടഞ്ഞു നിർത്തുവാൻ കഴിയാതെ കണ്ണുനീർ ധാരധാരയായി ഒഴുകിക്കൊണ്ടിരുന്നു.

രണ്ടു ദിവസം കഴിഞ്ഞു. രാജാവിന് എന്തോ ജ്വരം ബാധിച്ചിരിക്കുന്നു എന്നേ പുറത്തുള്ളവർ അറിഞ്ഞുള്ളൂ. കൊട്ടാരം വൈദ്യൻ പോകുന്നതും വരുന്നതും മാത്രമേ അവർ കണ്ടുള്ളൂ.

രണ്ടുദിവസത്തെ നീണ്ട ആലോചന അദ്ദേഹത്തെ ഒരു തീരുമാനത്തിലെത്തിച്ചു. ചെയ്ത തെറ്റ് ഏറ്റു പറയണം. കാലങ്ങൾക്കു ശേഷം തങ്ങളുടെ ചക്രവർത്തി അതിനീചനായ ഒരുവനായിരുന്നു എന്ന് ജനങ്ങൾ പറയരുത്. തെറ്റ് ഏറ്റുപറഞ്ഞ് അവളോട് മാപ്പു പറയണം. അവൾക്ക് അതൊരിക്കലും ക്ഷമിക്കുവാൻ കഴിയില്ല. എങ്കിലും അതു പറഞ്ഞുകഴിഞ്ഞാൽ തന്റെ ഹൃദയത്തിന് അത്രയെങ്കിലും ഭാരം ഒഴിഞ്ഞുകിട്ടും. അല്ലെങ്കിൽ അവളിനിയും അർദ്ധ പ്രാണനായ അദ്ദേഹത്തെ കാത്തിരിക്കും. അർത്ഥമില്ലാത്ത ലക്ഷ്യം തെറ്റിയ ആ കാത്തിരിപ്പ് ഒരു തപസ്സാണ്. ആ തപോബലം മാത്രം മതി തന്റെ സാമ്രാജ്യം തന്നെ ഭസ്മമാകുവാൻ.

അവളെ അറിയിച്ചേ പറ്റൂ.

ഉടൻ ദ്വാരപാലകനെ വിളിച്ചു. ഭടനോട് വരാൻ പറഞ്ഞു. വിലാസവതീ ഗൃഹത്തിൽ ചെന്ന് അവരുടെ മകൾ വിലാസിനിയോട് ഇവിടം വരെ വരണമെന്നറിയിക്കുവാൻ ഉത്തരവ് നല്കി.

അവളെ എങ്ങനെ അഭിമുഖീകരിക്കണം എന്ന ചിന്ത മാത്രമായിരുന്നു. നൂറുനൂറു സൈന്യം നിരന്നു നിൽക്കുന്ന ഒരു യുദ്ധഭൂമിയിലാണെങ്കിൽ ചിരിച്ചുകൊണ്ടതിനെ നേരിടാം. പക്ഷേ ഇവിടെ...

അവളിപ്പോൾ ഇവിടെയെത്തും. എന്തെല്ലാം പ്രതീക്ഷയിലായിരിക്കും കടന്നുവരിക. ഈശ്വരാ ഒരു നിമിഷത്തെ അവിവേകം - നമ്മെ എത്രമാത്രം അധഃപതിപ്പിച്ചു...

ചിന്തകളുടെ കൂത്തരങ്ങിലായിരുന്നത് കൊണ്ട് സമയം പോയതറിഞ്ഞില്ല. ഭടൻ തിരിച്ചുവന്നു. ജിജ്ഞാസയോടെ അദ്ദേഹത്തിന്റെ പിറകിലേക്ക് നോക്കി. എവിടെ അവൾ രാജാവിന്റെ കല്പന കേട്ടാൽ ആരും ഉടൻ എത്തുന്നതാണ്. അവളെവിടെ?

"മഹാരാജൻ!" ഭടൻ പറഞ്ഞു. "വിലാസിനി അവിടെയില്ല" വിലാസവതി പറഞ്ഞു. "അവൾ രാജാവിന്റെ അനുമതി പ്രകാരം തന്റെ

ഭർത്താവിനെത്തേടി പോയിയെന്ന്. മഹാരാജനോട് ഇതുവരെ ചെയ്ത എല്ലാ സഹായങ്ങൾക്കും ഹൃദയം നിറഞ്ഞ നന്ദി അറിയിക്കുവാൻ പ്രത്യേകം ഏല്പിച്ചിട്ടുണ്ടെന്നും പറയാൻ പറഞ്ഞു." അത്രയും പറഞ്ഞ് ഭടൻ പിൻവാങ്ങി. - ഒരു വാക്ക് - അതെ - അതുമാത്രം പറയാൻ കഴിഞ്ഞിരുന്നുവെങ്കിലും തന്റെ മനസ്സിന്റെ ഭാരം പകുതി കുറയുമായിരുന്നു. ശരിക്കും തോല്പിച്ചുകളഞ്ഞു അവൾ തന്നെ. ആദ്യം അവൾ തന്നെ തോല്പിച്ചപ്പോൾ വാശിയായിരുന്നു. ദേഷ്യമായിരുന്നു. പക്ഷേ ഇപ്പോൾ... കുറ്റബോധത്തിന്റെ നെരിപ്പോടിലിട്ട് സ്വയം നീറുകയാണ്...

രാജാവിന് എന്തോ ദീനം ബാധിച്ചിരിക്കുന്നു എന്ന വിവരം ശങ്കരകവി അറിഞ്ഞു. ആരെയും കാണാനനുവദിക്കുന്നില്ലത്രെ. കൊട്ടാരം വൈദ്യൻമാർക്ക് മാത്രമാണ് അവിടേയ്ക്കു പ്രവേശനം. രാജാവിന് അസുഖമായതുമുതൽ പിന്നെ കൊട്ടാരത്തിൽ കവിസദസ്സ് വിളിച്ചിട്ടില്ല.

ശങ്കരകവി മന്ത്രിയോടു പറഞ്ഞു. 'രാജാവിന്റെ അസുഖങ്ങളൊക്കെ മാറി കുറച്ചു കഴിഞ്ഞാലെ ഇനി കവിസദസ്സൊക്കെ പുനരാരംഭിക്കൂ. ഏതായാലും ചികിത്സ മുറപോലെ നടക്കും. നാം ഒരു തീർത്ഥാടനത്തിനിറങ്ങുകയാണ്. മഹാരാജന്റെ ആയുസ്സിനും ആരോഗ്യത്തിനും വേണ്ടിയുള്ള ഒരു തീർത്ഥാടനം. നേരിട്ട് കാണാൻ കഴിയാത്തതുകൊണ്ട് അങ്ങ് പറയണം."

വൈകാതെ തിരിച്ചു വരും..... ശങ്കരകവി എടുക്കുവാനൊന്നുമില്ലാതെ മെല്ലെ കൊട്ടാരത്തിന്റെ പടിയിറങ്ങി. ഒന്നും കൊണ്ടുവന്നിട്ടില്ല. ഒന്നും കൊണ്ടുപോകുകയും വേണ്ട - ഒന്നു തിരിഞ്ഞു നോക്കി - പിന്നെ അദ്ദേഹം കാലുകൾ നീട്ടിവെച്ചു നടന്നു.

പതിനാറ്

യാത്രകൾ അവസാനിക്കുന്നില്ല

ഡൽഹിയിൽ തണുപ്പ് തുടങ്ങുന്നതേയുള്ളൂ. ജിത്തുവാണ് ആദ്യം ബസ്സിൽ നിന്നിറങ്ങിയത്. ശ്രീകാന്ത് ബാഗുകൾ എടുത്ത് ജിത്തുവിന് കൊടുത്തു. കണ്ണു തിരുമ്മിക്കൊണ്ട് സുധർമ്മനും അവർക്ക് പിറകിലായി ഇറങ്ങിവന്നു. ഇരുപത്തിമൂന്ന് ദിവസത്തെ യാത്ര. ഓഫീസിൽ ചെന്ന് എന്തു പറയുമെന്നായിരുന്നു ജിത്തുവിന്റെ പേടി. ഓ അതൊക്കെ അതിന്റെ വഴിപോലെ നടക്കും. കുറച്ച് ഞെട്ടിക്കലും ചാടിക്കലുമൊക്കെ യുണ്ടാവും. അതൊക്കെ രണ്ടുമൂന്ന് ദിവസം കഴിയുമ്പോൾ പഴയപടി യാകും. സുധർമ്മൻ പറഞ്ഞു. അല്ല പിന്നെ. ഏറിയാൽ പണിപോകും. സുധർമ്മന് അതിനെക്കുറിച്ച് ഒരു വേവലാതിയുമുണ്ടായിരുന്നില്ല.

ശ്രീകാന്ത് പറഞ്ഞു. ഒന്നു കുളിച്ച് നല്ലൊരുറക്കം. പിന്നെ ബാനർ ജിയെ തിരക്കണം. എവിടെയുണ്ടോ ആവോ? ഏതായാലും വൈകുന്നേരം കാണാം. രണ്ടുപേരും ഒരഞ്ചു മണിക്ക് എന്റെ റൂമിലെത്തണം.

"ഓ കെ. വൈകുന്നേരം കാണാം." രണ്ടുപേരും അതു സമ്മതിച്ചു. ശ്രീകാന്ത് ഒരു ടാക്സി പിടിച്ച് നേരെ റൂമിലെത്തി.

ബാബാജിയോട് യാത്ര പറഞ്ഞിറങ്ങുമ്പോൾ വല്ലാത്ത ഒരനുഭൂതി യായിരുന്നു. ഇങ്ങനെയും കുറെ മനുഷ്യരുണ്ടെന്ന് വിശ്വസിക്കുവാൻ തന്നെ പ്രയാസം തോന്നും. പാവം. അദ്ദേഹം രുദ്രനാഥ് വരെ കൂടെ വന്നു. വൈതരണിയിലൊന്നു മുങ്ങി രുദ്രനാഥനെ തൊഴുത് പ്രാർത്ഥിച്ച് നേരെ മലയിറങ്ങുകയായിരുന്നു. ഇനി പോവുകയാണെങ്കിൽ കാണേണ്ട ഒരു പാട് സ്ഥലങ്ങൾ ബാബാജി പറഞ്ഞുതന്നിട്ടുണ്ട്. സുധർമ്മൻ എല്ലാം നോട്ടു ചെയ്തിട്ടുണ്ട്. ഇനി പോകുവാൻ കഴിയുമോ ആവോ?

സുധർമ്മനും ജിത്തുവിനും പോരുമ്പോൾ പറയുകയും ചെയ്തു. ഒരിക്കൽ കൂടി ഇവിടെ വരെ വരണം. ഈ മലമടക്കുകളുടെ നിറഞ്ഞ സൗന്ദര്യം നടന്നു കാണണം – ഇപ്പോൾ തോന്നുന്നു അതിനും ഒരു നിയോ ഗമുണ്ടായിരിക്കണം. വെറുതെ ആശിച്ചതുകൊണ്ട് മാത്രം പോരാ.

മുറിയിലെത്തിയതും ബാഗ് ഒരിടത്ത് ഒതുക്കിവച്ച് നേരെ കുളിമുറി യിലേക്ക് കയറി. ഒന്ന് കുളിച്ചപ്പോൾ യാത്രാക്ഷീണം പകുതി പോയതു

പോലെ. ഉറങ്ങാൻ കിടക്കുന്നതിനുമുമ്പ് മേശവലിപ്പിൽ നിന്ന് ഡയറി യെടുത്ത് അതിൽ പരതി. ബാനർജിയുടെ നമ്പർ. ഔട്ട് ഓഫ് റേഞ്ചാണ് പറയുന്നത്. ഇനിയെന്തു ചെയ്യും. സുധീന്ദ്രകുമാറിനെ ഒന്നു വിളിച്ചു നോക്കാം. ബാനർജിയുടെ കൂടെ പലപ്പോഴും കണ്ടിട്ടുണ്ട്. ബാനർജിയിൽ നിന്നു കിട്ടിയ പരിചയമാണ്. കുറച്ച് ബുദ്ധിമുട്ടിയെങ്കിലും ഓർമ്മ പ്പെടുത്താൻ കഴിഞ്ഞു. 'ഓ ശ്രീകാന്ത് - ഓർമ്മയുണ്ട്. പറയൂ പറയൂ.. എന്തുപറ്റി - ഇങ്ങനെയൊരു വിളി.'

"നമ്മുടെ ബാനർജിയെ കിട്ടണം. എങ്ങനെയാണദ്ദേഹത്തെ ഒന്നു കാണാൻ കഴിയുക."

"അദ്ദേഹം ഒരാഴ്ച മുമ്പ് കൊൽക്കത്തവരെ പോയതാണ്. രണ്ടു ദിവസം കഴിഞ്ഞാൽ തിരിക്കുമെന്നാണ് പറഞ്ഞിരുന്നത്. വന്നിരിക്കുന്നോ എന്നറിയില്ല."

"അദ്ദേഹത്തിന്റെ ഫോൺ പരിധിക്കപ്പുറത്താണ്. ഒരത്യാവശ്യമുണ്ടാ യിരുന്നു."

"ഞാനൊന്നു ശ്രമിക്കട്ടെ. കൊൽക്കത്തയിൽ അദ്ദേഹം താമസിക്കാ റുള്ള സ്ഥലം എനിക്കറിയാം. ഒരു പത്തു മിനിട്ട് ഞാനങ്ങോട്ടു വിളിക്കാം." സുധീന്ദ്രകുമാർ ഫോൺ കട്ടു ചെയ്തു.

ഇനിയൊന്നുറങ്ങാം. എന്തായാലും വൈകുന്നേരം അഞ്ചു മണിക്ക് ജിത്തുവും സുധർമ്മനും ഇവിടെ എത്തും. അതിനു മുൻപേ ഒന്നുറങ്ങി എഴുന്നേൽക്കണം.

ഫോൺ തുടർച്ചയായി ശബ്ദിക്കുന്നത് കേട്ടാണ് ഉണർന്നത്. പ്രതീ ക്ഷിച്ചതുപോലെ സുധീന്ദ്രകുമാർ "ഹലോ മിസ്റ്റർ ശ്രീകാന്ത് ബാനർജി ഡൽഹിയിൽത്തന്നെയുണ്ട്. അദ്ദേഹത്തിന്റെ ഫോണിനെന്തോ കംപ്ലെ യ്ന്റാണെന്ന് പറഞ്ഞു. മിനിഞ്ഞാന്ന് അദ്ദേഹം കൽക്കട്ടയിൽനിന്ന് തിരിച്ചുപോന്നിരിക്കുന്നു. അദ്ദേഹം അങ്ങോട്ട് വിളിക്കും." സുധീന്ദ്രകുമാർ ഫോൺ വച്ചു. വെറുതെയൊന്നു വാച്ചിലേക്ക് നോക്കിയപ്പോഴാണ റിഞ്ഞത് സമയം രണ്ടു മണി. ഓ മൂന്നു മണിക്കൂർ ഉറങ്ങിയിരിക്കുന്നു. വേഗം എഴുന്നേറ്റ് മുഖം കഴുകി. ഫോണെടുത്ത് പോക്കറ്റിലിട്ടു. താഴെ ഹോട്ടലുണ്ട്. എന്തെങ്കിലും കഴിക്കാം. മുറി പൂട്ടി താഴെയിറങ്ങി.

"സാറെ കണ്ടിട്ട് കുറച്ചു ദിവസമായല്ലോ. അല്ല ഇവിടെ ഉണ്ടായിരു ന്നില്ലേ." ഹോട്ടലിലെ മാർവാഡിക്കാരനായ ശാന്താറാം ചോദിച്ചു. ഇല്ല വെറുതെ നാട്ടിലൊന്ന് പോയി." അങ്ങനെയാണ് പറയാൻ തോന്നിയത്.

രണ്ട് ചപ്പാത്തിയും പനീർമസാലയും ഓർഡർ ചെയ്തിരിക്കു മ്പോഴാണ് ഫോൺ വന്നത്. പരിചയമില്ലാത്ത നമ്പർ. എടുത്തപ്പോൾ പ്രതീക്ഷിച്ചതുതന്നെ. ബാനർജി. സംസാരിച്ചപ്പോഴാണ് അറിഞ്ഞത് അദ്ദേഹം അടുത്തു തന്നെയുണ്ട്. അത്യാവശ്യമായൊന്ന് കാണണം എന്നു പറഞ്ഞപ്പോൾ രണ്ടു ദിവസം കഴിയാതെ ഒരു രക്ഷയുമില്ലെന്നാ യിരുന്നു മറുപടി. എന്നാൽ കാളിദാസനെ കുറിച്ച് അങ്ങ് അന്വേഷിക്കുന്ന

ചില കാര്യങ്ങൾ പറയാനുണ്ടെന്ന് പറഞ്ഞപ്പോൾ അദ്ദേഹത്തിന് തിടുക്കമായി. രുദ്രനാഥിൽ പോയെന്നും ബാബാജിയോടൊത്ത് ഒരു ഗുഹയിൽ താമസിച്ചു എന്നും പറഞ്ഞതേയുള്ളൂ. ഇപ്പോൾ തന്നെ കാണാമെന്നായി. വൈകുന്നേരം അഞ്ചുമണിക്ക് റൂമിലെത്താമെന്ന് അദ്ദേഹം സമ്മതിച്ചു. റൂമിലെത്താനുള്ള വഴി പറഞ്ഞുകൊടുത്തു. എന്തൊക്കെയോ ചെയ്തു തീർത്ത ഒരാശ്വാസത്തോടെ പനീർ മസാലയും ചപ്പാത്തിയും കഴിച്ചു. വളരെ സന്തോഷത്തോടെയാണ് തിരിച്ച് മുറിയിലെത്തിയത്.

നിരന്തരമായി കോളിംഗ് ബെൽ അമർത്തുന്ന ശബ്ദം കേട്ടാണ് ഉണർന്നത്. ഉറക്കച്ചടവോടെ എഴുന്നേറ്റു വാതിൽ തുറന്നതും മുമ്പിൽ ജിത്തു. "ഹോ നീയെത്തിയോ ഇത്ര നേരത്തെ!" ശ്രീകാന്ത് അദ്ഭുതപ്പെട്ടു. "നേരത്തെയോ സമയം നോക്ക്." ജിത്തു പറഞ്ഞപ്പോഴാണ് വാച്ചിലേക്കു നോക്കിയത്. സമയം നാലേമുക്കാലായിരിക്കുന്നു. മനസ്സിൽ പറഞ്ഞു. സമയം പോകുന്ന ഒരു പോക്ക്!

ശ്രീകാന്ത് നേരെ വാഷ്ബേസിനിൽ ചെന്നു മുഖം കഴുകി. "ജിത്തു നിനക്ക് ചായ വേണോ? വേണമെങ്കിൽ ഇവിടെ തിളപ്പിക്കാം."

"ഇപ്പോൾ വേണ്ട. സുധർമ്മൻ വരട്ടെ." ശരിയെന്നു പറഞ്ഞുകൊണ്ട് മൂത്രമൊഴിക്കുവാൻ ശ്രീകാന്ത് ടോയ്‌ലറ്റിലേക്കു പോയി. അപ്പോഴേയ്ക്കും പുറത്തു നിന്ന് മറ്റൊരു ശബ്ദം.

"മിസ്റ്റർ ശ്രീകാന്ത് താമസിക്കുന്നതിവിടെത്തന്നെയല്ലേ?" "അതെ, ആരാ മനസ്സിലായില്ല." ജിത്തുവിന്റെ സംശയം. "ഞാൻ ബാനർജി എന്നു പറയും - അഞ്ചു മണിക്ക് ശ്രീകാന്ത് ഇവിടെയെത്താൻ പറഞ്ഞിരുന്നു."

"ഓ ബാനർജി. ശ്രീകാന്ത് പറഞ്ഞിട്ടുണ്ട്. വരൂ വരൂ ഇരിക്കൂ." ജിത്തു അദ്ദേഹത്തെ സ്വീകരിക്കുന്നതിനിടയ്ക്കു തന്നെ ശ്രീകാന്ത് ഓടിയെത്തി.

ബാനർജി പറഞ്ഞു. "മിസ്റ്റർ ശ്രീകാന്ത് താങ്കൾ ഫോണിൽ പറഞ്ഞതു കേട്ടപ്പോഴേ വല്ലാത്ത അദ്ഭുതം തോന്നി. അങ്ങനെയൊരു ഗ്രന്ഥമുണ്ടെന്ന് എനിക്ക് നല്ല വിശ്വാസമുണ്ടായിരുന്നു. പലപ്പോഴും തേടിപ്പോയി. പക്ഷെ കണ്ടെത്തിയില്ല. നിങ്ങൾ ഭാഗ്യവാൻമാർ. പറയൂ. അതിന്റെ കോപ്പി എടുത്തിട്ടുണ്ടോ?" "കോപ്പിയെടുക്കാനൊ നല്ല കഥ! ശ്രീകാന്ത് പറഞ്ഞു.

ശ്രീകാന്ത് സംഭവങ്ങൾ ഓരോന്നായി വിവരിച്ചു. ഹരിദ്വാറിൽ നിന്ന് യാത്ര നീട്ടാൻ തീരുമാനിച്ചതും ബദരിയിൽ നിന്ന് സന്യാസിമാരെ കണ്ടതും അവരുടെ നിർദ്ദേശ പ്രകാരം രുദ്രനാഥിലേക്ക് പോകുമ്പോൾ വഴിതെറ്റിയതും പിന്നീട് അജ്ഞാതമായ ഒരു ഗുഹയിലെത്തപ്പെട്ടതും അങ്ങനെ എല്ലാം.

കുറച്ചു കഴിഞ്ഞപ്പോഴേയ്ക്കും സുധർമ്മനും വന്നു. ശ്രീകാന്ത് പറയുന്നതിൽ സുധർമ്മനും മുഴുകി എന്നു കണ്ടപ്പോൾ ജിത്തു കിച്ചനിൽ ചെന്ന് വേഗം നാല് ഗ്ലാസ് വെള്ളം തിളപ്പിച്ചു. പാൽപ്പൊടി കണ്ടില്ല. അതുകൊണ്ട് കട്ടൻചായയാക്കി. ചോദിക്കുവാൻ വേണ്ടി ശ്രീകാന്തിനെ

വിളിച്ചാൽ പറഞ്ഞുവരുന്ന കഥയുടെ ഒഴുക്ക് നഷ്ടപ്പെടും എന്നു കരുതി വിളിച്ചില്ല.

ആവി പാറുന്ന കട്ടൻചായ ഓരോരുത്തരുടേയും കൈയിലേല്പിച്ചു. “അപ്പോൾ അതിന്റെ കോപ്പിയൊന്നും എടുത്തില്ല എന്നാണൊ നിങ്ങൾ പറയുന്നത്. ഒരു തെളിവുമില്ലാതെ ഇങ്ങനെ ഒരു ഗ്രന്ഥമുണ്ടെന്നും അതിലിപ്രകാരമുള്ള വസ്തുതകളുണ്ടെന്നും പറഞ്ഞാൽ ആരു വിശ്വസിക്കാനാണ്” - ബാനർജിക്ക് വല്ലാത്ത നിരാശ തോന്നി.

“പോയിന്റുകൾ നോട്ടു ചെയ്തിട്ടുണ്ട്. അല്ലാതെ കോപ്പിയെടുക്കാൻ കഴിഞ്ഞില്ല.” ശ്രീകാന്ത് പറഞ്ഞു.

കഥ മുഴുവൻ കേട്ട ബാനർജി പറഞ്ഞു. “അതെ കഥ അങ്ങനെ ആയിരിക്കുവാനെ തരമുള്ളൂ. നിങ്ങൾ പറഞ്ഞതൊക്കെ ശരിയാണ്. അക്കഥയിൽ എനിക്ക് കൂട്ടിമുട്ടിക്കുവാൻ കഴിയാതെ പോയ പല വസ്തുതകളും ഇപ്പോൾ മനസ്സിലായി.”

“പക്ഷേ ഒന്നുണ്ട്. നിങ്ങൾ ഉദ്ദേശിച്ച പോലെ കാളിദാസന്റെ കഥ അവിടെ കഴിഞ്ഞിട്ടില്ല. ഒന്നുകിൽ നിങ്ങൾ വായിച്ച ആ ഗ്രന്ഥത്തിന്റെ അവസാന ഭാഗം നിങ്ങൾ കണ്ടില്ല. അഥവാ വായിച്ചില്ല. അല്ലെങ്കിൽ ശങ്കരകവി അത്രയേ എഴുതി വച്ചിട്ടുള്ളൂ.”

“ഹേയ് അങ്ങനെ വരാൻ വഴിയില്ല” - സുധർമ്മൻ ഇടയ്ക്കു കയറി. “കവിയെ കൗമുദിക കൊന്നു കളഞ്ഞു. പിന്നെ കവിക്കെന്തു കഥയുണ്ടാകുവാനാണ്. പിന്നെ മാളവികയ്ക്കെന്തു സംഭവിച്ചു എന്നാണ്. അതിനുത്തരം ഇതിൽ തന്നെയുണ്ടല്ലോ. കവിയെ തിരഞ്ഞ് മാളവിക പോയി എന്ന് ദൂതൻ രാജാവിനെ അറിയിച്ചില്ലെ. അത് അവളുടെ മരണത്തെക്കുറിച്ചുള്ള ദ്വയാർത്ഥപ്രയോഗമായിക്കൂടെ.”

സുധർമ്മന്റെ സംശയം കേട്ടു ബാനർജി ഒന്നു ചിരിച്ചു. “നിങ്ങൾക്ക് ഒരു യാത്രയിലുണ്ടായ ജിജ്ഞാസയാണ്. എനിക്കങ്ങനെയല്ല. വിദ്യാർഥി ജീവിതത്തിന്റെ ഒരു ഘട്ടം കഴിഞ്ഞതിനു ശേഷം എന്റെ പഠനവും അന്വേഷണവും മുഴുവൻ കാളിദാസനെക്കുറിച്ചു മാത്രമായിരുന്നു. അതുകൊണ്ടു തന്നെ എനിക്കുറപ്പിച്ചു പറയാൻ കഴിയും. അവിടെ കാളിദാസന്റെ കഥ അവസാനിക്കുന്നില്ല.”

“പിന്നെ!” - ചോദിച്ചതു ശ്രീകാന്താണെങ്കിലും മറ്റു രണ്ടു പേർക്കും അതേ സംശയം തന്നെയായിരുന്നു.

“മാളവിക പോയി എന്നത് സത്യമാണ്. പക്ഷേ അത് മരണത്തിലേക്കല്ല. ജീവിതത്തിലേക്കു തന്നെയാണ്.” “എങ്ങനെ. കൗമുദിക ഉറങ്ങിക്കിടക്കുന്ന കാളിദാസനെ കുത്തിക്കൊന്നു എന്നും ജഡം പുഴയിലൊഴുക്കി എന്നും രാജാവിനെ അറിയിച്ചതാണ്. കൊട്ടാരത്തിൽ നടക്കുന്ന ഏത് രഹസ്യവും ശങ്കര കവിക്ക് അറിയാൻ പറ്റും എന്ന് ശങ്കരകവി തന്നെ ഒരിടത്തു പറഞ്ഞിട്ടുമുണ്ട്. അപ്പോൾ ഈ രഹസ്യം അദ്ദേഹം

കണ്ടെത്തി രേഖപ്പെടുത്തിയത് ഒരു തരത്തിലും തെറ്റുവാൻ സാധ്യത യില്ല." - ശ്രീകാന്ത് വിട്ടുകൊടുക്കുവാൻ തയ്യാറായില്ല.

"അതിന് ശങ്കരകവി എഴുതിയത് തെറ്റാണെന്ന് ഞാൻ പറഞ്ഞില്ല. ശങ്കരകവി എഴുതിയതൊക്കെ സത്യം തന്നെ. പക്ഷേ അതിന്റെ ബാക്കി ഒന്നുകിൽ അദ്ദേഹം എഴുതിവച്ചത് നിങ്ങൾ വായിച്ചില്ല. അല്ലെങ്കിൽ അദ്ദേഹം എഴുതിയില്ല. ശങ്കര കവി അറിഞ്ഞിട്ടില്ലെന്ന് വിശ്വസിക്കുവാൻ എനിക്കാവുന്നില്ല."

"എങ്കിൽ എന്താണതിന്റെ അവസാനം ഞങ്ങൾക്കും അതറിയുവാൻ താത്പര്യമുണ്ട് - അങ്ങറിഞ്ഞതെന്താണ്." ജിത്തുവാണ് ചോദിച്ചത്.

ബാനർജി പറയുവാൻ തുടങ്ങി.

"നിങ്ങൾ പറഞ്ഞുവല്ലോ. കൊട്ടാരത്തിലെ എല്ലാ രഹസ്യങ്ങളും ശങ്കരകവി അറിയുമെന്ന്. അത് സത്യമായിരുന്നു. വലിയ കവിയൊ എണ്ണ പ്പെട്ട കൃതികളുടെ കർത്താവൊ ആയ ഒരു ശങ്കരകവിയെക്കുറിച്ച് പഴയ കാല കൃതികളിലൊന്നും പറയുന്നില്ല. അപ്പോൾ അത്രമാത്രം പ്രശ സ്തനായ ഒരു കവി ആയിരുന്നില്ല ശങ്കരകവി എന്നു വ്യക്തം. എന്നിട്ടും മഹാപണ്ഡിതൻമാരുടെ സദസ്സിൽ കാലങ്ങളോളം അദ്ദേഹത്തിന് നില നിൽക്കുവാൻ പറ്റിയതെങ്ങനെ!"

ബാനർജി എല്ലാവരെയും ഒന്നു നോക്കി. ആരും ഒന്നും പറയുന്നി ല്ലെന്നു കണ്ടപ്പോൾ അദ്ദേഹം തന്നെ തുടർന്നു.

"അതായിരുന്നു അദ്ദേഹത്തിന്റെ പെരുമാറ്റം. ആരോടും ഒന്നും എതിർത്തു പറയില്ല. ആരോടും അസൂയയോ കുശുമ്പോ ഇല്ല. ഒരുപാട് പണം സമ്പാദിക്കണമെന്ന് ആർത്തിയില്ല. എന്തു രഹസ്യം ആരു പറ ഞ്ഞാലും ഒന്നും പുറത്തുപറയില്ല. ഇങ്ങനെ ഒരുപാടു ഗുണങ്ങൾ അദ്ദേഹ ത്തിനുണ്ടായിരുന്നു. അതുകൊണ്ടു തന്നെ ചാരൻമാരിൽ പലരും അദ്ദേഹ ത്തിന്റെ സുഹൃത്തുക്കളായിരുന്നു. കാളിദാസനെ വകവരുത്തുവാനുള്ള സന്ദേശം കൊട്ടാരത്തിൽനിന്ന് പുറത്തെത്തുമ്പോൾ തന്നെ ശങ്കരകവിയും അറിഞ്ഞു. ശങ്കര കവിക്ക് ഈ വിവരം കാളിദാസനെ അറിയിക്കുവാൻ കഴിഞ്ഞില്ല. അദ്ദേഹം ഈ വിവരം അറിയിച്ചത് വിലാസവതിയെ ആയി രുന്നു. വിലാസവതി വാർത്ത കേട്ടതും കാളിദാസനെ രക്ഷിക്കുവാൻ തീരു മാനിച്ചു. വിലാസവതിക്കു കൗമുദികയെ ആദ്യമേ പരിചയമുണ്ട്. രാത്രിക്കു രാത്രി വിലാസവതി ആരോടും പറയാതെ കൗമുദികയുടെ ഭവനത്തിലെത്തി.

കണ്ണിൽ കുത്തിയാൽ കാണാത്ത ഇരുട്ടായിരുന്നു. നടക്കുകയും ചിലപ്പോൾ ഓടുകയും ചെയ്ത് വളരെ ക്ഷീണിതയായി വീട്ടിൽ വന്ന വിലാസവതിയെ അദ്ഭുതത്തോടെയാണ് കൗമുദിക സ്വീകരിച്ചത്. "എന്തു പറ്റി ഈ രാത്രി." കൗമുദിക ചോദിച്ചു.

"കൗമുദിക - ഞാനൊരപേക്ഷയുമായിട്ടാണ് വന്നിട്ടുള്ളത്. രാജാ വിനും രാജ്യത്തിനുംവേണ്ടി ഞാനും പലപ്പോഴും പലരോടും ചില

തെറ്റുകൾ ചെയ്തിട്ടുണ്ട്. നിനക്കറിയാമല്ലോ. ഒരർത്ഥത്തിൽ പല രാജ വംശങ്ങളെയും എല്ലാ അപമാനങ്ങളിൽ നിന്നും രക്ഷിച്ച് പിടിച്ചുനിർത്തുന്നത് നമ്മളെപ്പോലുള്ള വാരസ്ത്രീകളാണ്. ഒരേ ജീവിതരീതിയാണ് നമുക്ക്. അതുകൊണ്ടുതന്നെ നിന്നോടൊരപേക്ഷയുമായിട്ടാണ് ഞാൻ വന്നിട്ടുള്ളത്."

"പറയൂ. എന്താണെങ്കിലും പറയൂ. എനിക്ക് കഴിയുന്നതാണെങ്കിൽ ഞാൻ ചെയ്യാതിരിക്കുമോ?"

"നിനക്ക് മഹാരാജാവിന്റെ ഒരു സന്ദേശം കിട്ടിയിട്ടുണ്ടല്ലോ." കൗമുദികയുടെ അമ്പരപ്പ് വിട്ടുമാറിയിരുന്നില്ല. എന്താണിവൾ പറയുന്നതെന്ന് തിരിച്ചറിയാതെ അവളാകെ കുഴങ്ങി.

"ആ സന്ദേശം മറ്റൊന്നുമല്ല എന്നെനിക്കറിയാം. എങ്ങനെയും മഹാകവി കാളിദാസനെ വകവരുത്തണമെന്നാണ്. കാളിദാസൻ എവിടെയുണ്ടെന്നും എങ്ങനെ അദ്ദേഹത്തെ സ്വാധീനിക്കാമെന്നും അതിലുണ്ടാകും."

"ഒരാളെ കൊല്ലുകയൊ ഈ ഞാനോ - അതും മഹാകവിയായ കാളിദാസനെ - നീയെന്താണീ പറയുന്നത്. അറിഞ്ഞുകൊണ്ട് ഒരു മൃഗത്തെപ്പോലും കൊല്ലുവാൻ എനിക്കു കഴിയില്ല. ആ ഞാനെങ്ങിനെ-?" കൗമുദിക സന്ദേശത്തിന്റെ കാര്യം അറിയാത്ത ഭാവം കാണിച്ചു.

"പക്ഷേ കൗമുദിക - രാജാവിന്റെ കല്പനയാണ്. നിനക്കതു ചെയ്യേണ്ടി വരും. പക്ഷേ ഞാൻ വന്നത് നിന്നോട് കരഞ്ഞപേക്ഷിക്കുവാനാണ്. അദ്ദേഹത്തെ ഒരിക്കലും വകവരുത്തരുത്!"

"വിലാസവതി - നീ വന്നില്ലെങ്കിൽ പോലും എന്നോടപേക്ഷിച്ചില്ലെങ്കിൽ പോലും എനിക്കതിന് കഴിയില്ല. രാജാവിനുവേണ്ടി ചില മാന്യൻമാരുടെ രഹസ്യങ്ങൾ ഞാൻ ചോർത്തിക്കൊടുത്തിട്ടുണ്ട്. പരമരഹസ്യങ്ങൾ പലതും കണ്ടെത്തിയിട്ടുണ്ട്. പക്ഷേ അതുപോലെയാണൊ ഇത്."

"ഞാൻ രാജാവിന്റെ കാലിൽ വീണു പറയുമായിരുന്നു. മഹാരാജൻ എന്നെ നിർബ്ബന്ധിക്കരുതേ എനിക്കതിനു കഴിയില്ല എന്ന്. പക്ഷേ രാജാവിന്റെ ഭാവം കണ്ടപ്പോൾ എനിക്കതിനു കഴിഞ്ഞില്ല. സന്ദേശവും വാങ്ങിപ്പോന്നു."

"അരുത് കൗമുദിക അത് രാജനിന്ദയാകും. കാളിദാസനെ മാത്രം പ്രതീക്ഷിച്ച് ജീവൻ നിലനിർത്തുന്ന എന്റെ മകൾക്കു വേണ്ടിയാണീ പ്രാർത്ഥന. രാജാവിന്റെ ആവശ്യം നീ ഏറ്റെടുക്കണം. എന്നാൽ കൊല്ലുകയുമരുത്. രാജാവിന്റെ കണ്ണിൽ പിന്നെ കാളിദാസനെ കാണാതിരുന്നാൽ പോരെ. അപ്പോൾ അദ്ദേഹം പറഞ്ഞതുപോല നീയതു ചെയ്തു എന്ന് അദ്ദേഹം വിശ്വസിക്കും. വേണ്ടതെന്താണെന്ന് ഞാൻ പറഞ്ഞു തരാം...."

പിന്നെ എല്ലാം വിലാസവതിയുടെ തീരുമാനമായിരുന്നു. രാത്രി തന്നെ വിലാസവതി തിരിച്ചു നാട്ടിലെത്തി. ചാരക്കണ്ണുകളിൽ പെടാതെ. അഭിസാരികമാർ രാത്രി സഞ്ചരിക്കുന്നത് സാധാരണമാണ്. അതു കൊണ്ടുതന്നെ അതൊന്നും പെട്ടെന്നാരും ശ്രദ്ധിക്കുകയില്ല.

കൗമുദിക അർദ്ധരാത്രി വരെ വളരെ ചിന്തിച്ചു. പിന്നെ ഒരു തീരുമാന ത്തിലെത്തി. അവൾ രാവിലെത്തന്നെ മാളവത്തിലെത്തി. രാജാവ് അറിയിച്ച പ്രകാരം വല്ലാതെ ബുദ്ധിമുട്ടില്ലാതെ കാളിദാസനെക്കണ്ടു. കാളിദാസൻ അവിടെയുള്ള കാര്യം രാജാവറിഞ്ഞിരിക്കുന്നുവെന്നും ഉടൻ അവിടെ നിന്നു മാറ്റാൻ ശങ്കരകവി പറഞ്ഞതനുസരിച്ചാണ് താൻ വന്നിരിക്കുന്നതെന്നും കവിയെ അറിയിച്ചു. കാളിദാസൻ അതു വിശ്വസിക്കുകയും അവളാവശ്യപ്പെട്ടതുപോല അവളുടെ കൂടെ അവ ളുടെ വീട്ടിലേയ്ക്ക് പോവുകയും ചെയ്തു. കാളിദാസന്റെ ഓരോ ചലന ങ്ങളും ശ്രദ്ധിച്ചുകൊണ്ടിരുന്ന രാജദൂതൻമാർ ഈ വാർത്ത അന്നുതന്നെ രാജാവിനെ അറിയിച്ചു. തന്റെ കല്പന നടപ്പാക്കുവാൻ കൗമുദിക ഒരു ങ്ങിക്കഴിഞ്ഞു എന്ന് രാജാവ് വിശ്വസിക്കുകയും ചെയ്തു.

വിലാസവതിയും മാളവികയും വൈകുന്നേരം ക്ഷേത്രത്തിലേക്ക് തൊഴാൻ പോകുന്നതുപോലെയാണ് വസന്തമാളികയിൽ നിന്ന് പുറത്തി റങ്ങിയത്. അവർ നേരെ ക്ഷേത്രത്തിലെത്തി വഴിപാടുകൾ നടത്തി പിന്നെ തിരിച്ചത് കൗമുദികയുടെ വീട്ടിലേക്കായിരുന്നു.

മാളവിക - കാളിദാസൻ - ആ സമാഗമം വിവരിക്കുക വാക്കുകൾ ക്കതീതമാണ്. ശകുന്തളയുടേയും ദുഷ്യന്തന്റേയും പുനഃസമാഗമം പോലെ - ചിരിയും കണ്ണുനീരും ഇടചേർന്ന ആ സമാഗമം!

പിന്നെ കൗമുദികയും വിലാസവതിയും കൂടി അവരുടെ വേഷ വിധാനം ഒന്നു മാറ്റി. ഒറ്റനോട്ടത്തിൽ ആർക്കും തിരിച്ചറിയുവാൻ കഴിയാത്ത നാടോടികളുടെ വേഷത്തിൽ അവർ അവിടെ നിന്നിറങ്ങി.

“നാം രക്ഷപ്പെട്ടു എന്നറിഞ്ഞാൽ, അല്ല, കൗമുദിക രാജാവിനെ ചതിച്ചു എന്നറിഞ്ഞാൽ നിങ്ങളുടെ ജീവിതം -?” കാളിദാസൻ വേദന യോടെ കൗമുദികയോട് ചോദിച്ചു.

“ഹേ മഹാത്മൻ, ഇത്രയും കാലം ജീവിച്ചില്ലേ. ഇനി ജീവിതത്തിൽ വലിയ അർത്ഥങ്ങളൊന്നുമില്ല. ഒരു വിശ്വമഹാകവിയുടെ ജീവന് പകര മായി ഇതു നൽകുവാൻ കഴിയുമെങ്കിൽ ഈ ജീവിതം സാർത്ഥകമായി എന്നേ നാം കരുതൂ. നമ്മുടെ പ്രിയ സഖി വിലാസവതിക്കു വേണ്ടി, അവളുടെ മകൾക്കു വേണ്ടി എന്തെങ്കിലും ചെയ്തു എന്ന നിർവൃതിയു മുണ്ട്.”

“പിന്നെ, ഞങ്ങൾ വാരസ്ത്രീകൾക്ക് ചെറിയ ഒരഹങ്കാരമുണ്ട്. അത്ര പെട്ടെന്നൊന്നും രാജാവ് എന്നല്ല ആരും ഞങ്ങളെ ഒന്നും ചെയ്യില്ല. അതിനെക്കുറിച്ച് അങ്ങ് ഭയപ്പെടേണ്ട. ഒരു കാര്യം മാത്രം. രാജ്യത്തിന്റെ അതിർവരമ്പുകൾ കടന്ന്, തിരിച്ചെത്തുവാൻ കഴിയാത്ത ദൂരത്തിലെത്തു മ്പോൾ മാത്രമേ നിങ്ങളുടെ ഈ വേഷം മാറ്റുവാൻ പാടുള്ളൂ.

"പിന്നെ അമ്മയും മകളും കെട്ടിപ്പിടിച്ചു കരഞ്ഞുകൊണ്ടാണെങ്കിലും വിലാസവതി അവളെ പ്രാർത്ഥിച്ചനുഗ്രഹിച്ചു. വികാരനിർഭരമായിരുന്നു ആ വേർപിരിയൽ. അങ്ങനെ എല്ലാം ശുഭമായി – വിലാസവതി വൈകാതെ വസന്തമാളികയിൽ തിരിച്ചെത്തുകയും ചെയ്തു. രാജസദസ്സിൽ വച്ച് കവിയോടൊത്ത് ജീവിക്കുവാൻ മാളവികയ്ക്ക് രാജാവനുവാദം നൽകിയതുകൊണ്ട് വിലാസവതിക്ക് യാതൊരു ഭയവും തോന്നിയതുമില്ല.

ബാനർജി കഥ പറഞ്ഞു നിർത്തിയപ്പോൾ സുധർമ്മൻ പറഞ്ഞു. "അപ്പോൾ താങ്കൾ പറയുന്നത് കാളിദാസ കവിയെ വേശ്യാസ്ത്രീയായ കൗമുദിക വകവരുത്തിയിട്ടില്ല എന്നും അവർ നാടുവിട്ട് പിന്നെ ഏറെക്കാലം സുഖമായി ജിവിച്ചു എന്നുമാണ്. അങ്ങനെ സംഭവിച്ചിരിക്കാമെങ്കിലും താങ്കൾ പറഞ്ഞതിൽ എന്തോ യുക്തിയില്ലായ്മ പോലെ. അതായത്, വിലാസവതിയേയും മാളവികയേയും കൊട്ടാരത്തിൽ വച്ച് കണ്ടപ്പോഴാണ് ആ രാജാവ് കവിയെ നിഗ്രഹിക്കുവാനുള്ള തീരുമാനത്തിൽ നിന്ന് മാറിയത്. പിന്നെ വിലാസവതി ഉടൻ തന്നെ കൗമുദികയുടെ അടുത്തെത്തി എന്നാണൊ?"

"അതിൽ ഒരു യുക്തിഭംഗവുമില്ല." ബാനർജി സമ്മതിച്ചില്ല. വിലാസവതി കൊട്ടാരത്തിൽ എത്തുന്നതിനു മുമ്പേ അവർ കൗമുദികയെ കണ്ട് കാളിദാസന്റെ ജീവനുവേണ്ടി അപേക്ഷിച്ചിരുന്നു. ആ പകലാണ് കൗമുദിക കാളിദാസനെ കണ്ടുമുട്ടുന്നതും തന്റെ വീട്ടിലേക്ക് ക്ഷണിക്കുന്നതും. അതേ പകലിൽ തന്നെയാണ് രാജാവ് വിലാസവതിയേയും മകളേയും കൊട്ടാരത്തിലേക്ക് ക്ഷണിക്കുന്നത്. അന്ന് വൈകുന്നേരം ക്ഷേത്രദർശനം നടത്തിയാണ് വിലാസവതിയും മാളവികയും കൗമുദിയെ സമീപിക്കുന്നത്. കവിയും കാമുകിയും നാടുവിടുന്നത് രാത്രിയും. അപ്പോൾ അതിലെന്താണ് അയുക്തി?

"അപ്പോൾ ശങ്കരകവിക്ക് പിന്നെ എന്തു സംഭവിച്ചിരിക്കാം?" ശ്രീകാന്തിനായിരുന്നു സംശയം.

"ശങ്കര കവി കൊട്ടാരം ഉപേക്ഷിച്ചു എന്ന് നിങ്ങൾ പറഞ്ഞതു ശരി. എന്നാൽ കാളിദാസൻ ജീവിച്ചിരിക്കുന്നു എന്ന സത്യം അദ്ദേഹം അറിഞ്ഞിരുന്നുവോ എന്നത് വ്യക്തമല്ല. പക്ഷേ എന്റെ ഊഹത്തിൽ അത് അദ്ദേഹം അറിഞ്ഞിരിക്കാനാണ് സാധ്യത. എന്തുകൊണ്ടെന്നാൽ വിലാസവതി കൗമുദികയെ കണ്ട കാര്യം അവരെന്തായാലും ശങ്കര കവിയോട് പറയാതിരിക്കില്ല. അപ്പോൾ പിന്നെ കാളിദാസൻ കൊല്ലപ്പെട്ടു എന്ന് തന്നെ കവി എഴുതി വെച്ചതെന്തുകൊണ്ട്."

"ചിലപ്പോൾ അക്കാലത്ത് ശങ്കര കവിയുടെ ഈ കഥ പൊതുജനങ്ങൾ അറിയുവാൻ വേണ്ടി എഴുതിയതാവാം. അല്ലെങ്കിൽ രഹസ്യമായി പൊതുജനങ്ങൾക്കിടയിൽ പ്രചരിപ്പിച്ചിരിക്കാം. അങ്ങനെ ചാരൻമാർ മുഖേന രാജാവ് ഈ കഥ അറിയട്ടെ എന്ന് ശങ്കര കവി ആഗ്രഹിച്ചിട്ടുണ്ടെങ്കിലൊ. അപ്പോൾ പിന്നെ കവി മരിച്ചു എന്ന വിശ്വാസം രാജാവിനും

ബലപ്പെടുമല്ലോ. രാജാവിനെ തെറ്റിദ്ധരിപ്പിക്കുക എന്ന ലക്ഷ്യത്തിലെഴുതിയതായിരിക്കണം ആ കഥ തന്നെ. അതുകൊണ്ടായിരിക്കണം കൗമുദികയും വിലാസവതിയും ചേർന്ന് അദ്ദേഹത്തെ രക്ഷിച്ച കാര്യം അതിൽ പരാമർശിക്കപ്പെടാത്തത്.

ഇന്നും കാളിദാസനെക്കുറിച്ച് നാട്ടിൽ പ്രചരിച്ച കഥകളിൽ അദ്ദേഹത്തിന്റെ അന്ത്യം ഒരു വേശ്യസ്ത്രീയുടെ കൈയാലാണെന്ന് പറയപ്പെടുന്നുണ്ട്. ആദ്യ ഭാര്യ ഒരു പെണ്ണിന്റെ കൈകളാൽ നിങ്ങൾ മരിക്കപ്പെടുമെന്നു ശപിച്ചു എന്നും ആ ശാപം അങ്ങനെ ഫലിച്ചു എന്നുമാണ് ഐതിഹ്യങ്ങൾ!

"കാളിദാസൻ മാളവികയോടൊത്ത് കുറേകാലം ജീവിച്ചിരിക്കണം. ഹിമാലയ ഗ്രാമങ്ങളിലെവിടെയെങ്കിലും."

ബാനർജി പറഞ്ഞത് ശ്രീകാന്തിനും സുധർമ്മനും ജിത്തുവിനും വിശ്വാസമായിരുന്നു.

"ഞാൻ പറഞ്ഞത് നിങ്ങൾ വിശ്വസിക്കും. കാരണം ഞാനന്വേഷിച്ചു നടന്ന ഗ്രന്ഥം കണ്ടെത്തുകയും വായിക്കുകയും ചെയ്തവരാണ് നിങ്ങൾ. പക്ഷേ പൊതുജനം വിശ്വസിക്കണമെന്നില്ല. അവരെ വിശ്വസിപ്പിക്കുവാനുള്ള തെളിവുകളൊന്നും നമ്മുടെ കൈവശമില്ല. ഇനി ഇതിനൊക്കെ തെളിവുതേടി കണ്ടെത്തുക എന്നത് എളുപ്പവുമല്ല."

"ഇനി നിങ്ങൾ ഹിമാലയം യാത്രയ്ക്കു പോകുമ്പോൾ എന്നെ കൂടി വിളിക്കുവാൻ മറക്കരുത്. എനിക്കും ആ ഗുഹ ഒന്നു കാണണം. നിങ്ങൾ പറഞ്ഞ ആ ബാബാജിയേയും." ബാനർജി പറഞ്ഞു നിറുത്തിയതും സുധർമ്മൻ പറഞ്ഞു. "അല്ല ശ്രീകാന്ത് സമയം ശ്രദ്ധിച്ചോ. ഒമ്പതര കഴിഞ്ഞു. നാളെ ജോലിക്കു പോകുവാനുള്ളതാണ്. കുറച്ചു ദിവസത്തെ യാത്രയുടെ ക്ഷീണം തീർക്കണം. നേരത്തെ ഉറങ്ങണം."

"എങ്കിൽ പിന്നെ ഞങ്ങളും." ബാനർജിയും ജിത്തുവും എഴുന്നേറ്റു. "ശ്രീകാന്ത് - ഓ.കെ. പിന്നെ കാണാം." മൂന്നുപേരും ഒന്നിച്ച് താഴെയിറങ്ങി.

ഇനി രാത്രിയൊന്നും കഴിക്കേണ്ട. വേഗം ഉറങ്ങാം. ശ്രീകാന്ത് വാതിലടച്ചു. ലൈറ്റ് ഓഫ് ചെയ്തു നേരെ കിടക്കയിലേക്ക് മറിഞ്ഞു. സ്വപ്നത്തിൽ പിന്നെ മലമുടികളും മഞ്ഞുപാതകളുമായിരുന്നു. പൂത്തുനിൽക്കുന്ന കുറ്റിച്ചെടികളുടെ അസാധാരണ ഭംഗി. ചിറകു വിരിച്ചു നിൽക്കുന്ന ഹിമാലയത്തിലെ ഏതോ അറിയപ്പെടാത്ത സ്ഥലം. അവിടെ എവിടെയോ രണ്ട് രൂപങ്ങൾ അസാമാന്യ സന്തോഷത്തോടെ ഒരു ചെറു പുൽക്കുടിലിൽ. ആ സ്വപ്നം മെല്ലെ മെല്ലെ...

ആരോ പറയുന്നതുപോലെ യാത്ര അവസാനിക്കുന്നില്ല. ഒരു യാത്രയുടെ അന്ത്യം മറ്റൊരു യാത്രയുടെ ആരംഭമാണ്.

■

കാചാല്പവിഷയാമതി

കെട്ടുകഥകളുടെയും കേട്ടുകേൾവികളുടെയും ചിതൽ പുറ്റിനകത്തായിരുന്നു കാളിദാസമഹാകവിയുടെ ജീവിതം. സത്യവും സങ്കല്പവും ഇഴ ചേർന്നുകിടക്കുന്ന ആ മഹാ കവിയുടെ ചരിത്രത്തിൽനിന്ന് വാസ്തവികതയെ കണ്ടെത്തു കയെന്നത് അസാധ്യം തന്നെയാണ്. തികഞ്ഞ പണ്ഡിതന്മാർ ചികഞ്ഞു നോക്കിയിട്ടും കാണാത്തതിനെ ഭാവനയുടെ മേഘ യാത്രയിൽ തിരഞ്ഞുനോക്കുകയാണ് ഈ കൃതി. സാഹസി കമെന്ന് ചിലർ പറഞ്ഞേക്കാം. അടങ്ങാത്ത ആഗ്രഹംകൊണ്ട് പൊങ്ങുതടിയിലേറി കടൽ കടക്കാൻ ശ്രമിക്കുന്നത് തെറ്റ ല്ലെന്ന് അദ്ദേഹം തന്നെ സൂചിപ്പിച്ചിട്ടുണ്ടല്ലോ. മന്ദനാ ണെങ്കിലും യശഃപ്രാർത്ഥികൾ മറ്റുള്ളവർക്ക് പരിഹാസ്യമായ ചിലതുചെയ്താൽ ആ മഹാകവിയുടെ ആത്മാവ് സന്തോഷി ക്കുമെന്ന് അദ്ദേഹത്തിന്റെ വരികൾ തന്നെ സാക്ഷ്യം വഹി ക്കുന്നു.

ഒരു വായനക്കാരനെന്ന നിലയിൽ അദ്ദേഹത്തിന്റെ കൃതി കൾ പലപ്രാവശ്യം വായിച്ചിട്ടുണ്ട്. എന്റെ യൗവ്വനാരംഭത്തി ലാണ് അദ്ദേഹത്തിന്റെ മേഘസന്ദേശം, വൃത്താന്തവൃത്തം പരിഭാഷ പെടുത്തി തൃശ്ശൂരിൽനിന്നിറങ്ങിയിരുന്ന എക്സ്പ്രസ്സ് മലയാള ദിനപത്രത്തിന്റെ ഞായറാഴ്ചപതിപ്പിൽ തുടർച്ച യായി പ്രസിദ്ധീകരിച്ചത്. പ്രായത്തിന്റെ വ്യാമോഹത്തിൽ ചെയ്ത അപക്വമായ കർമ്മമെന്ന് ഇന്ന് തിരിഞ്ഞുനോക്കു മ്പോൾ തിരിച്ചറിയുന്നു. എങ്കിലും ആ കൃതിയെ കൂടുതലറി യാൻ ആ കർമ്മമെന്നെ സഹായിച്ചിട്ടുണ്ട്. സംസ്കൃതഭാഷാ പണ്ഡിതനൊന്നുമല്ലെങ്കിലും അദ്ദേഹത്തിന്റെ കൃതി കളോടുള്ള താത്പര്യം വളരെ ചെറുപ്പം മുതലേ തുടങ്ങി യതാണ്. ആ കൃതികളിലൂടെ പലപ്രാവശ്യം സഞ്ചരിച്ച പ്പോൾ ഇങ്ങനെ ഒന്ന് എഴുതണമെന്ന് തോന്നി. മന്ദബുദ്ധി യായ ആട്ടിടയൻ, സ്ത്രീലമ്പടനായ വ്യഭിചാരി ഇങ്ങനെ

ഐതിഹ്യങ്ങളിൽ നിറഞ്ഞുനിൽക്കുന്ന കാളിദാസൻ എങ്ങനെയാണ് അനശ്വരപ്രേമത്തിന്റെ ഉദാത്തമാതൃകയായ മേഘസന്ദേശമെഴുതുന്നത്? മാംസനിബദ്ധമല്ലാത്ത പ്രണയത്തിന്റെ ശാകുന്തളവും വിക്രമോർവ്വശീയവും മാളവികാഗ്നിമിത്രവുമെഴുതുന്നത്? അതുല്യമായ പ്രകൃതി വർണ്ണനയിൽ അസുലഭമായ തത്ത്വചിന്തയിൽ അനന്യമായ പദഭംഗിയുള്ള രഘുവംശവും കുമാരസംഭവവുമെഴുതുന്നത്? ഇത്തരം ചോദ്യങ്ങൾക്കുള്ള ഉത്തരം കണ്ടെത്താൻ ഒരു എളിയ പരിശ്രമമാണ് മേഘയാത്രികൻ.

തൊണ്ണൂറുകളുടെ ആരംഭത്തിൽ ആദ്യമായി ഹിമാലയം സന്ദർശിച്ചപ്പോൾ, ഉദയകിരണങ്ങൾ പൊൻപട്ടുടുത്ത ആ മലനിരകളിലൊന്ന് രാമഗിരിയാണെന്നും അവിടെനിന്ന് ഇപ്പോഴും വിരഹകാമുകനായ യക്ഷന്റെ തേങ്ങലുയരുന്നുണ്ടെന്നും തോന്നി. അവിടെനിന്നായിരിക്കണം ഈ നോവലിന്റെ ബീജം മനസ്സിൽ പതിഞ്ഞത്. 2014 ഒക്ടോബർ 18-ാം തിയതി (1990 തുലാം ഒന്ന്) ഒരു ശബരിമല വ്രതം ആരംഭിച്ചപ്പോഴാണ് വർഷങ്ങളായി മനസ്സിൽ കൊണ്ടു നടക്കുന്ന ഈ കഥ എഴുതാൻ തുടങ്ങിയത്. ഇരുപത് ദിവസംകൊണ്ട് എഴുതുകയും ചെയ്തു. എഴുതിക്കഴിഞ്ഞപ്പോൾ ഇനി എന്തുചെയ്യണം എന്നത് ഉത്തരം കിട്ടാത്ത ഒരു ചോദ്യമായിരുന്നു. അതേ വർഷം വൃശ്ചികമാസത്തിലാണ് അവിചാരിതമായി കേസരി പത്രാധിപർ ഡോ.എൻ.ആർ.മധുവിനെ പരിചയപ്പെടാൻ കഴിഞ്ഞത്. അദ്ദേഹത്തോട് ഈ നോവലിനെക്കുറിച്ച് സംസാരിച്ചു. "അയച്ചു തരൂ വായിച്ചുനോക്കാം." അങ്ങനെ ഈ നോവൽ ആദ്യമായി പുറംലോകം കണ്ടത് കേസരിയിലൂടെയാണ്. കേസരിയോടും പത്രാധിപർ ഡോ.എൻ.ആർ.മധുസാറിനോടുമുള്ള നന്ദി ഇവിടെ അറിയിക്കട്ടെ.

വളരെ ചുരുങ്ങിയ സമയംകൊണ്ട് മേഘയാത്രികന് ഒരു അവതാരിക എഴുതിത്തന്നത് ശ്രീമതി.കെ.ബി.ശ്രീദേവിയാണ്. ഏറെ പ്രോത്സാഹനാത്മകമായ ഒരു സമീപനമായിരുന്നു അവരുടേത്. അവരുടെ നല്ല വാക്കുകൾക്കും എല്ലാ പ്രോത്സാഹനത്തിനും ഹൃദയം നിറഞ്ഞ നന്ദി. ഈ കൃതിയെ പുസ്തകരൂപത്തിലാക്കാൻവേണ്ടി ഏറ്റവും കൂടുതൽ പരിശ്രമിച്ച പ്രിയ സുഹൃത്ത് രവീന്ദ്രൻ തിരൂർ, ഇതിനുവേണ്ടി ചിത്രങ്ങൾ വരച്ചുതന്ന ശ്രീ.ബാലകൃഷ്ണൻ ഉള്ളിയേരി എന്നിവരോടുള്ള ആത്മാർത്ഥമായ നന്ദി സൂചിപ്പിക്കട്ടെ. സന്തോഷപൂർവ്വം ഈ ഗ്രന്ഥം പ്രസിദ്ധീകരണത്തിനേറ്റെടുത്ത ഗ്രീൻബുക്സിനോടുള്ള നന്ദി ഹൃദയത്തിൽ സൂക്ഷിക്കുന്നു.

ഈ കൃതി ഖണ്ഡശ്ശ പ്രസിദ്ധീകരിക്കുന്ന സമയത്ത് എന്നെ വിളിക്കുകയും അഭിനന്ദിക്കുകയും ചെയ്ത ഒത്തിരി പേരുണ്ട് പുസ്തകമെന്തായ് എന്നാണ് ഇറങ്ങുക എന്നൊക്കെ ഇന്നും അന്വേഷിക്കുന്നവരുണ്ട്. അവരുടെ നല്ല വാക്കുകൾ എനിക്കല്പമൊന്നുമല്ല പ്രചോദനമായിട്ടുള്ളത്. അവരോടും ഹൃദയപൂർവ്വം പറയുന്നു നന്ദി.

വിക്രമാദിത്യമഹാരാജാവിന്റെ സഹോദരിയെ പ്രേമിച്ച തിന് നാടുകടത്തപ്പെട്ടു എന്ന ഐതിഹ്യം മേഘസന്ദേശ ത്തിന്റെ രചനയെക്കുറിച്ച് പലരും പറയാറുണ്ട്. കവിയുടെ നായിക പലതരത്തിൽ പരാമർശിക്കപ്പെട്ടിട്ടുണ്ടെങ്കിലും ഐതിഹ്യങ്ങളിൽ അവർക്കൊരു പേരില്ല. മാളവത്തിൽ ജീവിച്ച കവിയുടെ നായികയ്ക്ക് അനുയോജ്യമായ പേര് മാള വിക എന്നു തന്നെയാണ്. ഒ.എൻ.വിയുടെ ഉജ്ജയനി വായിച്ച പ്പോഴാണ് മാളവിക എന്ന പേര് മനസ്സിൽ ഉറച്ചുപോയത്. മാളവിക എന്ന പേരിന് ഈ കൃതി ഒ.എൻ.വി.യുടെ ഉജ്ജയി നിയോട് കടപ്പെട്ടിരിക്കുന്നു.

ഇനി വായനക്കാരോട്, ശരീരത്തിന്റെ പ്രകൃതി മരണ മാണെന്നും വികൃതിയാണ് ജീവിതമെന്നും (പ്രകൃതിർ മരണം ശരീരിണാം വികൃതിർ ജീവിതമുച്യത്യേ ബുധൈഃ) എന്നു പറഞ്ഞ ഒരു കവിയെകുറിച്ച് ആണ് ഈ നോവൽ. അബദ്ധ മായിട്ടെന്തെങ്കിലും ആർക്കെങ്കിലും തോന്നുകയാണെങ്കിൽ അവരോടെനിക്ക് ഒന്നു മാത്രമേ പറയാനൊള്ളൂ

“തിതീർഷുർ ദുസ്തരം മോഹാ-
ദുഡുപേനാസ്മി സാഗരം”

■

www.ingramcontent.com/pod-product-compliance
Lightning Source LLC
La Vergne TN
LVHW060626051026
849519LV00002B/779
* 9 7 8 9 3 8 6 1 2 0 8 5 4 *